Kho Báu Kín Giấu

Hi Vọng Cho Nhân Loại

Đặng Phúc Ánh

Đặng Phúc Ánh

Kho Báu Kín Giấu – Hi Vọng Cho Nhân Loại

For information contact : frankdang71@gmail.com

Book Cover designed by Uyen Nguyen Tran Triet

Graphic Design by Chris Dang & Megan Shupp

MỤC LỤC

NGỢI KHEN VÀ CẢM TẠ

Nguyện chúc tụng Đức Chúa Cha, cùng Chiên Con và Đức Thánh Linh luôn được ca ngợi, tôn trọng, vinh quang và quyền uy cho đến đời đời!

Kính thưa Ba Mẹ!

Ba Mẹ kính yêu! Quyển sách nầy như là lòng biết ơn công sanh thành, dưỡng dục mà Ba Mẹ đã tận tụy hy sinh cả đời vì đàn con. Tấm lòng chung thủy trong hôn nhân, tinh thần tận hiến cho quê hương và nghĩa cử phục vụ tha nhân của Ba Mẹ là động lực và là hành trang giúp con sống có ý nghĩa. Nguyện Đức Chúa Trời luôn thêm sức thiêng và gìn giữ Ba Mẹ trong mọi sự. Chúc mừng Ba Mẹ 60 năm hôn nhân.

"Mỗi đêm con thắp đèn Trời

Cầu cho Ba Mẹ sống đời với con"

Ba Mẹ Đặng Hoàng Ánh & Hà Thị Nguyệt Ánh

Lương nhơn của anh!

Hải Thảo yêu thương của anh! Em là một phước hạnh và là ơn lành từ Đức Chúa Trời ban cho anh (Châm Ngôn 18:22; 19:14). Qua sự hy sinh và đồng công của em, quyển sách này đã được hoàn thành. Anh hạnh phúc và sung sướng có một người bạn đời đồng hành trong mọi bước đường. Anh đã hát cho em trong ngày cưới: *"Anh sẽ vì em làm thơ tình ái..."*. Em hãy đón nhận quyển sách này như những vần mây được kết thành lâu đài tình ái để đón đưa hai chúng ta.

Nguyện Chúa luôn dắt dìu và tiếp tục gìn giữ hôn nhân mà chính Ngài đã thiết lập cho đôi ta. Amen!

Cơ nghiệp của Ba Mẹ!

Các con Tâm, Linh và Minh yêu quý! Các con chính là cơ nghiệp mà Đức Chúa Trời đã ban cho Ba Mẹ. Ba Mẹ mãi mãi yêu các con và luôn cầu nguyện cho các con được Đức Chúa Trời soi dẫn trong mọi bước đường. Quyển sách này được viết nên để ghi dấu những chặng đường mà gia đình chúng ta đã cùng đi với Chúa và tìm kiếm Thiên Quốc bên nhau. Nguyện các con luôn biết tìm kiếm Vương Quốc Đức Chúa Trời hết lòng.

Người thầy đầu tiên!

Mục sư Bob Roberts kính mến! Mục sư là người thầy đầu đời trong chức vụ và là người cha tinh thần trong đời sống của Phúc Ánh. Phúc Ánh luôn mãi khắc ghi sự dìu dắt, dạy dỗ và hướng dẫn của mục sư. Quyển sách này là một phần bông trái từ công khó của mục sư.

Hội Thánh Tin Lành Việt Nam

Tôi chân thành tri ơn tất cả các Hội Thánh Tin Lành Việt Nam đã cho tôi đặc ân để được phục vụ Chúa cùng quý vị trong những năm tháng qua. Chúng ta đã cầu nguyện xin Chúa ban cho sức sống mới trong Hội Thánh để nhiều người Việt Nam được biết Chúa. Quyển sách này là sự dấn thân đi tìm *"Sức Sống Mới"* cho Hội Thánh. Nguyện con dân Chúa tìm kiếm Vương Quốc của Ngài hết lòng và khám phá ra rằng *"rượu Mới phải đựng trong bầu da Mới"* (Mác 2:22b).

Đức Chúa Trời luôn thành tín khi Ngài kêu gọi tôi viết thêm văn bản tiếng Việt. Xin chân thành cảm ơn những giáo viên Trường Chúa Nhật đã xem lại toàn bộ sách. Chúa đã dắt đưa tôi biết đến những Giáo Sư Kinh Thánh trong và ngoài nước sẵn lòng giúp đỡ và chỉ dẫn để quyển sách được hoàn tất. Tôi xin đặc biệt tri ơn nhị vị Mục Sư tại Việt Nam sẵn lòng giúp đỡ và giành rất nhiều công sức để chỉnh sửa một cách âm thầm mà không muốn tôi nêu tên ra. Thật là những người thầy đáng kính trong chức vụ. Nguyện Đức Chúa Trời tiếp tục ban sức thiên cho toàn thể quý đầy tớ Chúa.

Bác Trần Đình Trọng kính mến!

Quyển sách này là sản phẩm từ sự chỉ dẫn, cố vấn và đầu tư công sức của Bác. Nếu Chúa không khứng cho chúng ta gặp nhau, thì quyển sách này có lẽ vẫn còn trong tâm trí của Phúc Ánh. Có lần bác nói với cháu: *"Một bài giảng hay có thể tác động đến hàng trăm hoặc hàng nghìn người nghe. Một quyển sách hay có thể tác động đến hàng triệu người và cả thế hệ mai sau!"* Nguyện Đức Chúa Trời thêm sức thiêng trên đời sống bác và nguyện cho lời bác nói trở thành hiện thực.

Lời Nói Đầu

Vũ trụ được tạo dựng bởi Đức Chúa Trời, Đấng Sáng Tạo loài người và ban cho người quyền quản trị trên mọi sự. Tuyển dân Do Thái được chọn làm ánh sáng cho muôn dân và là một dân tộc điển hình của Chúa. Giăng Báp-tít truyền rao rằng, *"Vương Quốc Đức Chúa Trời đã gần kề."* Đức Giê-su phán, *"Vương Quốc ấy đã đến!"* Đức Giê-su dạy về cách sống mới của Vương Quốc, và nếu sống đúng theo lời dạy, sẽ biến hóa đời sống từ một người cho đến cả nhân loại! Những câu chuyện ngụ ngôn về Vương Quốc chuyển tải nhiều giá trị, sự mong đợi, lời hứa và quyền năng từ Thiên Quốc trên đời sống người vâng phục Chúa.

Thiên Quốc được xem như là gạch nối giữa trời và đất giống như những con người phục vụ Đức Chúa Trời. Phao-lô hiểu Thiên Quốc làm ra mọi điều, duy trì mọi việc để trong mọi sự, *"Ngài (Đấng Christ) đều đứng đầu"* (Cô-lô-se 1:18). Sự dạy dỗ về Thiên Quốc là vĩ đại dường bao, nhưng tại sao chúng ta ít khi nghe nói hoặc hiểu biết về Thiên Quốc? Tôi nhớ lại những thập niên trước khi bước vào sự tìm hiểu về Thiên Quốc. Ấy là những kinh nghiệm đổi đời, có thể thay đổi xã hội, biến đổi Hội Thánh và ngay cả quốc gia. Những tác động ấy vẫn còn trong tôi qua những cảm nhận và khám phá từng ngày về Thiên Quốc. Tại sao sự dạy dỗ về Thiên Quốc lại quá ít? Tôi không nghĩ là chúng ta giấu giếm Thiên Quốc như một bí mật. Có lẽ, cũng giống như tôi thuở nào, chính mình cũng đã không hiểu rõ về Thiên Quốc.

Khi Vương Quốc được nói đến, nó thường được bày tỏ về sự trở lại của Đấng Christ, hay được sử dụng để mô tả sự hợp tác của nhiều người, nhiều Hội Thánh. Cả hai điều này đều đúng cả, nhưng không điều nào giải thích rõ ràng, định nghĩa, hoặc trang bị cho chúng ta thế nào là một cách sống đúng với ý nghĩa của Thiên Quốc. Tôi tin rằng lý do làm cho chúng ta thiếu hụt cách sống Thiên Quốc là vì chúng ta không hiểu Thiên Quốc là gì. Vậy thì làm sao chúng ta có thể sống như một hoàng tộc của Thiên Quốc được? Tôi lấy làm sung sướng về quyển sách mà Phúc Ánh đã viết. Sau đây là một vài nguyên tố đáng cho chúng ta đọc quyển sách này.

Trước hết, Phúc Ánh là người *sống* cho Thiên Quốc. Tôi thầm nghĩ, *"Nếu có ai yêu mến Chúa Giê-su hơn tất cả mọi điều, thì Phúc Ánh là người đó!"* Đời sống Phúc Ánh là một trong những câu chuyện cảm động mà tôi đã từng nghe. Lớn lên ở miền Nam Việt Nam, vật lộn với sự nghèo khó từ những thảm họa chiến tranh, rồi khi sang đến Mỹ, Phúc Ánh đón nhận Đức Chúa Giê-su Christ vào lòng. Phúc Ánh phục vụ trong Hội Thánh như mục sư quản nhiệm; phục vụ và đóng góp trong lãnh vực giáo dục như một giảng viên Toán trong cộng đồng, làm mọi điều bằng tất cả tâm trí và nhiệt huyết. Đó là *cách sống* Thiên Quốc.

Thứ nhì, chỉ cần nhìn qua những nghiên cứu của Phúc Ánh cũng đáng cho chúng ta đọc quyển sách này. Phúc Ánh nghiên cứu kỹ lưỡng những học giả lỗi lạc về Thiên Quốc; đồng thời, cũng phân tích rõ ràng những tương đồng và bất đồng, để rồi đúc kết lại với nhau. E. Stanley Jones, John Bright, Dallas Willard, Jurgen Moltman, Len Sweet, Thomas Torrance, và Alan Hirsch là những học giả lớn của chủ đề Thiên Quốc. Phúc Ánh nghiên cứu sách của những học giả này và nhiều học giả khác nữa. Chúng ta không thể nghiên cứu Thiên Quốc một cách nghiêm túc nếu không đọc qua các sách của những học giả nói trên.

Thứ ba, Phúc Ánh là giảng viên Toán. Người ta thường nói, *"Toán là ngôn ngữ của Chúa."* Trong thời điểm này, các nhà khoa học và Thiên Đạo gia đang dần dần khám phá ra những điều mà trước đây họ chưa thể làm được. Trong khi khoa học trả lời những câu hỏi: *"Điều gì?"* và *"Như thế nào?"*, thì Thiên Đạo trả lời câu hỏi *"Tại sao?"* Mỗi lãnh vực có cách thức bày tỏ riêng, nhưng hãy hiểu rằng, trong tư tưởng của Đức Chúa Trời không có sự tách rời giữa 2 lãnh vực này. Vì Đấng Christ là đầu của mọi sự, chúng ta phải nhìn biết rằng 2 lãnh vực này hòa hợp cùng nhau, không phải tranh chiến với nhau. Phúc Ánh là người hiểu rõ điều này và đã đem sự hiểu biết trong Kinh Thánh kết hợp với toán học để khám phá những định luật quan trọng và bổ ích cho đời sống thuộc linh.

Cuối cùng, tôi tin rằng sự hiểu biết và nhận thức của chúng ta về Thiên Quốc sẽ tăng trưởng trong những thế kỷ kế tiếp, cũng như sự nhận thức về Đức Thánh Linh trong những thế kỷ qua. Đức Chúa Trời luôn vận hành và Ngài mời gọi chúng ta tham gia với Ngài. Phúc Ánh đã cung cấp cho chúng ta một sự hiểu biết về Thiên Quốc cùng với một lối đi trong Thiên Quốc ấy. Bất cứ phần nào bạn đọc trong sách này, đều bày tỏ về mối liên hệ và được đong đầy bằng những đặc điểm của Thiên Quốc.

Dr. Bob Roberts – Northwood Church, Keller, TX.

Lời Mở Đầu

"Con Đã Tìm Thấy Con Cá Chưa?"

Hành Trình Vương Quốc

Những năm trước, chương trình TV, A&E Network, với chủ đề *"Tiểu Sử"* nhằm giới thiệu về cuộc đời của những nhân vật nổi tiếng. Mục đích chính là để nói, *"Mỗi cuộc đời đều có một câu chuyện."* Tôi rất trân trọng câu nói ấy, vì tôi tin rằng bất cứ đời sống của ai cũng đều có một câu chuyện để kể. Mỗi cuộc đời là một câu chuyện. Mỗi câu chuyện là một nỗi niềm tâm sự, mang những sắc thái thuần túy nhất nhằm san sẻ, động viên, nâng đỡ, và quan trọng nhất là để tạo nên cảm hứng cho người khác vươn lên, đạt thành ý nguyện cho chính bản thân mình.

Vì vậy, mỗi câu chuyện là một công cụ hết sức quan trọng đưa dẫn chúng ta đến với định mệnh và giúp định giá được ý nghĩa và hướng đi trong cuộc sống. Sau đây là câu chuyện gia đình tôi.

18 năm đầu đời, tôi lớn lên ở Việt Nam, là con của một Đại úy Quân Y trong thời Việt Nam Cộng Hòa. Gia đình tôi là một trong những thuyền nhân từ cuộc di tản do hậu quả chiến tranh. Khi đặt chân trên xứ người, tôi và gia đình sống, giao tiếp bằng 2 ngôn ngữ, cũng như phát huy cuộc sống mới bằng cả 2 nền văn hóa.

Cuộc nội chiến nào cũng đều phức tạp và đau đớn cho quê hương. Chính vì nội chiến, ngay cả những người thân trong gia đình phải chọn một chính nghĩa để cống hiến. Vì thế, tình cảm gia đình bị xáo trộn, tan rã. Bạn trở nên thù, anh em cầm súng đối địch nhau. Ngay cả tình cha con cũng phân ly vì nội cuộc. Khi cuộc nội chiến của nước Mỹ kết thúc vào tháng Tư năm 1865, tất cả những người lính từ Nam chí Bắc, đều được công nhận như những anh hùng dân tộc, những người yêu nước. Nhưng khi cuộc nội chiến ở Việt Nam kết thúc cũng vào tháng Tư, năm 1975, cuộc đời của người lính Việt Nam Cộng Hòa lại phải thêm một lần nát tan và bể dâu.

Tuy chỉ mới 4 tuổi, tôi vẫn còn một vài ký ức của những điều đã xảy ra, nhưng phần lớn là lời kể lại của Mẹ. Sau 20 năm chiến tranh, cuộc tương tàn cũng đến ngày kết thúc. Tiếng súng đã chấm dứt, nhưng dư âm của cuộc chiến vẫn còn. Hầu hết, các quân nhân miền Nam như Ba tôi bị đưa vào những trại cải tạo trong rừng sâu núi thẳm.

Gia đình tôi, sau khi Ba đi học tập cải tạo, đã phải dời chỗ ở từ thành phố Cần Thơ tới Vàm Xã Xĩ, một vùng quê hẻo lánh. Đó là nơi chưa được khai phá, nên nó trông giống như một cánh rừng hoang. Chúng tôi đã bắt đầu làm lại cuộc đời từ con số không. Tôi bắt đầu nếm trải cuộc sống cơ hàn nhưng cũng rất thú vị tại Vàm Xã Xĩ.

Vì Ba vắng nhà, Mẹ tôi cùng các anh chị đã làm hết những gì có thể để chăm sóc gia đình. Chúng tôi lớn khôn trong sự khó khăn và túng thiếu. Anh chị lớn chăm sóc các em nhỏ. Tuổi của anh chị em chúng tôi vào năm 1975 là 12, 9, 7, 6, 4 và 3. Tôi là kế út. Mẹ tôi, với sự trợ giúp của vài láng giềng thân quen, đã dựng được căn nhà tranh cho đàn con. Căn nhà tranh nhỏ lắm, không đủ cho cả gia đình ngủ chung, nên 2 anh trai tôi phải ngủ trọ ở nhà hàng xóm mỗi đêm.

Mẹ tôi đã bán hết gia tài, gồm cả chiếc xe hơi và nữ trang, để đổi lấy lúa gạo, ẩm thực, cùng những thứ cần thiết khác cho gia đình. Nhưng chưa được bao lâu, thì nhà nước thay đổi tiền tệ cho cả nước. Nhìn số tiền giấy vừa có được để hộ thân, nay trở thành những đồ chơi của trẻ con để làm máy bay giấy, Mẹ vô cùng đau xót. Mẹ tiều tụy mỗi ngày, xanh xao, gầy gò vì nhiều đêm không ngủ. Nỗi lo của Mẹ đến từ mọi phía: *"Không biết Ba sẽ có ngày về? Tương lai của gia đình sẽ đi về đâu...?"* Mỗi đêm Mẹ lại mất ngủ, vì phải canh chừng những con rắn hoang bò ngổn nghển trên mái tranh, nơi đàn con đang ngủ.

Tôi bắt đầu tập tành theo các anh chị để phụ giúp gia đình. Một buổi chiều, tôi tham gia bắt cá hôi[1] ngoài đồng. Sau khi tát nước ra khỏi đìa, người người trong làng xúm lại bắt cá. Người chủ đìa cùng họ hàng đi trước bắt cá lớn, cá nhỏ thì để lại phía sau cho những ai phụ tát đìa. Còn trẻ em và người già đi sau cùng lượm lặt những gì còn sót lại.

Buổi bắt hôi kéo dài từ trưa đến tận chiều tối. Hàng giờ đứng trong sình bùn, nhưng tôi chưa tìm thấy 1 con cá nào. Trời bắt đầu sụp tối. Đang lay hoay để tìm chút gì cho buổi cơm chiều, tôi bỗng nghe bà lão thốt lên: *"Ôi con cá!"* Bà chăm chú nhìn vào vũng bùn để tìm con cá vừa nhảy lên tìm chút không khí. Nhìn bà lão đáng thương, tôi chợt nhớ lời Mẹ dạy: *"Các con phải luôn luôn giúp đỡ những người già yếu."* Bà hỏi tôi,

---

[1] Bắt hôi là 1 buổi tát đìa của những người trong làng. Sau khi nước được tát đi hết, hoặc rút cho cạn thì mọi người xúm lại để bắt cá. Đây là cảnh kiếm cơm qua ngày của những dân nghèo ở vùng quê.

"Con có thấy con cá không?" Tôi chẳng có con cá nào ngoài những con ốc đồng và vài con cua nhỏ mà tôi lận trong quần.

Tôi rất muốn bắt con cá ấy cho bà. Bà và tôi cùng đứng trong vũng lầy đã lâu, nhưng chưa ai bắt được con cá nào cả. Tôi tìm và bỗng nhiên nhìn thấy nó! Nó đang ẩn thân trong bùn. Có lẽ con cá bé nhỏ này cũng không còn sức để tìm đường thoát, cho nên đành buông xuôi. Tôi chụp lấy con cá mà vui như tìm thấy 1 bửu vật. Cảm giác nắm gọn con cá nhỏ vào lòng bàn tay làm tôi quên đi cả buổi trưa dang nắng. Tôi thầm nghĩ, *"Cuối cùng, mình cũng đã bắt được cá!"*

Đang giây phút lâng lâng, thình lình, bà lão quay sang hỏi, *"Con đã tìm thấy con cá chưa?"* Tôi chết lặng, giả vờ như không nghe câu hỏi, và để cho âm thanh ồn ào của buổi bắt hôi lấn áp câu hỏi của bà. Bầu trời đã bắt đầu sụp tối. Mọi người bắt đầu ra về để quây quần bên bếp cơm chiều với gia đình. Tôi cũng vậy, lặng lẽ bước đi khi trời ngã sang tối. Tôi không dám quay lại, vì không thể nhìn bà lão vẫn còn loay hoay tìm con cá.

Mỗi căn nhà trong làng phản ảnh đời sống kinh tế của từng gia đình. Một số được xây kiên cố bằng tường gạch, nền đá cẩn và ngói làm mái nhà. Số khác thì làm trần bằng bê-tông; còn những căn nhà còn lại làm bằng tre và lá dừa, chủ yếu là để che thân khi giông gió, nắng mưa.

Khi vừa về tới mái nhà tranh của mình, Mẹ tôi dường như đứng ngồi không yên, vì không biết tôi đã sống chết ra sao suốt buổi chiều. Mẹ sai anh chị đi tìm kiếm tôi khắp làng, từ rạch đến sông. Mẹ vẫn còn giận khi trông thấy tôi về. Tôi mở lưng quần ra cho mẹ xem những thứ tôi bắt được cho buổi cơm chiều. Nhìn con cá, tôi liên tưởng ngay đến bà lão. Câu hỏi của bà văng vẳng trong đầu tôi. Cảm giác hối hận tràn ngập lòng. Ước gì, mình đã mạnh dạn trao con cá lại cho bà và điều ấy sẽ làm Mẹ hãnh diện và bớt giận. Thật tiếc thay, tôi đã không làm Mẹ hãnh diện mà lại cảm thấy hổ thẹn cho bản thân. Đó là lần đầu tiên trong đời vào buổi cơm chiều mà lòng tôi không thấy đói. Câu hỏi của bà lão đã đi vào tâm khảm tôi, *"Con đã tìm thấy con cá chưa?"*

Gia đình tôi sống ở Vàm Xã Xĩ từ năm 1975 tới 1980, và câu hỏi của bà lão cũng đã lớn dần trong tôi theo năm tháng. Đánh cắp con cá không phải là điều duy nhất tôi làm khi lớn khôn, nhưng lạ thay, nó lại là điều chiếm lấy tâm tư tôi nhiều nhất, và làm cho linh hồn tôi thổn thức trong đêm. Bà nội tôi là người ăn chay niệm Phật. Bà tu tại gia. Trong lời kinh bà tụng hàng đêm, có phần nói đến thảm cảnh địa ngục cho những ai làm điều gian ác. Âu cũng vì lẽ đó mà tôi nặng lòng và không muốn bị đày đọa xuống địa ngục. Đối với người trong làng, ngôi chùa là nơi thiêng liêng cho bất cứ ai đi tìm sự sám hối. Tôi mạnh dạn bước chân tới cổng chùa để tìm sự bình yên trong tâm hồn và con đường dẫn đến Nước Thiên Đàng.

Một lần kia, sư thầy thấy tôi đến cổng chùa để cầu nguyện. Thầy vỗ đầu tôi và khen tôi là đứa bé ngoan đạo. Tôi mong được tìm thấy con đường đi đến Thiên Đàng, để khi chết mình biết mình sẽ về đâu… Và tôi vẫn chưa tìm thấy đâu là đường tới Thiên Đàng.

Trải qua 20 năm nội chiến, hứng chịu biết bao nghịch cảnh đe dọa tính mạng, rồi lênh đênh trên biển cả bao la, đối diện với bão tố, đối đầu với hải tặc, và cuối cùng là sự chia cắt 10 năm…, gia đình tôi đã được đoàn tụ tại Mỹ Quốc vào ngày 4 tháng 7 năm 1990.

Trong số 1 triệu thuyền nhân ra đi tìm tự do bên kia Đại Dương, phân nửa số đã nằm lại trong lòng Biển Thái Bình.

Cuộc sống đã dạy gia đình tôi phải biết nâng niu từng mỗi phút giây bên nhau. Trải qua những kinh nghiệm sống ở Việt Nam, giúp tôi thông cảm với bất cứ ai khổ nạn, và cả quốc gia nào đang vẫn còn trong chiến tranh. Tôi hiểu được nỗi đau khi phải chia ly người thân và mất tất cả vì chiến tranh. Tôi kinh nghiệm được sự khát khao để có một đời sống yên vui và hạnh phúc bên người thân.

Ngày Chúa Nhật đầu tiên sau khi đoàn tụ tại New Orleans, tiểu bang Louisiana, Ba dẫn chúng tôi đến 1 nhà thờ nhỏ tại thị trấn Gretna. Tôi chưa từng bước chân vào nhà thờ. Sau vài bài hát, mục sư bước lên và giảng Đạo cho chúng tôi nghe. Tôi chăm chú lắng nghe để xem có gì khác với nhà chùa. Mục sư nói về mối liên hệ với Đức Chúa Trời, sự tha tội và Cứu Chúa Giê-su là con đường duy nhất đưa con người đến Thiên Đàng. Trái tim tôi như rực lửa khi nghe mục sư nói về *con đường đến Thiên Đàng*. Sau buổi lễ, tôi xin Ba một quyển Kinh Thánh để đem về tìm hiểu. Buổi tối hôm đó, khi mở Kinh Thánh ra đọc, tôi có cảm giác giống như cổng Thiên Đàng đang mở ra và tiếp đón tôi. Tôi như thể nhìn thấy và cảm nhận được cõi đời đời trong tâm hồn. Thật là sự hòa hợp diệu kỳ giữa điều tôi đang khao khát tìm kiếm và điều Chúa Giê-su ban cho trong Thánh Kinh.

Đời sống tôi là sự kết hợp giữa 2 nền văn hóa: Đông và Tây. Tôi sinh trưởng và lớn lên ở Đông phương; nhưng được thụ huấn và đào tạo ở Tây phương. Hành trình cuộc sống không những là để tìm tự do, mà còn là để tìm Chân Lý. Tôi luôn mơ hướng tới một tương lai tốt đẹp và vĩnh cữu.

Sau khi gia đình an cư trong môi trường mới, vài năm sau, tôi trúng tuyển vào Trường Đại Học Tulane University, tại New Orleans, cùng với học bổng toàn phần. Tôi tốt nghiệp ưu hạng Cử Nhân Toán vào năm 1998, và được Tulane trao học bổng thêm 5 năm cho chương trình Tiến Sĩ. Tôi cũng được mời làm giảng viên phụ (teaching assistant) cho Trường.

Mùa hè trước khi bắt đầu chương trình Tiến Sĩ Toán, tôi cùng Ba Mẹ về thăm quê hương. Khi phi cơ đáp xuống phi trường Tân Sơn Nhất, lòng chúng tôi lâng lâng và tràn ngập bao nỗi niềm của quá khứ, hiện tại và lẫn cả tương lai. Sau khi dừng chân ở Sài Gòn đôi ba hôm, chúng tôi bao xe đi về Vàm Xã Xĩ. Lúc bấy giờ, tôi phần nào thấu hiểu thêm những lời thơ năm nào mình đã học,

"Khi ta ở, đất chỉ là đất ở.

Khi ta đi, đất bỗng hóa tâm hồn."

Trên đường về Vàm Xã Xĩ, chúng tôi cứ nhìn hai bên đường quê hương. Nhìn hoài mà không sao nhìn hết được quê hương! Những cảm xúc thiêng liêng trào dâng trong tâm hồn làm cho tôi như muốn ôm hết tất cả vào lòng. Tôi thầm cảm nhận được rằng khi tình yêu của Chúa chiếm ngự vào lòng thì tình yêu cho quê hương đất nước trong tôi lại càng sâu xa và bao la đến diệu kỳ. Khi đến Bắc Mỹ Thuận, nhìn bầy trẻ tranh nhau bán từng món ăn, thức uống, tôi nhìn thấy hình ảnh của mình mới năm nào. Cảm xúc dâng tràn lòng tôi. Khi phà đưa chúng tôi sang bên kia sông, thì vùng quê Vàm Xã Xĩ cũng dần hiện ra. Lúc đặt chân vào căn nhà tranh năm xưa, trời cũng xế chiều. Bùi ngùi, tôi bước ra đồng để tìm lại chút kỷ niệm của tuổi thơ. Lời thơ của một thi sĩ Việt Nam tôi học năm nào bỗng gợi lại trong tâm trí:

"Cho tôi đi lại từ đầu.

Để tôi không lạc khỏi màu xanh quê.

Tiếng chim bảo bọc tôi về.

Tôi là chú bé mãi mê bóng vườn."

Đứng trước cánh đồng lúa, nơi mình đã đánh cắp con cá của bà lão năm nào, tâm linh tôi được ban cho một hướng đi mới cho cuộc đời. Tôi nghe tiếng Chúa phán trong tâm hồn, *"Các con hãy theo Ta, Ta sẽ khiến các con nên tay đánh lưới người"* (Ma-thi-ơ 4:19). Trước khi trở về Sài Gòn, chúng tôi đã đến thăm và tri ân ngôi chùa năm xưa, bước đầu của hành trình tìm Chân Lý.

Sau chuyến thăm quê hương, cuộc đời tôi bước sang một con đường mới. Thay vì tiếp tục chương trình Tiến Sĩ Toán, tôi xin phép Ba Mẹ dọn qua tiểu bang Texas, và đăng ký học tại Đại Chủng Viện Southwestern Baptist Theological Seminary. Sau 3 năm, tôi hoàn thành chương trình Cao Học Thần Học chuyên về ngôn ngữ cổ. Bởi ân điển Chúa, tôi được trao tặng phần thưởng W. Oscar Thompson, Jr. Memorial Award in Evangelism in 2003. Từ đó, Đức Chúa Trời mở rộng cửa để tôi được phục vụ Thiên Quốc khắp nơi.

Qua sự dìu dắt của Mục Sư Bob Roberts, người thầy trong mục vụ, tôi được huấn luyện và trang bị để phục vụ và giao tiếp với các nhà lãnh đạo trên thế giới. Tôi đã sang Kandahar, Afgahnistan để phục vụ. Tôi tham gia quyên góp quà và tài chánh cho người nghèo trên thế giới. Tôi gặp Chủ tịch nước Việt Nam Nguyễn Minh Triết đôi lần tại Hoa Kỳ và tại thủ đô Hà Nội. Đại sứ Tôn giáo ở Hoa Thịnh Đốn và văn phòng của cựu Ngoại trưởng Hillary Clinton, cũng đã đôi lần mời tôi cộng tác về vấn đề nhân quyền và giúp trẻ mồ côi tại Việt Nam.

Mỗi ngày, tôi đều có cơ hội để chia xẻ Tin Mừng về Phúc Âm của Vương Quốc Đức Chúa Trời. Tôi làm chứng về Chúa Giê-su và làm báp-têm cho nhiều người, trong đó có cả những vị cao cấp trong cơ quan chính phủ.

Vào năm 2012, hành trình phục vụ Thiên Quốc có thêm một bước ngoặc, mà đối với tôi, nó như chuyện thần thoại. Tôi được mời làm Global Consultant cho cơ quan Tin Lành, mà người sáng lập là Chủ tịch Disney World, tại Florida. Tôi gặp gỡ ông vài lần và đi tham quan các Công Viên vui chơi, nơi được mệnh danh là *The Happiest Place on Earth – Nơi Hạnh Phúc Nhất Trái Đất*. Tôi thật như tưởng mình đang sống trong mơ.

Vào năm 2013, tôi hoàn tất thêm chương trình Master of Philosophy in Leadership Studies at Dallas Baptist University (thật ra, đó là chương trình Tiến Sĩ, Ph.D., nhưng vì chủ đề luận án Tiến Sĩ của tôi đã không thành). Khi mọi sự dường như đâu vào đó, Thánh Linh đặt trong lòng tôi một sự khao khát cho sự hiệp nhất trong Thiên Quốc theo như lời cầu nguyện của Chúa Giê-su, *"Ấy chẳng những vì họ mà Con cầu xin thôi đâu, nhưng cũng vì người sẽ nghe lời họ mà tin đến Con nữa, để cho ai nấy hiệp làm một, như Cha trong Con và Con ở trong Cha; lại để cho họ cũng ở trong Chúng Ta, đặng thế gian tin rằng chính Cha đã sai Con đến. Con đã ban cho họ sự vinh hiển mà Cha ban cho Con, để họ hiệp một cũng như Chúng Ta vẫn là một: Con ở trong họ và Cha ở trong Con, để cho họ toàn vẹn hiệp làm một, và cho thế giới biết chính Cha đã sai Con đến, và Cha đã yêu thương họ cũng như Cha đã yêu thương Con"* (Giăng 17: 20-23). Đây chính là sự hiệp một mà Phao-lô thiết tha kêu gọi con dân Chúa bày tỏ trong lối sống mỗi ngày. *"Vậy, tôi là kẻ tù trong Chúa, khuyên anh em phải ăn ở một cách xứng đáng với chức phận mà Chúa đã gọi anh em, phải khiêm nhường đến điều, mềm mại đến điều, phải nhịn nhục, lấy lòng thương yêu mà chìu nhau, dùng dây hòa bình mà gìn giữ sự hiệp một của Thánh Linh. Chỉ có một thân thể, một Thánh Linh, như anh em bởi chức phận mình đã được gọi đến một sự trông cậy mà thôi; chỉ có một Chúa, một đức tin, một phép báp-têm; chỉ có một Đức Chúa Trời là Cha của mọi người, Ngài là trên cả mọi người, giữa mọi người và ở trong mọi người"* (Ê-phê-sô 4:1-6).

Trong suốt 2 thập niên, tôi suy gẫm nhiều về sự hiệp một của thân thể Chúa (cho tất cả Hội Thánh trên thế giới) được ví sánh như điều gì và như thế nào? Tôi đặt câu hỏi cho chính bản thân mình và cho những vị lãnh đạo trong Hội Thánh: *"Hình ảnh hiệp một của con dân Chúa trên thế giới chỉ là một huyền bí (huyền thoại), một lý thuyết hay sẽ là một thực tế?"* Để có thể kết hiệp tất cả hội thánh trên thế giới thành một thân như Kinh Thánh mô tả, phải cần có Một Mẫu Số Chung vĩ đại hơn cả Hội Thánh, hơn bất cứ giáo hội nào trên thế giới. Qua nhiều năm suy gẫm và nghiên cứu, Đức Thánh Linh đã giúp tôi khám phá ra sự mầu nhiệm về Thiên Quốc!

Thánh Linh cảm động lòng tôi để viết sách này, như thể đời tôi sẽ không trọn vẹn nếu không hoàn tất *"sứ mạng"* được giao phó. Mỗi ngày, tôi khám phá ra những điều mới và kỳ diệu của Thiên Quốc và những sự huyền nhiệm trong Nước Ngài. Những khám phá này đã và đang cải cách, biến đổi lối sống theo Chúa và tinh thần phục vụ tha nhân trong tôi. Bên cạnh niềm vui sướng được chiêm ngưỡng Thiên Quốc và sự công chính Ngài, tôi đã tìm thấy được Hy Vọng vĩ đại cho Hội Thánh sẽ được hiệp một.

Sau nhiều lần cầu nguyện, tôi và nhà tôi quyết định tìm kiếm Thiên Quốc trước hết cùng sự công chính của Ngài. Tôi khao khát muốn hiểu được sự dạy dỗ của Thiên Quốc là gì, cùng những sự mầu nhiệm trong Nước ấy. Tôi tạm dừng tất cả các công việc trong mục vụ sang một bên, để dành trọn thời gian nghiên cứu và tìm kiếm Nước Chúa.

Tôi biết viết sách là điều khó, và *"vạn sự khởi đầu nan."* Không biết bao lâu sẽ hoàn thành quyển sách này, nhưng tôi cứ cặm cụi nghiên cứu mỗi ngày và cẩn thận ghi chú từng điều.

18 tháng trôi qua từ khi dành trọn thời gian tìm kiếm Thiên Quốc, tôi vẫn miệt mài trong các thư viện nơi tôi sống. Gia đình vẫn dâng hiến như tôi vẫn còn mức lương ngày nào. Đôi lúc tôi thật sự lo lắng, vì không biết tương lai gia đình sẽ ra sao. Nhưng Chúa lúc nào cũng thành tín và cung cấp đủ cho chúng tôi. Đây đích thực là một trong những kinh nghiệm

quý báu nhất trong đời mà gia đình tôi có được, khi bước đi trong đức tin và phó thác mọi sự trong tay Chúa.

Mỗi lần mở laptop để viết từng trang sách, tôi không biết bao giờ mới hoàn tất. Chỉ có Chúa giúp tôi mới hoàn thành. Và đây, quyển sách này như một sứ điệp mà tôi đã soạn và chuẩn bị trong 10 năm, trước hết cho Hội Thánh và sau đó là cho thế giới (người Do Thái lẫn người ngoại).

Với toàn thể độc giả, tôi xin được nói rằng, quyển sách này là một sự tổng hợp từ sự nghiên cứu và suy gẫm của chính tác giả trong 10 năm về những sự dạy dỗ về Thiên Quốc.

Như một nhà nghiên cứu, tôi sẽ trình bày những gì Kinh Thánh dạy cùng sự diễn giải của các Thiên Đạo gia; sau đó, sẽ đúc kết dựa trên những nghiên cứu và khám phá mà tôi tìm thấy về Vương Quốc. Giống như Dionysius the Areopagite đã nói, *"Tôi không dám dại dột mà giới thiệu những điều mới. Tôi chỉ muốn phân tích và bằng sự xắp xếp thứ tự các chi tiết, để minh giải những sự thật đã được viết ra bởi người đi trước."*[2]

Dựa trên Kinh Thánh, các sách giải kinh và sách của học giả, tôi sẽ trình bày những chứng minh cùng khám phá về những sự mầu nhiệm của Thiên Quốc.

Mục đích của sách là giúp Cơ Đốc Nhân khám phá và bắt đầu nhận biết chương trình huyền nhiệm của Thiên Quốc. Sau khi hoàn tất và đọc lại sách này, tôi cầu nguyện và hy vọng bạn sẽ cảm nhận, tuy có 66 sách trong Kinh Thánh được viết qua nhiều thế kỷ, nhưng tất cả đều được rành

---

[2] Dionysius the Areopagite, *The Divine Names.*

mạch một cách hoàn hảo, thật diệu kỳ, và nó được nối kết lại bằng một chủ đề chính yếu: Vương Quốc Đức Chúa Trời.

"Nguyện sự học thức của cả thảy chúng ta về lời Chúa được thêm lên."[3]

[3] "But as for you, Daniel, conceal these words and seal up the book until the end of time; many will go back and forth, and knowledge will increase," Daniel 12:4.

CHƯƠNG 1

TẠI SAO HIỂU BIẾT VỀ THIÊN QUỐC LÀ ĐIỀU THEN CHỐT?

Trong chương này, tôi sẽ trình bày sự mầu nhiệm của đức tin trong Chúa Giê-su, có thể giúp chúng ta đắc thắng mọi nỗi lo trong cuộc sống, thấu đáo tại sao Cơ Đốc Giáo chính là sự Bình An tuyệt mỹ cho nhân loại. Sau cùng, tôi sẽ kết luận tại sao Hội Thánh phải *trước hết* tìm kiếm Vương Quốc Đức Chúa Trời.

Sự Tranh Chiến Giữa Đức Tin Và Sợ Hãi

Khi xem tin tức thế giới hàng ngày về những thảm cảnh toàn cầu gây ra bởi chiến tranh, sự thù nghịch, khủng bố và những bệnh dịch mới lan tràn khắp nơi, làm chúng ta nhận thức: *Mọi sự đều có thể xảy đến cho bất kỳ ai.* Đây là những nỗi lo sợ mà mọi người đối diện hằng ngày.

Đài BBC, trong phần Tin Thế Giới ngày 5, tháng 9, năm 2014 có bài viết của Sarah Fowler và Helier Cheung với chủ đề, *"Thế Giới Đang Đối Diện Những Nan Đề Chồng Chất."* Câu hỏi được đặt ra trong bài viết là: *"Liệu thế kỷ 21 sẽ đem lại hòa bình và thạnh vượng, hay là chiến tranh và nghèo khó?"* Theo nhận định, thế giới đang ngã theo chiều hướng đói nghèo và chiến tranh. Tác giả dẫn chứng, *"Với sự mất tích của 2 chiếc phi cơ hàng không Malaysia, vụ bắt cóc 200 học sinh nữ tại Nigeira, chiến tranh giữa vùng vịnh giữa Gaza và Do Thái, sự hình thành của nhà nước Hồi Giáo tại Trung Đông, sự căng thẳng ở Châu Âu về căng thẳng ở Ukraine, và bệnh dịch Ebola đang lan tỏa tại Phi Châu,"* là những minh chứng để nói rằng, thế giới đang đối diện với biết bao nan đề từ hiện tại đến cả tương lai.

Khi những nan đề toàn cầu mỗi ngày cứ chồng chất, đặc biệt là đại dịch COVID-19 lan rộng khắp nơi, đã làm mọi người đặt câu hỏi cho chính mình và cho cả thế giới: *"Sự tồn tại của con người trên trái đất này cho mục đích gì? Ai có thể giải đáp vì đâu thế giới ra nông nỗi này? Bao giờ thế giới sẽ có ngày tươi sáng? Đâu là hy vọng cho nhân loại?"*

Đành rằng bóng đêm và sự chết đang lấn lướt và bao trùm thế giới, nhưng lúc nào cũng có 1 hy vọng bất diệt. Đức Chúa Giê-su phán: *"Ta là* ***ánh sáng*** *của thế gian, người nào theo Ta sẽ không đi trong bóng tối, nhưng có ánh sáng của sự sống"* (Giăng 8:12). Bởi đức tin, chúng ta chiến thắng mọi điều. Chúa phán, *"Ngươi là Phi-e-rơ, Ta sẽ lập Hội Thánh Ta trên Đá này, các cửa âm phủ chẳng thắng được Hội đó"* (Ma-thi-ơ 16:18). Niềm hy vọng này được ban cho để Hội đắc thắng quyền lực âm phủ. Chính Chúa đã đắc thắng, qua đó, chúng ta nhận được sự bình an trong Ngài. Giăng 16:33, Chúa dạy, *"Ta đã bảo các con những điều đó, hầu cho các con có lòng bình yên trong Ta. Các con sẽ có sự hoạn nạn trong thế gian, nhưng hãy cứ vững lòng,* ***Ta đã thắng*** *thế gian rồi!"* Vì thế, Hội Thánh chính là nơi đem đến bình an và hy vọng, đặc biệt là trong những hoàn cảnh thực tại mà thế giới đang đối diện. Kinh Thánh đã cảnh báo về những thời kỳ khó khăn, chiến tranh và hoạn nạn; đồng thời, cũng chỉ dẫn phương cách để chúng ta có thể vượt qua những nghịch cảnh, tai ương. Giăng viết, *"Vì hễ sự gì sanh bởi Đức Chúa Trời thì thắng hơn thế gian; và sự thắng hơn thế gian, ấy là **đức tin** của chúng ta"* (I Giăng 5:4). Đức tin trong Chúa **Giê-su** Christ đến từ sự ***tin vào Lời Chúa*** và ***hành động trong Lời*** ấy. Chúa phán, *"Vậy, kẻ nào **nghe** và **làm theo** lời Ta phán đây, thì giống như một người khôn ngoan, cất nhà mình trên vầng đá. Có mưa sa, nước chảy, gió lay, xô động nhà ấy, song không sập, vì đã cất trên đá"* (Ma-thi-ơ 7:24-25). Tin Chúa là khởi điểm cho sự sống mới, và ở trong Chúa là tiến trình tăng trưởng để trở nên giống Ngài. Điều thiếu hụt trong đời sống của người Cơ Đốc là nếp sống kỷ luật trong Chúa Giê-su Christ. Chỉ khi ở trong Chúa, chúng ta mới có đồng một tâm tình với Chúa như Kinh Thánh dạy trong I Cô-rinh-tô 2:16. Để ưa điều công chính và ghét điều gian ác, để đo lường mọi sự trong thế gian bằng tiêu chuẩn của Chúa, thì Cơ Đốc Nhân phải ***dầm thấm*** trong Lời Hằng Sống. Chúa Giê-su phán: *"Nếu các con cứ ở trong Ta và lời Ta ở trong các con, hãy cầu xin bất cứ điều gì mình muốn, các con sẽ nhận được điều đó."* Giáo Sư Louis Berkoff, khi thấy những điều xảy ra với Hội Thánh trong thế kỷ 20, ông đã nói:

"Hội Thánh trong thế kỷ 20 đã không thể đứng vững trước những thay đổi đột ngột bao quanh, vì Hội đã không nhìn lịch sử nhân loại từ viễn cảnh của sự ngự trị của Đấng Christ. Chính vì vậy, Hội diễn giải những biến cố theo cách nhìn thế tục. Hội đã sa ngã và đã để sự sợ hãi chiếm hãm

Hội, nên Hội đã không thể tìm được sự tự do nơi Chúa để vượt qua những vấn nạn đang xảy ra xung quanh."[4]

Viễn cảnh (Perspective) ***Đấng Christ ngự trị chính là điều tất yếu,*** là nền móng của Cơ Đốc Giáo. Nếu không có sự hy vọng vào sự ngự trị/tể trị của Đấng Christ, thế giới chỉ là sự vô vọng, vô định, và vô nghĩa.

Sự Bình An Hoàn Hảo Từ Cơ Đốc Giáo

Đâu là điều, hay đúng hơn, ai chính là người đem đến sự riêng biệt và đặc thù của Cơ Đốc Giáo? Ấy là ***Đức Chúa Giê-su.*** Nền tảng niềm tin của Cơ Đốc Giáo chính là Chúa Giê-su Christ, Người ***duy nhất*** sở hữu trọn vẹn bản thể và sự huyền nhiệm của Đức Chúa Trời, Đấng Sáng Tạo muôn vật. Chúa Giê-su tuyên bố: *"Cha đã giao mọi sự cho Ta, ngoài Cha không ai biết Con. Ngoài Con và người nào Con muốn bày tỏ thì cũng không ai biết Cha"* (Ma-thi-ơ 11:27).

Đấng Christ này là ai? Mối liên hệ với Đức Chúa Cha là gì? Kết tinh lại những gì Kinh Thánh dạy về con người Giê-su, chúng ta nhận thức: *"Trong Giê-su là bản thể trọn vẹn của Đức Chúa Trời, và cả toàn vẹn nhân thể của một con người."*[5] Chúa Giê-su *"Là ánh sáng rực rỡ của vinh quang Đức Chúa Trời, và là hình ảnh trung thực của bản thể Ngài"* (Hê-bơ-rơ

---

[4] Anthony Hoekema, *The Bible and the Future* (USA: Eerdmans, 1994), 15

[5] Wayne Grudem, *Systematic Theology – An Introduction to Biblical Doctrine* (Michigan: Zondervan, 1994), 529.

1:3). Để hiểu được sự huyền nhiệm được bày tỏ trong Đấng Christ, chúng ta cần phải có ***Thánh Linh*** giải bày, vì Đức Thánh Linh cũng là Đức Chúa Trời (Giăng 15:26; 16:13; 14:26). Nói cách đơn giản, *"Đức Chúa Trời chỉ có một và tồn tại trong Ba Ngôi: Đức Chúa Cha, Đức Chúa Con và Đức Thánh Linh."*[6]

Sự hiệp một hoàn hảo trong Đức Chúa Trời – Tam Vị Nhất Thể – chính là tặng phẩm toàn vẹn cho niềm hy vọng về sự hòa giải, hòa hiệp, và hơn hết là sự hòa bình cho nhân loại và cho cả vũ trụ. Cho nên, tín lý Ba Ngôi chính là ***trái tim và hơi thở*** cho niềm tin Cơ Đốc.

Giáo Sư Albrecht Ritschl đã nói, *"Cơ Đốc Giáo có nguồn cội từ sự mặc khải đặc biệt. Chỉ có Cơ Đốc Giáo tuyên bố là một tín ngưỡng hoàn hảo, khác biệt với tất cả phần còn lại của tôn giáo thế giới."*[7] Chúa Giê-su phán: *"Ta là đường đi, chân lý và sự sống. Chẳng bởi Ta thì không ai được đến với Cha"* (Giăng 14:6). Chỉ có Cơ Đốc Giáo bày tỏ con đường duy nhất để thiết lập mối liên hệ mật thiết với Đấng Tối Thượng trong Đấng Christ. Vì vậy, đức tin của Cơ Đốc Giáo không phải là một giả thuyết triết học, hay là một tín ngưỡng do con người tạo nên. Học giả Alva McClain nhìn nhận, *"Cơ Đốc Giáo không phải là triết học. Nhưng Cơ Đốc Giáo có một triết học cao cả nhất và tươi sáng nhất. Ấy là vì Cơ Đốc Giáo sẽ là sự*

---

[6] Wayne Grudem, *Systematic Theology – An Introduction to Biblical Doctrine* (Michigan: Zondervan, 1994), 226.

[7] Albert Temple Swing and Albrecht Ritschl, *The Theology of Albrecht Ritschl: Together with Instruction in the Christianity Religion*, 171.

chung cuộc cho cả thế giới, không những nó được dựng trên sự mặc khải thánh, mà nó còn đem đến sự công bằng, trật tự trong mọi lĩnh vực trên thế giới."[8]

Mặc Khải thánh của Cơ Đốc Giáo được biểu lộ như thế nào? Sau khi nghiền ngẫm và nghiên cứu kỹ những gì Kinh Thánh dạy, tôi có thể kết luận: *"Chương trình thánh mà Đức Chúa Trời chuẩn bị cho dân Ngài được gói ghém trọn vẹn trong thành ngữ* ***'Vương Quốc Đức Chúa Trời.'"*** Chúa Giê-xu phán: "Hỡi bầy nhỏ, đừng sợ, vì Cha các con đã bằng lòng ban vương quốc cho các con rồi" (Lu-ca 12:32). Vương Quốc chính là tặng phẩm mầu nhiệm sẽ làm cho kẻ nghèo đói được no đủ khi họ tiếp nhận, nhưng còn người khôn ngoan, giàu có, quyền thế trong thế gian thì lại luôn thiếu thốn và khốn đốn (nếu không đầu phục Thiên phẩm đó). Trong Ma-thi-ơ 5-7, Chúa Giê-su ban cho nhân loại các phước lành từ Thiên Quốc, được ví như bản Tuyên Ngôn về một hiến pháp hoàn hảo, công chính và bác ái cho tất cả mọi người trên thế giới.

"Những kẻ nghèo khó tâm linh sẽ thừa hưởng Thiên Quốc; Những người than khóc sẽ được an ủi; Những ai nhu mì sẽ được hưởng đất; Những ai đói khát sự công chính sẽ được no đủ; Người có lòng thương xót sẽ được thương xót; Kẻ có lòng trong sạch sẽ thấy Đức Chúa Trời; Những ai hòa giải sẽ được gọi là con Đức Chúa Trời..."

---

[8] Alva J. McClain, *The Greatness of the Kingdom – an Inductive Study of the Kingdom of God as set forth in the Scripture*, 527.

Nền tảng để các phước lành Thiên ban tuôn tràn trong mỗi đời sống ấy chính là: ***Chúng ta phải trước hết tìm kiếm Vương Quốc Đức Chúa Trời và sự công chính của Ngài*** (Ma-thi-ơ 6:33). Đây không những là nguyên tắc cho đời sống thuộc linh, mà đây là ***Định Luật*** của Thiên Quốc! Trong những trang kế tiếp, tôi sẽ giải thích rõ ràng hơn về định luật huyền nhiệm này.

Thiên Quốc – Trọng Tâm Thông Điệp Của Chúa Giê-su

Hơn 2 nghìn năm, Cơ Đốc Nhân luôn tuyên bố, Giê-su là câu trả lời cho mọi vấn đề trên thế giới. Nhưng Ngài là ai? Ngài dạy những gì? Kinh Thánh dạy *"Chúa Giê-su là một với Đức Chúa Cha"* (Giăng 10:30). Ngài là Ngôi Lời của Đức Chúa Trời. *"Ban đầu có Ngôi Lời, Ngôi Lời ở cùng Đức Chúa Trời và Ngôi Lời là Đức Chúa Trời"* (Giăng 1:1). Đức Giê-su là Đức Chúa Trời trong xác thịt (Giăng 1:14).

Nhà Thần học J.I. Packer mô tả về nguồn gốc của Đức Chúa Giê-su như là sự huyền nhiệm tột đỉnh (Supeme mystery) được tìm thấy trong Phúc Âm: *"Lời tuyên bố kinh ngạc nhất từ Cơ Đốc Giáo ấy là Giê-su người Nazareth là Thượng Đế thành nhân, Ngôi Hai của Đức Chúa Trời (1 Côr. 15:47), là Người xác định cho định mệnh nhân loại và là Đầu của nhân loại, Đấng Thánh đã trở nên con người mà không đánh mất bản thể Thánh. Do đó, Giê-su người Nazareth này thật là **Trời và người** một cách vẹn* *toàn."*[9] Chính vì Chân Lý ấy mà Cơ Đốc Giáo đứng vững. Vậy, Giê-su đem đến điều gì cho nhân loại?

Vào thế kỷ 19, các học giả đã tập trung vào nét sử học dựa trên những gì Giê-su rao giảng trên bình diện sử liệu.[10] Clayton Sullivan viết, *"Thay vì tiến xa hơn về lĩnh vực Thiên Đạo của Chúa Giê-su, những bộ máy Cơ Đốc (các học giả) bắt đầu nghiên cứu về Giê-su như một con người bằng xương bằng thịt hiện diện trong dòng lịch sử nhân loại, người mà lịch sử gọi là tiên tri ở Ga-li-lê, và người đã bị đóng đinh dưới tay Phi-lát."*[11] Có thể mường tượng thế này, tất cả những gì về cuộc đời Chúa Giê-su, những gì Ngài giảng dạy đến những gì Ngài tuyên bố, đều được đưa lên kính hiển vi của lịch sử để soi xét. Sau khi nghiên cứu kỹ lưỡng, tất cả các học giả đều nhận thức và nhất trí rằng, phần cốt lõi, chủ đề chính yếu trong tất cả những điều giảng dạy và tuyên bố của Chúa Giê-su cho cộng đồng người Do Thái ở thế kỷ đầu tiên, chính là ***Vương Quốc Đức Chúa Trời.*** Giáo Sư John Reumann tuyên bố, *"Khi hỏi 100 học giả Tân Ước trên toàn thế giới, Tin Lành, Công Giáo, hay cả các học giả ngoại giáo về thông điệp trọng tâm trong tất cả những gì Giê-su người Nazareth ban phát; hầu*

---

9 J.I. Packer, *Knowing God* (Illinois: IVP Books, 1973), 53.

10 Please read "**Appendix**" to get a better picture of the kingdom's scholastic survey.

11 Clayton Cullivan, *Rethinking Realized Eschatology* (USA: Mercer University Press, 1988), 1.

hết, nếu không muốn nói là tất cả, đều công nhận: ***Thiên Quốc*** *là trọng điểm cho tất cả những gì Ngài giảng dạy."*

Nhà Thần học George Ladd đúc kết: *" Thiên Quốc, trong niềm tin của người Do Thái lẫn người tin theo Giê-su, là* ***hy vọng tối hậu*** *cho tất cả mọi người."*[12]

Tại Sao Nhiều Cơ Đốc Nhân Vẫn Chưa Nắm Vững Thiên Quốc?

Cá nhân tôi nhìn nhận, trong suốt 2 thập niên giảng và dạy Kinh Thánh, tôi đã không thật sự hiểu rõ và nắm vững nền tảng cùng những điều huyền nhiệm về Thiên Quốc. Tôi tự hỏi, *"Tại sao mình có thể sao lãng và đánh mất thông điệp trọng tâm của Chúa Giê-su?"* Tôi quay sang hỏi những đồng nghiệp, từ bạn hữu, mục sư, giáo sĩ, sinh viên Thần học và cả những giáo sư, học giả quen biết, xem họ có sự hiểu biết về Thiên Quốc rõ hơn tôi không? Tôi ngạc nhiên đến bối rối, khi biết được hầu hết trong số họ đều có cảm giác *"đánh mất Thiên Quốc"* như tôi. Càng tiếp cận và trao đổi với các mục sư, từ các Hội Thánh nhỏ đến những Hội Thánh lớn, cũng như lắng nghe sự giảng dạy của họ từ bục giảng, trong những buổi hội họp, thông công và đại hội, tôi cảm nhận Thiên Quốc đang bị cướp đi, thiêu đốt và nghẹt ngòi trong đời sống người Cơ Đốc.

---

[12] George Ladd, The Gospel of the Kingdom (USA: Eerdmans, 1990), 14.

Làm sao có thể tăng trưởng Nước Đức Chúa Trời trong cộng đồng con dân Chúa, khi người giảng dạy (như chính tôi) không nắm vững nền tảng của Thiên Quốc? Tôi tự hỏi, *"Do đâu và điều gì đã ảnh hưởng đến sự sao lãng về Thiên Quốc trong thâm tâm tôi?"* Tôi không ngạc nhiên mà nhìn nhận: *"Nếu thầy không dạy thì trò khó nhận biết."* Tôi muốn nói, nếu các Chủng viện Trường Kinh Thánh không nhấn mạnh và đặt trọng tâm về Thiên Quốc trong giáo trình đào tạo người phục vụ Thiên Quốc, thì làm sao đầy tớ Chúa đâm rễ trong Thiên Quốc ấy? Không ngạc nhiên khi thấy trong giáo trình huấn luyện của các Chủng viện Kinh Thánh, chủ đề *"Thiên Quốc"* chỉ là những tiêu đề phụ, không phải là chủ đề tất yếu, thì làm sao có thể là một nền tảng cho mọi môn học Thiên Đạo?

Học giả công giáo B.T. Viviano cung cấp một số tư liệu từ kinh nghiệm bản thân về sự thiếu mất Thiên Quốc trong các Trường Kinh Thánh như sau: *"Là một giáo sư Tân Ước, tôi nhận biết cách dễ dàng rằng, chủ đề trọng tâm trong tất cả sự truyền giảng của Giê-su người Nazareth, ấy là Thiên Quốc. Nhưng, ngạc nhiên thay, chủ đề này không có vị trí chính yếu nào trong hệ thống Thiên Đạo mà tôi đã dạy trong Chủng viện. Càng xem xét kỹ hơn, tôi lại thấy chủ đề này đã bị chìm vào quên lãng giữa các lĩnh vực Thiên Đạo, đời sống thuộc linh và cả trong các lễ nghi của nhà thờ trong suốt 2 nghìn năm qua. Nếu không bị lãng quên thì cũng bị bóp méo đến đỗi không còn nhận ra được. Làm sao có thể như vậy?*

***Vương Quốc Chúa là một quyền thế bùng nổ, nếu nó được hiểu biết một cách thấu đáo."*[13]**

"Cơ Đốc Nhân đã thật sự đánh mất Thiên Quốc rồi sao? Người tin Chúa có đang nhận thức được trong hành trình tìm kiếm Thiên Quốc, chúng ta đã đánh mất Vương Quốc ấy?" Tôi đặt câu hỏi cho chính mình và cho cả Hội Thánh trên toàn thế giới: *"Vì sao Cơ Đốc Nhân lại đánh mất Thiên Quốc?"* Đành rằng câu trả lời không đơn giản, nhưng chúng ta phải thật sự tìm hiểu và kiểm điểm lại chính bản thân để trả lời nghiêm túc cho câu hỏi quan trọng trên.

Viviano đã đặt những câu hỏi đáo để, nhằm khơi dậy những khám phá rằng, *"Tại sao người tin Chúa đánh mất điều* ***quan trọng nhất*** *mà Chúa Giê-su truyền dạy?"* Sau đây là một vài nghi vấn mà học giả Viviano tự hỏi:

- Hội Thánh đã hiểu sai về thông điệp Thiên Quốc?
- Thế giới đã và đang trải qua nhiều nền văn hóa, quyền lực chính trị trong suốt 2 nghìn năm. Do đó, những thay đổi đáng kể nầy đã tác động đến sự lạc mất Thiên Quốc của Hội?

Nguyên văn học giả Viviano viết:

"Hội Thánh đã đè bẹp thông điệp về Thiên Quốc? Hay, Hội đã hiểu sai thông điệp này? Khái niệm của Thiên Quốc trở nên thất lạc khi

[13] Benedict T. Viviano, The Kingdom of God in History (Delaware: Wipf and Stock, 2002), 9.

trải qua những giày đạp của nền văn hóa cổ Palestine đến sức ảnh hưởng của văn hóa Hy Lạp? Có phải những thay đổi về giá trị nhân bản theo trào lưu con người theo từng thời kỳ đã làm lu mờ những gì Kinh Thánh dạy về Thiên Quốc? Hay có lẽ, Hội đã trải qua quá nhiều thăng trầm dâu bể, mõi mòn và mệt mõi, khi nếm trải những hy vọng tan vỡ?"[14]

Cơ Đốc Nhân thời hiện tại có thể liên tưởng tới những điều học giả Viviano nói. Mỗi giai đoạn, Hội đối diện với những nghịch cảnh riêng. Tất cả nghịch cảnh đều đe dọa và thử thách niềm tin của người theo Chúa. Với thế kỷ 20, nhân loại đã đối diện không những 1 mà là 2 cuộc Đại Chiến Thế Giới I và II đẫm máu và đã cướp đi 100 triệu sinh mạng. Theo sau đó là cuộc chiến leo thang tại Việt Nam, kéo dài nhiều thập niên cùng với những tổn thất không lường.

Ngay bây giờ, ở 2 đầu thập niên của thế kỷ 21, bên cạnh những khủng bố vô nhân đạo (kể từ 11/9/2001), thế giới lại phải vật lộn với cơn đại dịch COVID-19 (từ tháng 12 năm 2019 tới nay) tàn khốc, đã và đang cướp đi không những hàng triệu đời sống trên thế giới, mà còn gây tổn hại vô lường trong mọi góc nẻo cuộc đời. Hội Thánh không sao tránh khỏi những phút chạnh lòng, nguội lạnh trong niềm tin khi chứng kiến những cảnh tượng chưa từng xảy ra, khi Hội phải then cài đóng cổng, trở nên phòng không, nhà Chúa cũng trống vắng trong một thời gian. Chưa kể ở một số các quốc gia khó khăn, người thân bị cô lập, hoặc bị đưa đi cách ly

[14] Benedict T. Viviano, The Kingdom of God in History (Delaware: Wipf and Stock, 2002), 9.

mà không biết còn có ngày về. Rõ ràng, những yếu tố này đã và đang tác động lớn đến niềm tin người Cơ Đốc, đặc biệt là viễn cảnh về Thiên Quốc đang nguội dần trong tâm khảm người tin.

Một giải thích nữa về sự sa sút trong sự thiếu hiểu biết về Thiên Quốc, cũng như lý do tại sao các mục sư lẫn tín đồ không nắm vững về sự dạy dỗ này là vì, theo học giả Henry Blackaby giải thích, *"Thiên Quốc vượt xa tầm hiểu biết của họ."* Thêm vào đó, các mục sư quá bận rộn và lo toan quá nhiều cho mục vụ của Hội Thánh địa phương, thì thử hỏi còn đâu thời gian và hơi sức để cộng tác và kết nối với các Hội khác.[15] Blackaby, trong quyển sách viết cho con dân Chúa, đã khuyên mỗi Hội Thánh, không nên đi theo chiều hướng biệt lập (đèn nhà ai nấy sáng), *"Chúa Giê-su không bao giờ giảng về Hội Thánh. Ngài chỉ giảng về Vương Quốc là tất yếu trên hết. Các môn đồ Ngài cũng dạy như vậy. Đơn cử là Chúa đã nói đến* ***112 lần về*** *Vương Quốc Đức Chúa Trời (trong 4 sách Phúc Âm), trong khi đó Ngài chỉ đề cập đến Hội Thánh có* ***3*** *lần."*[16]

---

[15] Henry T. Blackaby and Melvin D. Blackaby, Experiencing God Together – God's Plan to Touch Your World (2002), 230.

Here is the direct quote from Dr. Blackaby. "It (the kingdom) appears to be beyond them and in some way out of their control. Some finds it hard enough to get a handle of the local church, let alone functioning with other churches within the kingdom".

[16] Henry T. Blackaby and Melvin D. Blackaby, Experiencing God Together – God's Plan to Touch Your World (2002), 230.

Để động viên các mục sư và tín hữu trở lại chuyên tâm vào Thiên Quốc, Blackaby khuyên Hội Thánh, *"Tất cả chúng ta được kêu gọi phục vụ Thiên Quốc. Chúng ta là những đại sứ của Thiên Quốc, phục vụ Vua Giê-su, Vua trên muôn vua, Chúa trên muôn chúa. Nếu chúng ta chỉ đặt trọng tâm vào sự xây dựng Hội Thánh địa phương, chúng ta đánh mất một nền tảng cao cả trong đại chương trình cứu rỗi của Đức Chúa Trời."*[17]

Tại Sao Phải Chú Trọng Về Thiên Quốc?

Trong lần trao đổi với một giáo sư tại chủng viện thần học, tôi đã trình bày và đề nghị các chủng viện thần học nên có môn học về Thiên Quốc, như là một chủ đề tổng kết cho tất cả những gì học trong Kinh Thánh. Vị giáo sư trả lời, *"Tôi không nghĩ là cần thiết để có một môn học về Thiên Quốc, vì tất cả những điều chúng ta đang làm chính là công việc của Thiên Quốc."* Tôi không bất đồng ý kiến với giáo sư đó, nhưng tôi tin rằng, trước khi làm công việc Thiên Quốc, ít nhất cũng phải có một sự hiểu biết đáng kể về Thiên Quốc là gì và như thế nào. Vì tôi tin rằng, càng hiểu biết về Thiên Quốc bao nhiêu, thì niềm tin và sự phục vụ của chúng ta càng năng động và nóng cháy cho Nước Chúa bấy nhiêu. Cũng như tất cả các môn đồ của Chúa Giê-su, khi chưa hiểu biết Thiên Quốc cùng với những sự mầu nhiệm của Nước ấy, họ đã không thể xây nhà trên Đá, sanh bông trái theo thì tiết, và từ bỏ tất cả, kể cả chính mình mà theo Chúa cho đến

---

[17] Henry T. Blackaby and Melvin D. Blackaby, Experiencing God Together – God's Plan to Touch Your World (2002), 25

khi họ nhận thức được sự huyền nhiệm về Thiên Quốc. Cũng một thể ấy, Hội Thánh khắp nơi trên thế giới sẽ không đứng vững nếu không đâm rễ trên nền tảng của Thiên Quốc.

Chúa Giê-su đã ở lại thêm với các môn đệ 40 ngày sau khi phục sinh, để dạy dỗ thêm về Thiên Quốc trước khi họ có thể ra đi làm chứng về Ngài cho thế giới (Công Vụ 1:3).

Giáo sư E. Stanley Jones chỉ ra rằng, ngay cả chính các môn đồ, cũng không nắm bắt được Thiên Quốc chính là trọng tâm của tất cả những điều Chúa truyền dạy. Jones nhận định, *"Chỉ khi nào nắm rõ Thiên Quốc, thì* ***tương lai của cả nhân loại sẽ được làm rõ ràng*** *cho chúng ta. Nếu không nắm rõ, thì cả tương lai nhân loại sẽ rẽ sai hướng như chúng ta hiểu sai về Thiên Quốc."*[18] Điều giáo sư Jones quả quyết được minh chứng bằng những sa ngã, mất năng lực và lạc lối trong các Hội Thánh hôm nay và cả hôm qua. Đó là hình ảnh *"muối mất vị mặn."* Thay vì đặt Thiên Quốc lên trên hết để chiếu sáng trong một thế giới tăm tối, con cái Chúa lại đặt Thiên Quốc ở dưới *"cái thùng"* Hội Thánh, chính vì lẽ đó mà Hội đã và đang làm làm lu mờ Vương Quốc trong đời sống thuộc linh của mình. Vậy, chúng ta cần phải nhận thức thế nào là mối liên hệ giữa Hội Thánh và Thiên Quốc?

Hầu hết các học giả, nhà thần học đồng ý rằng, *Hội Thánh không ngang hàng hay đồng nghĩa với Thiên Quốc.* Hội Thánh không xây nên Vương Quốc mà chính Hội được xây dựng bởi Vương Quốc, cho Vương

---

[18] E. Stanley Jones, *The Unshakable Kingdom and the Unchanging Person* (Washington: McNett Press, 1972), 29.

Quốc và Hội được tồn tại cũng là vì Vương Quốc. Hội Thánh là công cụ để truyền rao về Thiên Quốc và làm lớn mạnh Thiên Quốc. Trong ẩn dụ về người gieo giống, Chúa Giê-su phán rằng, chỉ bởi sự hiểu biết về những dạy dỗ từ Thiên Quốc, người tin Chúa mới có thể trở nên vùng đất tốt, kết quả hàng chục, hàng trăm (Ma-thi-ơ 13; Mác 4).

Khi Chúa Giê-su khởi sự giảng dạy, Ngài phán, *"Giờ đã trọn, Vương Quốc Đức Chúa Trời đã đến gần, các ngươi hãy ăn năn và tin nhận Tin Lành"* (Mác 1:15; Matt. 4:17). Cụm từ *"Vương Quốc Đức Chúa Trời"* và *"Vương Quốc Thiên Đàng"* có thể được thay đổi cho nhau, vì cả 2 mang cùng một ý.[19] Điều đáng chú ý là Chúa đã không nói *"Hãy ăn năn vì Hội Thánh đã đến gần."*[20] Người tin Chúa phải nhìn nhận điều này: *"Hội Thánh không phải là tuyệt đối. Chỉ có **Vương Quốc Đức Chúa Trời mới là tuyệt đối.** Bất cứ ai đặt Hội Thánh lên trên hết sẽ mắc tội thờ hình tượng."*[21]

---

[19] Ladd writes, "The data in the Gospels indicate that the two terms: the kingdom of God and the kingdom of heaven are interchangeable, and the difference between them is one of linguistic idiom and not of meaning".

George E. Ladd, *Crucial Questions about the Kingdom of God* (Michigan: WM. B. Eerdmans, 1954), 130.

[20] I borrowed this thought from E. Stanley Jones from his book.

E. Stanley Jones, The Unshakable Kingdom and The Unchanging Person (Washington D.C., McNett Press, 1972), 21.

[21] E. Stanley Jones, *Is the Kingdom of God Realism?* (Abingdon, 1940), 185.

Thiên Quốc trường tồn và vĩnh cửu, không có điểm đầu và cũng không có điểm cuối. Hội Thánh thì có khởi điểm và kết điểm. Mục vụ của Hội Thánh sẽ không còn tồn tại nữa trong *"trời mới và đất mới."*

Để phân biệt giữa cái giới hạn của Hội Thánh và sự trường tồn của Thiên Quốc, Thiên đạo gia học lỗi lạc của thế giới là Karl Barth, trong quyển sách tựa đề *"Credo"* viết rằng, *"Khi Thiên Quốc hiện đến một cách trọn vẹn (vào thời điểm sau cùng),*[22] *Hội Thánh sẽ* ***không còn tồn tại*** *nữa."*[23]

Bạn Đã Nghe Một Bài Giảng Trọn Vẹn Về Thiên Quốc Chưa?

Nhằm tiếp tục tìm hiểu sự nông cạn và thiếu hụt về sự hiểu biết Thiên Quốc, tôi xin trình bày với quý độc giả một danh sách thu gọn những lời tuyên bố tiếc nuối, cùng với những nhận định đau lòng về sự sao lãng dẫn đến việc đánh mất sự dạy dỗ về Thiên Quốc từ các mục sư, giáo sư và cả Thiên đạo gia.

---

[22] In the following chapter, I will present the aspects of the kingdom of God in both concepts of the present and the future.

[23] This statement is quoted by L. Berkhof, The Kingdom of God (Michigan: WM. B. Eerdmans, 1951), 125.

Năm 1952, George Ladd viết, *"Khi hỏi Cơ Đốc Nhân: 'Thiên Quốc là gì? Thiên Quốc đến từ bao giờ?' Chúng ta sẽ nhận được những câu trả lời đa dạng đến phức tạp trong sự giải thích của từng tín hữu."*[24]

Năm 1974, tại hội nghị truyền giáo thế giới ở Lausanne, Switzerland, Michael Green, Thiên đạo gia người Anh, đã nhìn nhận, chỉ có vài người được nghe về Vương Quốc trong cả cuộc đời. Green đặt câu hỏi cho đại hội, *"Các bạn đã nghe được bao nhiêu về Thiên Quốc? Chắc là không nhiều rồi, vì nó không có ở trong ngôn ngữ đàm thoại của chúng ta. Nhưng, Thiên Quốc Chúa lại là* ***điều trọng yếu và là quan tâm hàng đầu*** *của Cứu Chúa Giê-su."*[25]

Năm 1981, Peter Wagner, nhà lãnh đạo trong chiến dịch mở mang Hội Thánh, đã nói, chính ông cũng không nghe nhiều về Thiên Quốc trong suốt 3 thập niên theo Chúa. Khi tự kiểm điểm bản thân là nhà truyền giáo, ông nhận thấy ngay cả chính mình cũng chưa có 1 bài giảng nào về chủ đề Thiên Quốc. Wagner đã thốt lên, *"Tôi không thể tưởng tượng được rằng, tại sao trong suốt 3 thập niên theo Chúa, tôi đã không nghe giảng đầy đủ về Thiên Quốc. Tôi đọc Kinh Thánh và thấy rõ ràng Thiên Quốc trong đó... Nhưng, thật lòng mà nói, tôi đã không nhớ là đã nghe được mục sư nào thực sự đã có 1 bài giảng về Thiên Quốc. Khi tôi lục soát lại tất cả các bài*

---

[24] George E. Ladd, *The Gospel of the Kingdom* (Division of Christian Education, National Council of Church, 1952), 15.

[25] Dallas Willard, The Divine Conspiracy: Rediscovering Our Hidden Life in God (New York: HarperCollins, 1997), 59.

giảng của tôi, tôi mới vỡ lẽ ra rằng, chính mình cũng đã không có bài giảng nào về Thiên Quốc. ***Thiên Quốc đã thất lạc đâu mất rồi?"***[26]

Arthur Glasser, một chuyên gia Cơ Đốc về truyền giáo, đã hỏi giáo dân, *'"Lần gần đây nhất mà quý vị đã nghe 1 bài giảng về Thiên Quốc là khi nào?' Thật lòng mà nói, tôi không nhớ là đã được nghe 1 bài giảng trọn vẹn về Thiên Quốc. Làm sao chúng ta cứ mãi im hơi lặng tiếng về điều này cho được. Trong khi Thiên Quốc là những gì* ***chiếm ưu thế, ưu tiên và quan trọng nhất trong tư tưởng và chức vụ của Chúa Giê-su?*** *Những đồng nghiệp cũng từng trải kinh nghiệm giống tôi. Họ cũng đồng ý rằng, rất hiếm khi được nghe 1 bài giảng thực thụ về Thiên Quốc từ các mục sư."*[27]

Tiến Sĩ Charles Taber đã viết thư gửi cho tòa soạn Christianity Today, *"Tôi đã đọc với tâm trạng phấn khởi nhất về 9 điều mà Christianity Today đã soạn để trả lời cho đọc giả về câu hỏi, 'Phúc Âm dạy gì?' Tôi thật ngạc nhiên đến sững sốt, khi thấy nhà biên soạn của Christianity Today đã không nói gì đến Thiên Quốc."*[28]

Năm 2002, học giả Kinh Thánh được tín hữu nước Mỹ yêu kính, Tiến Sĩ Henry Blackaby, đã viết lên tâm tình nhằm khích lệ và giáo huấn

---

[26] Peter Wagner, Church Growth and the Whole Gospel – A Biblical Mandate (San Francisco: Harper & Row, 1981), 2.

[27] Anthony Buzzard, The Coming Kingdom of the Messiah: A solution to the Riddle of the New Testament (1997), 12.

[28] Anthony Buzzard, The Coming Kingdom of the Messiah: A solution to the Riddle of the New Testament (1997), 72.

người tin Chúa: *"Thật là điều kinh ngạc khi quá nhiều con dân Chúa cần phải được dạy về Thiên Quốc. Chúng ta nói mình dạy và làm theo sự dạy dỗ của Chúa Giê-su, nhưng lại không nhận ra rằng Thiên Quốc chính là* ***trọng tâm*** *của sự giảng dạy của Ngài. Tân Ước không thúc đẩy chúng ta phải tìm kiếm Hội Thánh, nhưng là thúc giục chúng ta* ***tìm kiếm Vương Quốc Đức Chúa Trời."***[29]

Năm 2014, giáo sư môn Tân Ước, Scot McKnight, diễn tả kinh nghiệm bản thân khi đang tham dự đại hội. Một mục sư kéo ông và hỏi, *"Scot, Thiên Quốc có ý nghĩa gì vậy? Những nhân viên mặc quần jeans trong đội ngũ của tôi đề cập đến Vương Quốc này hay Vương Quốc nọ, và tôi thật sự không hiểu họ muốn nói gì..."*[30]

Ý nghĩa chính yếu của Thiên Quốc là gì? Những sự huyền nhiệm của Thiên Quốc là chi? Bao nhiêu Cơ Đốc Nhân từ thời đại này qua thời đại kia thật sự am hiểu về Thiên Quốc? Ý nghĩa về sự mầu nhiệm của Vương Quốc chính là 1 bài toán đố, mà đáp số lại là 1 ẩn số. Các mục sư, như chính bản thân tôi, đã và đang giảng những sứ điệp với những kiến thức giới hạn, vụng về lẫn luộm thuộm về Thiên Quốc. Mỗi mục sư khi nói đến *"Thiên Quốc,"* thì mỗi người hiểu theo ý riêng và giải thích sơ sài theo khả năng nhận định của mình. Do vậy, những mầu nhiệm, ý nghĩa thật của

---

[29] Henry T. Blackaby and Melvin D. Blackaby, Experiencing God Together – God's Plan to Touch Your World (Tennessee: Broadman & Holman, 2002), 24.

[30] Scot McKnight, The Kingdom Conspiracy-Returning to the Radical Mission of the Local Church (Michigan: BrazosPress), 2014, 1.

Thiên Quốc mỗi ngày mỗi dần xa trong tâm trí người tin. Thật đáng buồn khi nhận ra rằng, điều mà con dân Chúa phải đặt trên hết, tìm kiếm trước hết thì đã bị lãng quên và đánh mất. Hãy tự hỏi điều này: *"Nếu các mục sư không nắm vững sự dạy dỗ về Thiên Quốc, làm sao hội chúng có thể hiểu tốt hơn về Thiên Quốc? Làm sao các mục sư nắm vững về Thiên Quốc nếu các Chủng viện, những trung tâm đào tạo người phục vụ Chúa không có những lớp dạy về Thiên Quốc?"* Sớm muộn gì thì Thiên Quốc cũng sẽ mờ nhạt trong niềm tin của những thế hệ kế tiếp, nếu không muốn nói là điều này đã và đang xảy ra trong Hội Thánh khắp nơi trên thế giới. ***Tương lai của Hội Thánh sẽ ra sao, khi không còn những đứa con của Thiên Quốc*** trong Hội nữa? Khi định luật mà Chúa Giê-su phán: *"Nhưng **trước hết** hãy tìm kiếm Vương Quốc Đức Chúa Trời và sự công chính Ngài,"* không còn là 1 tiền đề và tâm điểm trên đời sống, thì con dân Chúa sống như thể không còn Vua trong đời mình. Mỗi người làm theo ý mình cho là phải. Nói theo khoa học, Thiên Quốc như là lực hấp dẫn (gravity) trong lòng mọi kẻ tin, đan kết tất cả con dân Chúa lại với nhau thành một thể. Khi lực hấp dẫn yếu dần trong những không gian cách xa trái đất như cung trăng, hoặc những vì sao khác, thì mọi vật sẽ bay bổng theo những chiều hướng vô định. George Peters mô tả tầm quan trọng của Thiên Quốc: *"Chủ đề Thiên Quốc là một móc xích vàng, một năng lực tinh khiết duy nhất chạy dài và xuyên thấu tất cả."*[31] Trong lời kiến nghị mà học giả George Peters đã trân

[31] George N.H. Peters (1825-1909), *The Theocratic Kingdom*, 29.

trọng trình bày trong cả 3 quyển sách có cùng tựa đề của mình, *"The Theocratic Kingdom,"* George Peters thiết tha yêu cầu, *"Thiên Quốc xứng đáng được đặt lên **hàng đầu,** và nên là **thứ tự ưu tiên trên hết** trong tất cả các lĩnh vực của hệ thống Thần học. Tiếc thay, Thiên Quốc đó mỗi ngày mỗi bị xem thường, và chỉ được đặt vào vị thế phụ trong Thần học."*[32]

Thật vậy, Kinh Thánh dạy *"Người có được thông sáng tức là có được nguồn sống"* (Châm Ngôn 16:22). Sự hiểu biết thông sáng về Thiên Quốc như mạch nước tuôn trào đến sự sống đời đời. Bất cứ điều kỳ diệu cao quí nào cũng đều có một mức độ thách thức riêng để tìm hiểu và khám phá. Điều quan trọng là phải dốc lòng tìm kiếm. Thiên Quốc cũng không ngoại lệ. Chúa Giê-su muốn chúng ta phải tìm kiếm Vương Quốc ***trước tiên,*** đặt Vương Quốc ***trên hết mọi sự.*** Kinh Thánh dạy: *"Hỡi con ta, nếu con tiếp nhận lời ta dạy và trân trọng tuân giữ các điều răn ta, lắng tai nghe điều khôn ngoan, hướng lòng con về sự thông sáng; Phải, nếu con cầu xin sự thông sáng và cất tiếng khẩn nài sự hiểu biết, nếu con tìm nó như tiền bạc, kiếm nó như kiếm **báu vật kín giấu**, bấy giờ con sẽ hiểu biết sự kính sợ Đức Giê-hô-va và tìm được tri thức của Đức Chúa Trời"* (Châm Ngôn 2:1-5).

Trải qua nhiều thế kỷ, có rất nhiều sự thảo luận lẫn bàn cãi về ý nghĩa cùng những mầu nhiệm của Thiên Quốc. Không ít những tranh luận và chia rẽ trong Hội Thánh và giữa các giáo phái về những đặc tính Thần

[32] George N.H. Peters (1825-1909), *The Theocratic Kingdom*, 31.

học cùng những bí ẩn của Thiên Quốc. Rõ ràng, cộng đồng con dân Chúa trên toàn thế giới cho tới hôm nay vẫn chưa thật sự đồng lòng và thống nhất về những dạy dỗ trong Kinh Thánh về Thiên Quốc. Từ những bất đồng quan điểm về Thiên Quốc đã dẫn đến hiềm khích; hiềm khích dẫn đến chống đối, cuối cùng là phân rẽ nhau.

Peter Wagner ghi lại những xung đột trong vòng con dân Chúa như sau, *"Một số người, từ những bất đồng trong sự nhận thức khác chiều về Thiên Quốc, đã trở nên quá khích và thậm chí gây tổn thương đến những sinh hoạt thông công nhằm giải hòa cho nhau."*[33] Giáo sư Russel Moore bày tỏ mối quan tâm chân tình cho tương lai của tất cả những giáo hội Cơ Đốc Tin Lành thuần túy (the Evangelicals). Trong quyển *The Kingdom of Christ – the New Evangelical Perspective,* Moore khích lệ toàn thể các giáo phái Tin Lành rằng, phải tìm ra 1 giải pháp thống nhất chung cuộc về sự dạy dỗ của Thiên Quốc. Moore viết, *"Thần học Tin Lành đang bị chia rẽ, có lẽ hơn bao giờ hết trong thời điểm này về những quan điểm về Đức Chúa Trời, sự mặc khải và quyền thế. Khi nhìn về tương lai, Thần học Tin Lành phải tu chỉnh và đúc kết, nhằm có một sự thống nhất chung cuộc cho quan điểm Thần học cơ bản về Thiên Quốc đúng với Kinh Thánh... Nếu không có sự đúc kết thống nhất đó, những giáo hội Tin Lành thuần túy (the*

---

[33] Peter C. Wagner, *Church Growth and the Whole Gospel- A Biblical Mandate*, (San Francisco: Harper & Row, 1981), 2.

Evangelicals) chỉ là những tiếng nói ***riêng rẽ*** *trong xã hội như đã và đang xảy ra."*[34]

Khi dốc lòng, dốc tâm tìm kiếm và nghiên cứu, có thể ví sánh những dạy dỗ về Thiên Quốc thật như bài toán đố vô cùng phong phú, đa dạng và phức tạp. Đây là chủ đề càng học, càng thấy sự bao la, huyền nhiệm của Chúa. Phần thưởng cho những ai tìm thấy Thiên Quốc chính là niềm vui sướng vô lượng, đến nỗi có thể đánh đổi mọi thứ để thật sự kinh nghiệm quyền năng bùng nổ của Thiên Quốc trong đời sống. Chính lẽ ấy, Chúa Giê-su dạy chúng ta phải tìm kiếm Thiên Quốc, vì đó chính là niềm Hy Vọng cho nhân loại và là sự chung cuộc cho cả vũ trụ càn khôn. Không phải người tin Chúa nào cũng có niềm vui tìm thấy Thiên Quốc. Vì nếu mọi người tin Chúa đã và đang kinh nghiệm niềm vui sướng này, thì xã hội xung quanh họ sẽ không suy đồi. Chính Đức Chúa Trời hứa rằng *"Ai tìm kiếm Ta hết lòng, sẽ gặp Ta"* (Giê-rê-mi 29:13).

Dallas Willard nhận định, những ngang trái xảy ra trong xã hội cũng là vì sự thiếu mất Thiên Quốc trong lối sống và việc làm của người tin Chúa. Thiên Quốc Chúa luôn tồn tại và không bao giờ tan biến. Bởi không tìm kiếm nên không hiểu biết, Vương Quốc ***bị quên lãng ngay trong chúng ta.*** Bởi lẽ ấy, Dallas viết, *"Những nguồn phước từ Thiên Quốc đã bị tách rời ra khỏi cuộc sống của con người... Linh hồn con người đã bị bỏ hoang, khô héo và chết mất, bởi vì không được nuôi dưỡng trong môi*

---

[34] Russel D. Moore, *The Kingdom of Christ – the New Evangelical Perspective* (Illinois: Crossway Books, 2004), 187.

trường vĩnh cữu của Thiên Quốc, nơi mà tâm linh chúng ta đã được dựng nên."[35] Mỗi tín hữu khi thấu hiểu Thiên Quốc, họ thật sự như những hạt giống nảy mầm trong đất, sanh bông trái ngay trên những vùng đất cằn cỗi để khiến đất ấy trở nên xanh tươi. Chúa Giê-su đến không chỉ để cứu chúng ta ra khỏi tội, mà Ngài truyền dạy chúng ta phải tăng trưởng và sanh bông trái cho Thiên Quốc. *"Ta đã chọn và lập các ngươi, để các ngươi được kết quả và quả của các ngươi cứ còn mãi"* (Giăng 16:16). Chương trình trọn vẹn của Phúc Âm là chúng ta trở nên như cây trồng gần dòng nước, sinh bông trái đúng mùa đúng tiết, lá không bị tàn héo, và mọi sự chúng ta làm đều được thịnh vượng (Thi Thiên 1:3). Không thể chỉ chọn tin Chúa để được tha tội, nhưng lại bỏ qua sự dạy dỗ về Thiên Quốc để được tăng trưởng trong Ngài. *"Phúc Âm (Tân Ước) là Phúc Âm của Thiên Quốc, không chỉ là Phúc Âm cứu rỗi mà thôi. Nếu chỉ là Phúc Âm cứu rỗi, thì Chúa Giê-su đã không cần phải dành những 3 năm hoang phí để giáo huấn bằng những ngụ ngôn và cả phép lạ, nhằm bày tỏ về những sự mầu nhiệm của Thiên Quốc. Nếu chỉ đến để đền tội cho chúng ta, Chúa đã có thể đi thẳng tới cây thập tự rồi chết cho chúng ta."*[36]

---

[35] Dallas Willard, The Divine Conspiracy: Rediscovering Our Hidden Life in God (New York: HarperCollins, 1997), 58.

[36] Scot McKnight, The Kingdom Conspiracy-Returning to the Radical Mission of the Local Church (Michigan: BrazosPress), 2014. McKnight quoted from Jim Wallis in his book.

Lời Kết Cho Chương 1: Đức Tin Như Hạt Cải

Tóm lược Chương 1, để kinh nghiệm một đức tin sống động và đắc thắng, con dân Chúa phải thực hành định luật thuộc linh: ***"Tìm kiếm Thiên Quốc trước hết!"*** (Ma-thi-ơ 6:33). Đức tin ấy được ví như hạt cải, nhỏ nhất trong tất cả các hạt giống, nhưng khi mọc lên thì trở thành cây lớn, đến nỗi chim trời đến làm tổ trên cành nó (Ma-thi-ơ 13:31-32; Lu-ca 13:18-21). Đây là đức tin có thể dời non chuyển núi (Lu-ca 17:6). Người sở hữu đức tin này sẽ là *"muối của đất và ánh sáng của thế gian"* (Ma-thi-ơ 5:13-14). Bởi thế, Cơ Đốc Giáo chính là Hy Vọng duy nhất đem đến cho nhân loại một thế giới mới, Công Chính, An Bình và Vĩnh Cữu.

Điều thực tế mà Hội Thánh trên toàn cầu cần phải nhận thức, ấy là: *"Nếu con dân Chúa không có nền tảng thông biết về Thiên Quốc, sẽ không tài nào có thể biểu lộ được Thiên Quốc ấy trong thế gian, vì khi Vương Quốc Thiên Đàng không tăng trưởng ở trong lòng người tin (Lu-ca 17:21) thì rất khó, nếu không muốn nói là không thể cho người chưa tin tìm thấy Vương Quốc ấy."* Chính vì mối quan tâm sâu đậm đó cho Hội Thánh, Dallas Willard ân cần nhắc nhở, *"Thiên Quốc không thể hiện hữu giữa vòng chúng ta trừ khi những gì Chúa Giê-su dạy được chúng ta thấu hiểu trong tâm trí. Thông điệp về Thiên Quốc phải vào lòng chúng ta mà không bị bất cứ rào cản nào của luật lệ, chính trị, hay ngay cả những tín lý theo truyền thống đã làm chết nghẽn tâm linh con người."* Peter Kuzmic quả quyết: *"Thiên Quốc chính là* ***tâm điểm*** *trong tư tưởng Chúa Giê-su. Nếu chúng ta không hiểu được Chúa Giê-su dạy gì về Thiên Quốc thì sẽ không hiểu gì cả về bản thể của Ngài, chức vụ, những điều Ngài thực hành,* *sự chết của Ngài; và chúng ta cũng chẳng biết Ngài là ai, Ngài đã làm gì và tại sao Ngài đến"*[37]

Trải qua năm tháng, Hội đã nói đến rất nhiều điều, dạy rất nhiều tín lý. Nhưng, Hội lại bỏ qua chủ đề chính mà Chúa đã dạy. Stanley Jones nhắc nhở Hội Thánh: *"Hãy đặt Thiên Quốc lên trên hết mà hóa giải những rạn nứt, phân chia và phân biệt nhau. Chúng ta đã dám mạnh dạn nói đến nhiều vấn đề liên quan từ trong Hội Thánh đến bên ngoài Hội, mà tại sao lại không nói đến Thiên Quốc?"*[38] Giáo sư Jones nhận định, *"Nếu Chúa Giê-su đã đặt Thiên Quốc làm trọng tâm trong tất cả sự giảng dạy của Ngài, cho nên với tôi, nhu cầu vĩ đại nhất cho con người chính là* ***tìm kiếm và khám phá*** *về Thiên Quốc."*[39]

Các học giả Kinh Thánh tin rằng, *"Chỉ khi nào nắm vững được ý nghĩa của Thiên Quốc, thì mới hiểu được trọng tâm của Phúc Âm Cứu Rỗi"*[40] Bạn có sẵn sàng để tìm hiểu về Thiên Quốc chưa?

---

[37] Peter Kuzmic, Twelve Theses on Kingdom Servanthood for Post-Communist Europe (1999), 35.

[38] E. Stanley Jones, *The Unshakable Kingdom and the Unchanging Person* (Washington: McNett Press, 1972), 19.

[39] E. Stanley Jones, *The Unshakable Kingdom and the Unchanging Person* (Washington: McNett Press, 1972), 11.

[40] John Bright, The Kingdom of God (USA: Abingdon Press, 1980), 7.

Chương 2

Những Sự Mầu Nhiệm Của Thiên Quốc

Sau khi trình bày những tất yếu của sự hiểu biết Thiên Quốc, bây giờ chúng ta đến với Chương 2, nền tảng của quyển sách này. Trong chương này, ta sẽ xem xét ý nghĩa của từ ngữ *"Vương Quốc"* (Kingdom) là gì theo ngôn ngữ cổ của Kinh Thánh, để từ đó học hỏi về nền tảng cơ bản của Thiên Quốc; nghiên cứu và khám phá những huyền nhiệm về Thiên Quốc. Sau đó, tôi sẽ phối kết lại những gì nghiên cứu về Thiên Quốc để tỏ bày cùng độc giả, nhằm giúp chúng ta có sự thông hiểu sâu xa hơn. Sau đây là những câu hỏi chính để làm dàn bài cho Chương 2:

- Nền tảng cơ bản cho định nghĩa *"Thiên Quốc."*
- Điều gì làm cho *"Thiên Quốc"* là một ẩn số không có đáp số?
- Sự huyền nhiệm tối hậu (the ultimate mystery) của Thiên Quốc là gì?
- Những huyền bí (the mysteries) của Thiên Quốc?

Định Nghĩa Cơ Bản Của Từ Ngữ *"Vương Quốc"* – *"Kingdom"*

Theo học giả Ray E. Baughman, từ *"Vương Quốc"* – *"Kingdom"* được ghi lại 400 lần trong bản Kinh Thánh tiếng Anh.[41] Trong Cựu Ước, *"Vương Quốc"* trong ngôn ngữ Do Thái là *"malkuth."* *"Malkuth"* xuất hiện đầu tiên trong Sáng Thế Ký 10:10. Tuy nhiên, Baughman chỉ ra rằng, ý nghĩa thực sự để nói đến Vương Quốc được bày tỏ trong Xuất Ai-cập Ký 19:5-6, khi chính Đức Chúa Trời thiết lập giao ước với dân Ngài. Chúa phán với dân sự, *"Vậy bây giờ, nếu các con thật lòng vâng lời Ta và giữ giao ước Ta, thì trong tất cả các dân tộc, các con sẽ là tài sản riêng của Ta. Các con sẽ trở thành một **Vương Quốc** thầy tế lễ và một dân tộc thánh cho Ta."* [42] Tại núi Si-nai, giao ước Thiên Quốc được ban ra và thiết lập cho mối tương giao giữa Đức Chúa Trời và tuyển dân, cùng với chương trình và mục đích Chúa bày tỏ cho dân Ngài.[43] Điểm nhấn mạnh đáng nói đến trong Xuất Ai-cập 19:5-6 như sau: *"Đây là Thiên Quốc chứ không phải bất kỳ vương quốc nào trong thế gian. Thiên Quốc được thiết lập bởi*

---

[41] Ray E. Baughman, The Kingdom of God Visualized (USA: Shepherd Press, 1972), 11.

[42] Ray E. Baughman, The Kingdom of God Visualized (USA: Shepherd Press, 1972), 20.

[43] This approach came from Alva J. McClain's book, *The Greatness of the Kingdom – An Inductive Study of the Kingdom of God as Set Forth in the Scriptures* (Michigan: Zondervan, 1959), 61.

chính Đức Chúa Trời, thống trị bởi Đức Chúa Trời cho chương trình và mục đích thánh của Đức Chúa Trời."[44]

Nhà Thần học George Ladd ghi nhận, nguyên văn của thành ngữ *"Vương Quốc của Đức Chúa Trời" (the Kingdom of God)* tuy không viết cách trực tiếp trong Cựu Ước, mà chỉ ghi *"Vương Quốc của Ngài - His Kingdom."* 2 cụm từ này đều có đồng 1 giá trị ý nghĩa như nhau trong Cựu Ước (Xuất Ai-cập 15:18; Dân Số 23:21; Phục Truyền 33:5; Ê-sai 6:5; 24:23; 33:22; 43:15; 52:7; II Các Vua 19:15; Giê-rê-mi 46:18; Thi Thiên 29:10; 93; 96:10; 97:1; Sô-phô-ni 3:15; Áp-đia 21; Xa-cha-ri 14:9). Ladd ghi chú thêm, *"Đành rằng Đức Chúa Trời là Vua của cả trái đất, nhưng trong mối liên hệ đặc biệt, Ngài là Vua của chính tuyển dân Do Thái."*[45] Trọng điểm của Cựu Ước nói đến Đức Chúa Trời sẽ đến từ trời như một vị Vua để phán xét con người và thiết lập Thiên Quốc trên đất.[46] Giao ước đó được tìm thấy trong lời hứa mới khi tuyển dân của Ngài đã quay lưng, bội nghịch và phá vỡ giao ước cũ với chính Đức Chúa Trời (Giê-rê-mi 31:31-34; Ê-sai 11:11, 42-47; Ê-xê-chi-ên 36:24-28).

---

[44] Alva J. McClain, The Greatness of the Kingdom – An Inductive Study of the Kingdom of God as Set Forth in the Scriptures (Michigan: Zondervan, 1959), 61.

[45] George E. Ladd, Jesus and the Kingdom -the Eschatology of Biblical Realism (New York: Harper & Row, 1964), 41.

[46] George E. Ladd, Jesus and the Kingdom -the Eschatology of Biblical Realism (New York: Harper & Row, 1964), 42.

Câu hỏi quan trọng: *"Có phải Thiên Quốc trong Cựu Ước và Tân Ước là một và như nhau?"* Điều này, các học giả Kinh Thánh quả quyết Vương Quốc mà Chúa Giê-su dạy chính là *"malkut,"* Vương Quốc mà Đức Chúa Trời đã hứa cho con dân Ngài trong Cựu Ước (Xuất. 19:6).[47]

Theo học giả Alva McClain, trong lời dạy của Chúa Giê-su, không bao giờ có những hàm ý nào khác hơn ngoài Thiên Quốc như chính các tiên tri trong Cựu Ước ghi chép. Chúa Giê-su tuyên bố, Ngài đến không phải để phá hủy luật pháp và lời tiên tri mà để làm trọn. Chúa Giê-su đã dùng những danh từ được ghi trong Cựu Ước như *"Vương Quốc Thiên Đàng"* và danh xưng *"Con Người"* để diễn giải lời dạy của Ngài. [48] Phúc Âm ghi lại 1 cách thống nhất về mối liên hệ mật thiết trong lời dạy của Chúa Giê-su về Vương Quốc Đức Chúa Trời như Cựu Ước nói đến (Lu-ca 1:17; Ma-la-chi 3:1). Trong thông điệp của Chúa Giê-su về Thiên Quốc, bao hàm tất cả những đặc điểm then chốt như trong Cựu Ước. Những đặc điểm của Thiên Quốc là *"yếu tố thuộc linh (Ma-thi-ơ 9:13), đạo đức (Ma-thi-ơ 19:18), xã hội (Ma-thi-ơ 5:21-28, 32), Hội Thánh (Ma-thi-ơ 5:17-19;*

---

[47] Alva J. McClain, The Greatness of the Kingdom – An Inductive Study of the Kingdom of God as Set Forth in the Scriptures (Michigan: Zondervan, 1959), 61.

[48] Alva J. McClain, The Greatness of the Kingdom – An Inductive Study of the Kingdom of God as Set Forth in the Scriptures (Michigan: Zondervan, 1959), 279

Mác 14: 55-59), chính trị (Lu-ca 1:31-33; Ma-thi-ơ 4:8-9; 14:1-5), và lẫn yếu tố duy vật bao gồm trong 33 phép lạ."[49]

Xuyên suốt 4 sách Tin Lành, có thể thấy khi Chúa Giê-su đi bất cứ nơi nào, thành ngữ *"Vương Quốc Đức Chúa Trời"* luôn là tiền đề cho tất cả sự giảng dạy của Ngài. Không những vậy thôi, qua thông điệp của Chúa, chúng ta còn thấy Thiên Quốc là nhu cầu cấp bách và cần thiết nhất cho mọi người. Tân Ước ghi lại 118 lần thành ngữ *"Vương Quốc Đức Chúa Trời,"* mà trong đó đã có 112 lần thành ngữ này ra từ ***miệng Chúa Giê-su.*** Nguồn của Thiên Quốc là từ đâu? Thiên Quốc ở trong Chúa Giê-su, chính Ngài là Vua (Ma-thi-ơ 2:2; Giăng 18:37), cho nên khi Ngài đến trong trần gian, Ngài phán *"Vương Quốc Đức Chúa Trời đã đến"* (Ma-thi-ơ 12:28). Thiên Quốc được hiểu như thế nào? Chúa Giê-su ngụ ý gì khi Ngài dùng những ví dụ để nói về Thiên Quốc? Sau khi tổng kết tất cả những câu Kinh Văn Chúa dạy về Thiên Quốc, và nghiên cứu thêm những gì mà các học giả giải nghĩa, tôi có thể mô tả Thiên Quốc như thế nầy: ***Ý nghĩa của sự dạy dỗ về Thiên Quốc là 1 bức tranh vĩ đại, bao la, đầy đủ màu sắc, và bao hàm rất nhiều chiều không gian từ hiện hữu đến vô hình.***

Trong suốt hành trình trên đất, người Do Thái chưa 1 lần hỏi Chúa Giê-su ý nghĩa của thành ngữ *"Vương Quốc Đức Chúa Trời"* mà Ngài thường lập lại trên môi mang ý nghĩa gì? Theo học giả John Bright, người

---

[49] Alva J. McClain, The Greatness of the Kingdom – An Inductive Study of the Kingdom of God as Set Forth in the Scriptures (Michigan: Zondervan, 1959), 280.

Do Thái khi nghe Chúa nói đến *"Thiên Quốc,"* thì họ nghĩ Vương Quốc ấy sẽ hiện đến trong nay mai, hay là sẽ xảy đến trong khoảng thời gian tương lai nào đó trong đời họ. Với họ, Thiên Quốc là chủ đề thảo luận trong những buổi hội họp và trò chuyện, vì họ vẫn luôn mong thoát khỏi ách thống trị của người La Mã. Đây là điều đáng nói. Trong khi Chúa Giê-su truyền rao, Thiên Quốc ***đã đến*** với dân Do Thái, nhưng họ lại mong đợi một Thiên Quốc đang còn ở ***tương lai.*** Chính các môn đồ của Chúa Giê-su cũng đã lầm tưởng như vậy ngay trước khi Chúa thăng thiên (Công Vụ 1:6). Vậy, Thiên Quốc mà Giê-su đem đến là gì và phải hiểu như thế nào về Thiên Quốc?

Bởi vì ý tưởng của cụm từ *"Thiên Quốc"* bao la hơn cả chính từ ngữ được sử dụng, Bright đề nghị khi nghiên cứu về Thiên Quốc, chúng ta phải nhìn khái niệm của Thiên Quốc cách tổng quát.[50]

Để bắt đầu nghiên cứu Vương Quốc, chúng ta trước hết cùng xem xét từ ngữ *"Vương Quốc"* qua chính ngôn ngữ cổ của Kinh Thánh. Câu hỏi để nghiên cứu là: *"Đâu là nền tảng để xác định cho định nghĩa cơ bản của 'Vương Quốc Đức Chúa Trời?'"*

Trong nguyên văn tiếng Do Thái, từ *"Vương Quốc"* (Kingdom) là *"malkuth." "Malkuth"* bao hàm nhiều ý nghĩa:

- Reign/Ngự Trị
- Royal Power/Vương Quyền

---

[50] John Bright, The Kingdom of God (USA: Abingdon Press, 1980), 18.

- Kingdom (or Realm)/Vương Quốc
- Sovereignty/Sự Chủ Tể
- Dominion/Uy Quyền [51]

Trong tiếng Hy Lạp, từ ngữ *"Vương Quốc"* (Kingdom) là *"basileia."* *"Basileia"* bao hàm những ý nghĩa:

- Royal reign of Kingdom of God as an eschatological concept/Vương quyền thống trị của Nước Chúa như một khái niệm chung cuộc.
- Kingship/Vua Chúa
- Royal Power/Vương Quyền
- Royal Rule/Vương Trị
- Kingdom (i.e., the territory ruled by a King)/Vương Quốc (lãnh thổ của Vua).[52]

Khi đúc kết tất cả những ý chính từ khái niệm đến ngữ học của *"Thiên Quốc,"* ý nghĩa cơ bản nhất và đơn giản nhất cho định nghĩa về nền tảng của *"Thiên Quốc"* theo ngôn từ Kinh Thánh, chính là ***Sự ngự trị – tể***

---

[51] F. Brown, S. Driver, and C. Briggs, The Brown-Driver-Briggs – Hebrew and English Lexicon, Coded with Strong's Concordance Numbers (Massachusetts: Hendrickson, 2000), 574-575.

[52] William F. Arndt and Wilbur F. Gingrich, A Greek-English Lexicon of the New Testament, and Other Early Christian Literature (Chicago: The University of Chicago Press, 2002), 134-135.

***trị của Đức Chúa Trời**.*[53] Trong các đại Chủng viện Thần học, định nghĩa này đã được áp dụng để làm nền tảng cho đặc tính cơ bản của Thiên Quốc. Thế thì điều gì về Thiên Quốc mà các học giả đã bàn cãi và bất hòa với nhau trong nhiều thế kỷ? Những yếu tố nào tạo ra ẩn số về Thiên Quốc mà chưa thể xác định?

Khi thận trọng xem xét những giáo huấn về Thiên Quốc, từ những gì được ghi trong Kinh Thánh đến những câu hỏi và lời giải nghĩa của các học giả về nét đặc thù tự nhiên của Thiên Quốc, có 2 yếu tố then chốt trong tất cả sự nghiên cứu về Thiên Quốc. Điều thứ nhất là tìm ra nền tảng cho định nghĩa cơ bản của Thiên Quốc mà tôi vừa trình bày. Điều thứ 2: *"Đâu là khởi trình của Thiên Quốc trong lịch sử nhân loại?"* Rất nhiều học giả đã đặt câu hỏi thứ 2 này, và không phải học giả nào cũng có câu trả lời như nhau.[54] Để cụ thể hóa vấn đề, điều mà các học giả bàn cãi sôi nổi ấy là:

---

[53] John Bright, in his book "The Kingdom of God", defines the kingdom of God as: "the rule of God over his people, and particularly the vindication of that rule and people in glory at the end of history." This quotation is also recorded in Ladd's book, "Jesus and the Kingdom-the Eschatology of Biblical Realism", p.42.

George Ladd, in his book "The Gospel of the Kingdom", wrote, "The kingdom of God is basically the rule of God. It is God's reign, the divine sovereignty in action." (p. 11).

L. Berkhof, in his book "The Kingdom of God", writes, "It (the kingdom of God) is simply the reign of God on human life and human affairs…", p. 11.

[54] Ladd, in his "The Presence of the Future-the Eschatology of Biblical Realism" (Michigan: Grand Rapids, 1974), wrote, "it becomes clear that the most important factor in the entire study is the point of departure and the fundamental definition of the kingdom", p. 42.

"Vào thời điểm nào, thì có sự hiện diện của Thiên Quốc trong vòng lịch sử nhân loại?" Qua nhiều nội dung đa dạng đến phức tạp của nhiều câu Kinh Văn được trích dẫn trong Tân Ước, một số học giả nói, *"Thiên Quốc vẫn còn ở tương lai."* Số khác thì cho rằng *"Thiên Quốc đã hiện diện trong lịch sử nhân loại qua sự hiện diện của Chúa Giê-su."* Một nhóm khác thì tin cả 2 đều đúng. Theo sự hiểu biết của độc giả, quý vị nghĩ ai đúng?

Chân lý tất yếu về sự hiện hữu của Thiên Quốc cùng sự giàu có và quyền năng từ Thiên Quốc được thể hiện qua điều mình thấu đáo và tin cậy. Sau đây là 2 câu hỏi mà các học giả đã bàn cãi rất nhiều từ quá khứ đến hiện tại. Sau khi nghiên cứu và trả lời 2 câu hỏi này một cách cặn kẽ, chúng ta sẽ thấu đáo sự mạch lạc trường tồn của Thiên Quốc, và hơn hết, chúng ta sẽ chiêm nghiệm được tình yêu của Đức Chúa Trời cho con người trước khi *"Thiên sanh vạn vật."*

1. Làm thế nào và khi nào Thiên Quốc thật sự đến trong lịch sử nhân loại?
2. Những sự mầu nhiệm (huyền bí) của Thiên Quốc là gì?

Trước khi tham khảo Kinh Thánh để tìm câu trả lời cho 2 câu hỏi trên, cũng như xem xét các học giả đã nói gì về Thiên Quốc, trước hết phải nhìn vào khía cạnh tự nhiên về sự ***trường tồn vĩnh cửu*** của Thiên Quốc, mà với tôi, đây là điều hết sức quan trọng để hiểu rõ hơn về Thiên Quốc. Trước hết, phải nhìn nhận rằng, tư tưởng giới hạn của con người không tài nào thấu hiểu hết sự vô hạn của Thiên Quốc. Để có thể hiểu ***Vương Quốc trường tồn*** của Đức Chúa Trời, chúng ta cần sự mặc khải thánh từ Chúa để dắt đưa, soi dẫn tâm trí nắm bắt được Thiên Quốc đời đời. Kinh Thánh cho biết, nhờ sự soi dẫn của Thánh Linh (Ngôi Ba của Đức Chúa Trời) mà tất cả con cái Chúa mới biết những huyền nhiệm vinh quang trong Vương Quốc. *"Về sự cứu rỗi đó, các nhà tiên tri đã tìm tòi, tra xét và đã báo trước về ân điển dành sẵn cho anh em. Họ tra xem để biết vào thời điểm nào mà* ***Thánh Linh Đấng Christ trong họ đã chỉ dẫn,*** *khi Ngài báo trước sự thương khó của Đấng Christ và vinh quang theo sau"* (I Phi-e-rơ 1:10-11). Thật vậy, chỉ bởi quyền năng của Đức Chúa Trời, mà chúng ta mới có thể thấu hiểu *"Con đường vào* ***Vương Quốc đời đời*** *của Chúa và Cứu Chúa chúng ta là Đức Chúa Giê-su Christ được rộng mở"* (II Phi-e-rơ 1:1-11). Hãy cùng nhau khám phá Vương Quốc đời đời của Đức Chúa Trời.

Thiên Quốc Đời Đời – Nào Ai Hiểu Được?

Không phải ai cũng biết rõ sự khác biệt giữa thời gian (quá khứ, hiện tại, tương lai) và cõi đời đời (vô tận). Nhà vật lý Albert Einstein nói, *"Sự phân chia của quá khứ, hiện tại và tương lai chỉ là ảo ảnh..."*[55] Khoa học gia David Bohm thì tin rằng *"Sau cùng hết, thì tất cả những phút giây trong đời chỉ là một. Cho nên, bây giờ cũng chính là vĩnh cửu."*[56] Cũng cách nhìn tương tự ấy, đạo diễn nổi tiếng của Hollywood, Woody Allen, bày tỏ *"Cõi đời đời là một thời gian dài, đặc biệt là càng gần về cuối."*[57]

---

[55] Gevin Giorbran, Everything Forever – Learning to See Timelessness (Seattle: Enchanted Puzzle Publishing, 2007), in "Foreword".

[56] Ibid (như trên).

[57] Ibid (như trên).

Thật vậy, để giải thích sự khác biệt giữa thời gian (time) và cõi vô tận (eternity) cách chính xác, thì thật sự quả là khó khăn ngay cả cho những bộ óc siêu nhân.

Karl Barth, nhà Thần học siêu đẳng thế giới nhận định, *"Tôi phải thừa nhận điều mà nhà triết học Kierkegaard đã công nhận, 'Có một sự tuyệt đối khác biệt giữa thời gian (time) và cõi vô tận (eternity).'"*[58]

Tôi xin được lập lại: *"Làm sao tư tưởng giới hạn con người có thể hiểu được sự vô hạn của Thiên Quốc?"* Qua khải thị của Kinh Thánh, chúng ta cùng xem cách Đức Chúa Trời rót sự trường tồn của Thiên Quốc vào dòng lịch sử nhân loại và biến đổi lịch sử ấy thành thánh sử.

Vua Đa-vít công bố, *"Vương Quốc Chúa là Vương Quốc đời đời, quyền cai trị của Chúa tồn tại từ thế hệ này qua thế hệ kia"* (Thi Thiên 145:13). Đa-ni-ên cũng bày tỏ, *"Quyền thống trị của Chúa là quyền đời đời, chẳng hề mai một, và Vương Quốc Ngài không bao giờ suy vong"* (Đa-ni-ên 7:14). Nét đặc trưng về sự đối xứng của Thiên Quốc đi cùng với những đặc điểm như: *"Quyền thống trị"/"quyền cai trị," "sự trường tồn đời đời"* và *"không bao giờ suy vong."* Đây là những đặc điểm cơ bản mà chúng ta đã thấy trong định nghĩa của Vương Quốc. Điều này giúp chúng ta nhận thức rằng, trước khi có vũ trụ càn khôn thì đã có sự tồn tại của Thiên Quốc (sự tể trị của Chúa đã hằng có đời đời). Bởi đó, Ma-thi-ơ ghi lại điều Chúa Giê-su hứa ban cho con cái Ngài, *"Hỡi những người được*

---

[58] Quoted by L. Berkhof, in *The Kingdom of God* (Michigan: WM. B. Eerdmans, 1951), 127.

Cha Ta ban phước, hãy đến thừa hưởng Vương Quốc Thiên Đàng đã *chuẩn bị sẵn cho các con từ khi tạo dựng trời đất"* (Ma-thi-ơ 25:34). Điều này làm sáng tỏ, con người (trong đó có cả Hội Thánh) không thể *"xây nên" (build)* Thiên Quốc. Thiên Quốc đã và đang trường tồn trước khi có con người. Vì nếu không phải vậy, thì *"vương quốc"* đó chỉ là của con người, chứ không phải là Thiên Quốc. Hơn thế nữa, làm sao chúng ta có thể nói chính mình xây nên Thiên Quốc, nếu Chúa không bày tỏ Thiên Quốc đó là gì thì làm sao chúng ta thấu hiểu?

Dallas Willard nhắc nhở, *"Thiên Quốc chưa từng bao giờ thất bại và mãi mãi không bao giờ. Con người không tài nào tạo ra Thiên Quốc hay ngay cả cản trở được Thiên Quốc. Chúng ta nhận được lời mời gọi để trở nên một phần trong Thiên Quốc ấy. Nhưng nếu chúng ta khước từ Thiên Quốc, chúng ta chỉ làm chính mình bị tổn hại mà thôi."*[59]

Vậy thì làm sao chúng ta có thể thấu hiểu được Thiên Quốc trường tồn? *"Điều gì con người làm không được thì Đức Chúa Trời làm được"* (Lu-ca 18:27). Thiên Quốc (cõi vô hạn) đã đến trong dòng lịch sử nhân loại (thời gian hữu hạn) như thế nào?

Qua bao lần suy gẫm, tìm cầu sự soi dẫn của Chúa Thánh Linh về cách thức trình bày khung cảnh của Thiên Quốc hiện đến trong lịch sử nhân

---

[59] Dallas Willard, The Divine Conspiracy: Rediscovering Our Hidden Life in God (New York: HarperCollins, 1997), 25.

loại, Chúa đặt trong tôi điều mà tiên tri Đa-ni-ên đã ghi lại trong chương 2, như là khởi trình của Thiên Quốc đi vào lòng nhân loại.

Trong Đa-ni-ên chương 2, ngay cả Vua Nê-bu-cát-nết-sa, một trong những vị vua vĩ đại nhất trong lịch sử, đã bối rối đến mất ăn, mất ngủ khi không thể hiểu được và cũng không thể thuật lại những điều vua đã thấy trong chiêm bao. Vua đã nhìn thấy Thiên Quốc cùng với những sự mầu nhiệm của Thiên Quốc. Nếu Đức Chúa Trời không bày tỏ, thì không ai có thể nhìn thấy điều vua không thể thuật lại, cũng như giải nghĩa được điều vua đang nóng lòng muốn biết. Khi Đa-ni-ên được đưa vào để giải thích giấc chiêm bao, Đa-ni-ên tâu, *"Không có một nhà thông thái, một pháp sư, thuật sĩ hay chiêm tinh nào có thể tỏ cho vua điều bí nhiệm mà vua đã hỏi. Nhưng, Đức Chúa Trời ở trên trời là Đấng bày tỏ những điều bí nhiệm, sẽ cho* Vua *Nê-bu-cát-nết-sa biết những gì xảy đến trong những ngay cuối cùng"* (Đa-ni-ên 2:27-28). Sau đây là phần vắn tắt những gì Vua Nê-bu-cát-nết-sa đã thấy, cùng với sự giải nghĩa của Đa-ni-ên.

- Một pho tượng to lớn và rực rỡ – tượng trưng cho các vương quốc thế gian, mà chính vua Nê-bu-cát-nết-sa là cái đầu bằng vàng.
- Trong đời các vua này, Đức Chúa Trời trên trời sẽ thiết lập một ***Vương Quốc*** không bao giờ bị tiêu diệt, ***uy quyền*** của ***Vương Quốc*** đó sẽ không bao giờ rơi vào tay một dân tộc nào. Đây chính là **Thiên Quốc.**
- Hình ảnh Thiên Quốc là một Hòn Đá chẳng phải bởi tay loài người đục ra. Chính Hòn Đá đó đập vào bàn chân của pho tượng và làm cho tan nát, đến nỗi từng phần của pho tượng không còn tìm thấy

trên đất nữa. Còn chính Hòn Đá ấy thì trở thành một Hòn Núi lớn, **chiếm cả trái đất và sẽ tồn tại đời đời**.

- Đức Chúa Trời Chí Cao đã cho vua Nê-bu-cát-nết-sa biết việc gì sẽ đến. Giấc chiêm của vua Nê-bu-cát-nết-sa là thật và lời giải thích của Đa-ni-ên là chắc chắn.

Chúng ta đang nghiên cứu khởi trình của Thiên Quốc vào trong lịch sử nhân loại. Qua những điểm chính liệt kê trên, Kinh Thánh cho biết chính Đức Chúa Trời sẽ thiết lập Thiên Quốc trên thế gian (trái đất) vào thời điểm của các vương quốc (kém hơn vương quốc Vua Nê-bu-cát-nết-sa) sau thời gian trị vì của vua. Trên bình diện lịch sử, các vương quốc sau Nê-bu-cát-nết-sa là Medo Persia (Ba Tư), Greece (Hy Lạp), và Rome (La Mã) mà Đa-ni-ên đã nói tiên tri trong 2:39-45. Để xác định chính xác thời điểm xuất hiện của Thiên Quốc trên đất, Đa-ni-ên 9:24-25 có ghi ***"Có 70 tuần lễ đã được ấn định*** *cho dân ngươi và thành thánh để chấm dứt sự vi phạm, tiêu trừ tội lỗi, đền chuộc tội ác và đem lại sự công chính đời đời, để khải tượng và lời tiên tri được ứng nghiệm và xức dầu cho Nơi Chí Thánh. Vậy ngươi hãy biết và hiểu rằng từ khi lệnh phục hồi và xây lại Giê-ru-sa-lem (Giê-rê-mi 25:11-12; 29:10) cho đến khi Đấng Chịu Xức Dầu (Đấng Christ)* ***xuất hiện,*** *thì được 7 tuần lễ và 62 tuần lễ. Thành đó sẽ được xây lại, có đường phố và chiến hào, ngay trong thời kỳ khó khăn."* Phần lớn, các sử gia và học giả Kinh Thánh nhìn nhận rằng, đơn vị thời gian mà Đa-ni-ên sử dụng là *"tuần"(week)* trong chương 9:24-25, nhưng theo cách nói tiên tri của Đa-ni-ên, các nhà học giả giải nghĩa đơn vị thời gian của 1 tuần là 7 ngày và mỗi ngày là 1 năm (Đa-ni-ên 9:2). Tính theo đơn vị mỗi ngày là

1 năm, thì thời gian Đa-ni-ên đang sống cho đến thời điểm Hài Nhi Giê-su xuất hiện tại xứ Giu-đê, là hoàn toàn ***trùng hợp và chính xác.*** Thời điểm Giê-su giáng sanh và thi hành chức vụ là giai đoạn dân Do Thái đang chịu sự thống trị của đế quốc La Mã (Rome) như Đa-ni-ên đã nói, trong đời các vua nầy, Đức Chúa Trời sẽ thiết lập Vương Quốc của chính Ngài trên đất.

Còn *"Hòn Đá"* chẳng bởi tay loài người đục ra, tượng trưng cho điều chi và mang ý nghĩa gì? Theo cổ ngữ, *"đá"* (stone/rock) bao hàm ý nghĩa của sức mạnh, sự vững chãi và sự trường tồn. Tôi bỗng nhớ đến ca dao ngày còn thơ ấu, mẹ tôi thường lập lại cho các con nghe:

"Hòn đất mà biết nói năng
Thì thầy địa lý hàm răng chẳng còn."

Kinh Thánh ví sánh Thiên Quốc như là *"Hòn Đá."* Đây không những là Hòn Đá *"biết nói,"* mà chính là Hòn Đá sáng tạo muôn loài vạn vật! Có thể nói, ví bằng thế giới biết *"Hòn Đá"* này là gì (giá trị là bao, tượng trưng cho ai và nguồn gốc từ đâu…) thì sẽ cầu xin Chúa để được Ngài ban cho Hòn Đá ấy. Nói cách khác, tất cả những gì Đức Chúa Trời sắm sẵn cho nhân loại từ khi sáng thế được gói gọn trong Hòn Đá này, vì Hòn Đá này chính là hiện thân của *"Vầng Đá của mọi thời đại!"* (Ê-sai 26:4; Giăng 1:1). Lời thiên sứ báo cho những mục đồng, *"Nầy, ta báo cho các ngươi một Tin Lành, đây sẽ là niềm vui lớn cho mọi người. Vì hôm nay tại thành Đa-vít, một Đấng Cứu Thế, là Đấng Christ, là Chúa đã được sinh ra cho các ngươi. Đây là dấu hiệu để các ngươi nhận ra Ngài: 'Các ngươi sẽ gặp một Con Trẻ bọc bằng khăn nằm trong máng cỏ"'* (Lu-ca 2:10-12). ***Hài Nhi Giê-su chính là Hòn Đá ấy*.** Hòn Đá này không những sẽ làm các thầy địa lý *"chẳng còn hàm răng"* để nói những điều viễn vông, mà còn làm cho các nhà vật lý sáng mắt khi khám phá gốc tích của vũ trụ càn khôn cùng với Đấng đã tạo ra vũ trụ ấy. Hòn Đá ấy không phải là thiên thạch mà chính là *"Thiên Vương Thạch!"* Đức Chúa Giê-su bày tỏ với các thầy tế lễ cả cùng các trưởng lão rằng, Ngài chính là Hòn Đá bị thợ xây loại ra, nhưng Hòn Đá ấy đã trở nên Đá Góc Nhà (Thi Thiên 118:22; Ma-thi-ơ 21:44). Đức Chúa Trời phán: *"Nầy, Ta đặt tại Si-ôn một Hòn Đá, là Đá thử nghiệm, Đá Góc Nhà, Đá quý, làm nền tảng vững chắc để ai tin sẽ không còn khiếp sợ"* (Ê-sai 28:16). Chính bởi Hòn Đá này mà Hội Thánh đã được xây dựng. Chúa Giê-su phán, *"...Ta sẽ xây Hội Thánh trên Đá này, các cửa âm phủ không thắng được Hội đó"* (Ma-thi-ơ 16:18). Chỉ bởi qua nền tảng của Hòn Đá này, con dân Chúa được dựng nên và trở nên một đền thờ thánh trong Chúa. Phao-lô dạy, *"Anh em được xây dựng trên nền của các sứ đồ và các nhà tiên tri mà chính Đấng Christ Giê-su là Đá góc nhà"* (Ê-phê-sô 2:20).

Hình ảnh Hòn Đá chẳng bởi tay người làm ra, trong Đa-ni-ên chương 2, *"bay"* vào hành tinh trái đất, như những thiên thạch vẫn hay bay trong không gian, chính là bối cảnh của Hài Nhi Giê-su đi vào lòng nhân loại qua người nữ đồng trinh Ma-ri. Sự đồng trinh của Ma-ri biểu lộ cho chúng ta biết được: *"Hài Nhi Giê-su chính là Hòn Đá chẳng phải bởi tay người đục ra, mà là của chính Đấng Tối Cao."* Lời Chúa phán trong Cựu Ước, *"Ta sẽ công bố mệnh lệnh của Đức Giê-hô-va: Ngài phán với Ta: 'Con là Con Ta; ngày nay Ta đã sinh ra Con'"* (Thi Thiên 2:7).

Thế còn ý nghĩa của lời tiên tri về hình ảnh *"Hòn Đá trở thành Hòn Núi lớn"* là gì? Tân Ước bày tỏ thời gian và bối cảnh giáng sinh của Giê-su trong thời trị vì của Sê-sa Au-gút tơ, đại đế La Mã. Lu-ca ghi lại: *"Vào tháng thứ 6, Đức Chúa Trời sai thiên sứ Gáp-ri-ên đến thành Na-xa-rét, thuộc miền Ga-li-lê, gặp một trinh nữ đã đính hôn với một người nam tên là Giô-sép, thuộc dòng vua Đa-vít. Trinh nữ ấy tên là Ma-ri. Thiên sứ đến gặp cô và nói: 'Hỡi Ma-ri, đừng sợ! Vì cô đã được ơn trước mặt Đức Chúa Trời. Nầy, cô sẽ mang thai, sinh một con trai và đặt tên là Giê-su. Con trai ấy sẽ được tôn trọng, được gọi là Con của Đấng Chí Cao. Chúa là Đức Chúa Trời sẽ ban cho Ngài ngôi Đa-vít, tổ phụ Ngài. Ngài sẽ trị vì đời đời nhà Gia-cốp;* ***Vương Quốc Ngài mãi mãi trường tồn"*** (Lu-ca 1:26-34). Thoạt đầu, cả Ma-ri và Giô-sép đều bối rối đến sửng sốt, vì điều huyền nhiệm độc nhất vô nhị chưa từng xảy ra từ cổ chí kim. Họ đều kinh ngạc, không thể nào tin được rằng, phận liễu chưa chồng như Ma-ri (chưa ăn ở với Giô-sép) mà lại có thể *"nảy nét ngang"* (thọ thai). Cũng như vua Nê-bu-cát-nết-sa đã mất ăn mất ngủ vì sự xuất hiện của viễn cảnh giáng lâm của Thiên Quốc trong giấc chiêm bao. Nếu không bởi Đức Chúa Trời khải thị cho Đa-ni-ên để giải nghĩa thì không tài nào vua, cả vương quốc và thiên hạ hiểu được. Cũng một thể ấy, chính Đức Chúa Trời đã sai thiên sứ Gáp-ri-ên đến để giải thích tận tường cho Ma-ri và Giô-sép hiểu rõ sự mầu nhiệm của Thiên Quốc được bày tỏ qua sự giáng sinh của Chúa Giê-su. *"Bởi vì không có việc gì Đức Chúa Trời làm không được"* (Lu-ca 1:37). Chính Đức Chúa Giê-su khi thi hành chức vụ, Ngài đã nói, *"Thưa Cha, Chúa của trời và đất, Con ca ngợi Cha, vì Cha đã giấu những điều nầy với* *kẻ khôn ngoan, người sáng dạ, mà bày tỏ cho* ***trẻ thơ****. Thật vậy, thưa Cha, vì điều nầy đẹp ý Cha. Cha đã giao mọi sự cho Con, ngoài Cha, không ai biết Con. Ngoài Con và người nào Con muốn bày tỏ thì cũng không ai biết Cha"* (Ma-thi-ơ 11:25-27). Những *"trẻ thơ"* nầy là ai? Ấy là những người được sanh lại bởi huyết của Ngài, vì nếu không được sanh lại thì không thể nhìn thấy Thiên Quốc, như lời dạy của Chúa Giê-su cho Ni-cô-đem trong Giăng 3:3. Trong Ma-thi-ơ 13:11, Chúa Giê-su phán bảo các môn đồ, *"Các con đã được ban cho sự hiểu biết về những mầu nhiệm của Vương Quốc Thiên Đàng..."*

Lời tiên tri của Đa-ni-ên đã được hoàn thành qua chức vụ của Chúa Giê-su. Những vương quốc vĩ đại trên thế gian từ Vua Nê-bu-cát-nết-sa, tới những đại đế như A-lịch-sơn (Alexander the Great), và các hoàng đế La Mã đã *"vỡ vụn, giống như trấu trên sân đập lúa mùa hạ, và bị gió cuốn đi không để lại một dấu vết nào cả"* (Đa-ni-ên 2:35). Duy chỉ có Thiên Quốc vẫn luôn trường tồn từ lúc xuất hiện trên đất cho tới nay. Từ một *"Hòn Đá"* – Hài Nhi Giê-su, mà nay đã trở thành một Hòn Núi lớn (hàng triệu triệu người tin Chúa trên khắp 4 Bể, 5 Châu), vẫn đang tồn tại và mãi mãi trường tồn. Đức Chúa Giê-su phán, *"Vương Quốc Thiên Đàng giống như một hạt cải người kia đem gieo ngoài đồng. Hạt ấy nhỏ nhất trong tất cả các hạt giống, nhưng khi mọc lên thì lại lớn nhất trong các loại rau, và trở thành cây đến nỗi chim trời đến làm tổ trên cành nó"* (Ma-thi-ơ 13:31-32).

Lãnh thổ (nơi chốn) tể trị chính yếu mà Đức Chúa Trời thiết lập Thiên Quốc Ngài trong thế gian này, chính là ***trái tim*** mỗi người. Khi tín hữu vâng phục ý Chúa thì mới đích thực được vào Thiên Quốc, như lời Ngài dạy, *"Không phải bất cứ ai nói với Ta: 'Lạy Chúa, lạy Chúa,' đều được vào Vương Quốc Thiên Đàng đâu; nhưng chỉ người nào làm theo ý muốn của Cha Ta ở trên trời mà thôi"* (Ma-thi-ơ 7:22). Sa-mu-ên đã cảnh báo vua Sau-lơ cùng tuyển dân, *"Đức Giê-hô-va có vui thích về tế lễ thiêu và các sinh tế bằng sự vâng theo tiếng phán của Ngài chăng? Kìa, sự vâng lời tốt hơn sinh tế, sự nghe theo tốt hơn mỡ chiên đực"* (I Sa-mu-ên 15:22).

Để đúc kết và trả lời câu hỏi *"Làm sao tư tưởng giới hạn của con người hiểu được Thiên Quốc trường tồn của Đức Chúa Trời?"* Xin thưa: *"Chỉ bởi qua sự* ***Mặc khải*** *từ chính Chúa và qua* ***sự soi sáng*** *của Đức Thánh Linh mà chúng ta mới có thể am hiểu về Thiên Quốc hiện đến trong lịch sử nhân loại."* Cũng một thể ấy, để có thể hiểu được những huyền nhiệm của Thiên Quốc, chúng ta chỉ nương cậy vào chính Lời Hằng Sống và Thánh Linh để ngắm nhìn sự vinh hiển của Thiên Quốc.

Do sự vô hạn của Thiên Quốc, không ai có thể hiểu nếu Chúa không bày tỏ chìa khóa kiến thức từ Ngài. Học giả Ridderbos mô tả sự liên hệ mật thiết mầu nhiệm giữa Đức Chúa Trời và Thiên Quốc như sau, *"Thiên Quốc không những chỉ là sự việc liên quan đến Chúa, mà Thiên Quốc ấy bắt nguồn, khởi sinh từ trong Ngài tỏa ra. Chỉ bởi phép lạ cùng những quyền uy siêu việt của Chúa mới có thể tỏ bày sự hiểu biết (cho chúng ta) về Thiên Quốc."*[60]

---

[60] Herman Ridderbos, The Coming of the Kingdom (Canada: Paideia Press, 1978), 24.

Sau những nhận định cơ bản về sự trường tồn của Thiên Quốc, cùng với sự khởi trình của Thiên Quốc xuất hiện trong lịch sử nhân loại, chúng ta hãy cùng khám phá tiếp một chân lý mầu nhiệm, đúng hơn là một vấn đề lưỡng nan (the dilemma), mà đã làm cho các giáo sư Thiên Đạo và các học giả Kinh Thánh trong những thế kỷ qua đã khẩu chiến đến độ gây khốn đốn cho nhau.

Nét Song Đề Của Thiên Quốc

Như đã nói trong phần đầu Chương 2, điều gì đã làm cho Thiên Quốc là một ẩn số khó tìm đáp số? Các học giả Kinh Thánh đã bàn cãi đến *"mất ăn mất ngủ"* trong những thế kỷ qua. Vấn đề ấy chính là: *"Thiên Quốc đã và đang thật sự hiện diện trong lịch sử nhân loại kể từ khi sự xuất hiện của Giê-su? Hay, Thiên Quốc chỉ mới tới gần nhưng chưa thật sự 'đáp xuống' trái đất, cho nên chúng ta vẫn phải còn chờ đợi trong tương lai?"*

Đây là song đề kéo dài từ thế kỷ thứ 19 cho tới nay và đã chia thế giới Thiên Học ra làm 2 trường phái.

Trường Phái Consistent Eschatologhy

(Lai Thế Kiên Định)

Trường phái thứ nhất được nhà Thần học người Đức Johannes Weiss (1863-1914) khởi xướng. Trong quyển sách *"Die Predigt Jesu Vom Reiche Gottes"/"Jesus' Proclamation of the Kingdom of God"* vào năm 1892 do Weiss viết, tác giả đề ra những lập luận sau:

- Trái đất chúng ta đang sống không thể nào đồng hóa (assimilate) như Thiên Quốc được. Do đó, Chúa Giê-su đã mong đợi *"trời mới và đất mới."*
- Thiên Quốc là vấn đề ở tương lai, chưa hiện hữu ở hiện tại.
- Thiên Quốc: một là đang ở trong thế gian, hay không/chưa có trong thế gian.
- Thiên Quốc đã không được hình thành hay thiết lập (inaugurated) trong chức vụ của Chúa Giê-su.[61]

Ngay sau sách của Weiss phát hành, một học giả người Đức khác là Albert Schweitzer (1875-1966), đã ủng hộ cách nhìn của Weiss cách tích cực và cũng hết sức cực đoan. Chính Schweitzer đã gọi trường phái này là

[61] Johannes Weiss, Jesus' proclamation of the Kingdom of God, translated by Hiers, 1892), XI, 9, 14.

"Konsequente Eschatology" (còn gọi là *Consistent Eschatology*).[62] Albert Schweitzer, khi mới 26 tuổi, đã cho ra đời quyển sách: *"The Mystery of the Kingdom of God: The Secret of Jesus' Messiahship and Passion."* Cũng như Weiss, Schweitzer nói Thiên Quốc ở rất gần, nhưng chưa thật sự *"đáp xuống"* trái đất. Schweitzer nhận định sự thương khó và sự chết của Chúa Giê-su qua cách nhìn sử học của con người. Vì thế Schweitzer cho rằng, Chúa Giê-su đã mong đợi Thiên Quốc xuất hiện vào thời điểm mà Ngài đang thi hành chức vụ trên đất. Schweitzer kết luận, *"Nhưng vì Thiên Quốc không đến, Giê-su đã chết trong đau đớn (trên thập tự) khi Ngài kêu vang: 'Đức Chúa Trời tôi ôi, sao Ngài lìa bỏ tôi!'"*[63]

Tôi xin tạm đúc kết ở đây để độc giả dễ theo dõi. Trường phái *"Lai Thế Kiên Định"* tin rằng Thiên Quốc tuy đang ở rất gần với chúng ta, nhưng vẫn còn ở tương lai và chưa thật sự hiện diện trong trần gian. (Trường phái *Lai Thế Kiên Định* cũng giống như niềm tin của người Do Thái, vẫn đang mong đợi vào Thiên Quốc tương lai sẽ hiện đến). Dựa trên những đoạn Kinh Văn như Khải Huyền 12: 7-12, Ma-thi-ơ 4:8, 6:10 và Lu-ca 4:5-7, Thiên đạo gia Weiss cho là Thiên Quốc đang ngự trị trên trời, chưa được thiết lập trên đất. Điều ngạc nhiên lớn, ấy là *Lai Thế Kiên Định* đã được

---

[62] Xin đọc phần Appendix/Phụ lục phía sau sách để hiểu thêm bối cảnh bàn cãi như thể "dầu sôi lửa bỏng" giữa 2 trường phái "Consistent Eschatology" và "Realized Eschatology"!

[63] Albert Schweitzer, The Mystery of the Kingdom of God – the Secret of the Messiahship and Passion", (New York: Dodd, Mead and Company, 1914), 88.

đón nhận và gây ảnh hưởng sâu rộng trong khối Châu Âu, và cả nhiều quốc gia trên thế giới. Cũng cần nói thêm là *Lai Thế Kiên Định* bắt nguồn từ Đức, sau đó lan rộng ra đến cả thế giới trong bối cảnh Thế Chiến Thứ I đang đến kỳ sôi sục, và kéo dài đến vài thập niên sau cho đến Thế Chiến Thứ II. Theo cách nhìn của Thiên đạo gia người Đức Schweitzer, thì ông cho rằng Chúa Giê-su đã tiên đoán *sai lầm* về sự xuất hiện của Thiên Quốc trên đất.[64] Đây là điểm cực đoan và nguy hiểm mà nhà Thần học Schweitzer tạo ra trong cách nhìn chỉ tập trung vào phương diện lịch sử. Đành rằng điều Schweitzer nói về Chúa Giê-su mắc *sai lầm* là không thể chấp nhận được trong lĩnh vực Thiên học, nhưng vì những nhà Thần học còn lại trên thế giới, những người không cùng quan điểm với trường phái *Lai Thế Kiên Định* chưa đưa ra được lời đáp minh bạch và thuyết phục để *"chống lại"* sức ảnh hưởng đang lan rộng của thuyết này lúc bấy giờ. Theo những dữ liệu tôi nghiên cứu, thì đây là những bàn cãi *"nẩy lửa"* giữa 2 *"phe"* bất đồng lẫn bất hòa về quan điểm Thiên Quốc đang hiện hữu trong hiện tại (present time), hay vẫn còn ở tương lai (future time). Đây là cuộc đấu trí hết sức căng thẳng và đã gây ra những chia rẽ không nhỏ trong vòng các Hội Thánh, và cả các hệ phái Cơ Đốc Giáo cho tới hôm nay.

---

[64] Xin xem "Appendix"/Phụ lục để rõ cách nhìn của Schweitzer về quan điểm tiêu cực trên.

Trường Phái Realized Eschatology

(Lai Thế Nhận Thức/Hữu Thể)

Năm 1935, Tiến Sĩ Charles. H. Dodd, giáo sư Tân Ước của Anh Quốc (the United Kingdom), ấn hành quyển sách chỉ dài vỏn vẹn 169 trang với tựa đề: *"The Parables of the Kingdom."* Nội dung chính của sách là sự lập luận và trình bày rằng, sự hiện đến của Thiên Quốc không phải ở tương lai, mà là một sự kiện đã được kinh nghiệm ở hiện tại. Dodd viết, *"Thiên Quốc đã được truyền rao như là một dữ kiện trong hiện tại và chúng ta phải* ***nhận thức*** *rõ điều ấy."* Qua sự phân tích Mác 1:15, trên cả 2 mạch văn và văn phạm (được viết ở thì hiện tại hoàn thành) của ngữ cổ Hy Lạp, Dodd tin Mác 1:15 đã nói rõ: *"Vương Quốc Đức Chúa Trời đã đến."* Bên cạnh sử dụng những câu chuyện ngụ ngôn của Chúa Giê-su để minh chứng Vương Quốc đang hiện diện trong Chúa Giê-su và giữa vòng dân sự, Dodd bình luận, *"Các môn đệ của Chúa Giê-su sau khi* ***nhận thức*** *được rằng Giê-su là Vua của họ và qua chính Ngài, Thiên Quốc đã đến..."*[65] Học giả Hans Schwarz đúc kết cách nhìn của giáo sư Dodd, *"Khi các môn đệ của Chúa Giê-su dần dần* ***nhận thức*** *được biến cố trọng tâm đã xảy ra: 'Đấng Christ đã đến.' Đây chính là sự nhận thức đáng kể của các môn đệ Chúa Giê-su, vì trong chính Ngài, Thiên Quốc đời đời đã đi vào lòng lịch sử*

---

[65] C.H. Dodd, The Parables of the Kingdom, (London, 1961- a latter version), trong các trang: 25, 26, & 50.

nhân loại."[66] Charles H. Dodd gọi nhận thức này là *"Lai Thế Nhận Thức" (Realized Eschatology).* Thế là trường phái thứ 2 về Thiên Quốc được ra đời và được đón nhận như một công cụ *"cứu tin"* nhằm ngăn cản sự lan tràn của trường phái *Lai Thế Kiên Định.* Nhiều giáo sư Kinh Thánh đón nhận quyển sách *"The Parables of the Kingdom"* của giáo sư Charles H. Dodd như là bản anh hùng ca của kỷ nguyên về những khám phá từ Thiên Quốc.

Sự ra đời của 2 trường phái *Lai Thế Kiên Định* và *Lai Thế Nhận Thức* đã làm cho giới Thần học chia ra 2 nhóm, vì bên nào cũng có lập luận vững vàng dựa trên Kinh Thánh để bênh vực cho ý tưởng của *"phe"* mình. Cũng cần nói thêm, lý do làm cho *Lai Thế Kiên Định* bị xem yếu thế và tiêu cực là vì Schweitzer đã hồ đồ khi dám cho rằng Chúa Giê-su đã mắc *sai lầm* trong lời tiên đoán về sự hiện diện của Thiên Quốc. Nếu Schweitzer đã không có lời phát ngôn *"vung tay quá trán"* thì cả 2 trường phái đều có tầm quan trọng như nhau cho những đóng góp nghiên cứu về nét tự nhiên của Thiên Quốc, đặc biệt là 2 yếu tố *"hiện tại và tương lai."* Vậy, ai đúng, ai sai? Kết luận của cuộc *"Thiên học chiến"* giữa 2 *"phe" Lai Thế* ***Kiên Định*** và *Lai Thế* ***Nhận Thức/Hữu Thể*** là gì?

[66] Hans Schwarz, Eschatology (Cambridge: William B. Eerdmans, 2000), 130.

Sự Song Hữu Của Thiên Quốc

Trước khi tường trình phần kết của *"cuộc chiến"* trên, tôi muốn chia sẻ một **nhận xét** cá nhân, hết sức thú vị và có một mối liên hệ trùng hợp qua nhiều phương diện về đặc tính tự nhiên giữa ***Thiên Quốc*** và ***ánh sáng*** (light) trong vũ trụ. Như đã biết, trong những thập niên đầu của thế kỷ 20, các nhà vật lý đã khám phá ra ánh sáng (light) trong vũ trụ có 2 tính chất song hành và cùng tồn tại trong 2 hình dạng khác nhau, nhưng có cùng một bản chất ánh sáng. Albert Einstein năm 1905, qua những dữ kiện trong phòng thí nghiệm, đã chỉ ra rằng ánh sáng có thể được xem như là *"waves"– "những gợn sóng"* và cũng được nhìn thấy như là "*particles" – "nguyên tố cực nhỏ."* Năm 1927, nhà vật lý vĩ đại khác là Paul Dirac, đã vận dụng những nguyên tắc toán học và vật lý để chứng minh và bày tỏ nét song hành của ánh sáng được thể hiện qua 2 dạng *"nguyên tố cực nhỏ"* và *"những gợn sóng."* Từ khám phá tuyệt vời này, các nhà vật lý có thể hiểu thêm về bầu trời và vũ trụ bao la xung quanh. Khoảng thời gian các nhà vật lý khám phá ra nét song hữu, tồn tại 2 dạng khác nhau của ánh sáng, cũng là khoảng thời gian các nhà Thiên học thảo luận và bàn thảo xôn xao về đặc tính tự nhiên của Thiên Quốc (hiện tại hay tương lai). Với tôi, đây là sự trùng hợp ngẫu nhiên nhưng vô cùng thú vị. Trong quyển sách thứ nhì, tôi sẽ trình bày về yếu tố Thiên đạo và khoa học của Thiên Quốc cùng với cách Đức Chúa Trời sáng tạo vũ trụ càn khôn.

Cũng tương tự như các nhà vật lý nghiên cứu về đặc tính của ánh sáng, đã có rất nhiều Thiên đạo gia lỗi lạc trên thế giới nghiên cứu về đặc tính tự nhiên của Thiên Quốc. Tôi đã đọc qua nhiều sách viết về Thiên Quốc, và mỗi sách là một sự đóng góp tuyệt hay về những khám phá sâu rộng của Thiên Quốc. Như đã trình bày những cảm nhận của riêng tôi khi dấn thân tìm kiếm và nghiên cứu Thiên Quốc, tôi nhận thức: ***Thiên Quốc là một tâm điểm cho bức tranh vĩ đại nhất, bao la hơn tất cả, đầy đủ màu sắc, chất chứa biết bao phiêu lưu và mạo hiểm, và ẩn hiện trong mọi chiều không gian từ hữu hình đến vô hình.*** Một học giả, sau khi nghiên cứu và tìm hiểu về Thiên Quốc, đã mô tả từ những gì thu lượm qua những học giả khác như sau: *"Trải qua nhiều năm tháng, từ ngữ 'Thiên Quốc' đã được kéo giản nhiều cách, được hình thành và vắt ép từ mọi phía. Số thì giải nghĩa Thiên Quốc theo cách nhìn của người Do Thái trong thế kỷ đầu. Số còn lại thì giải nghĩa bằng nội cảm bên trong, hay bằng giải cảm 'tùy cơ ứng biến,' hay có những người đã vũ trụ hóa, thuộc linh hóa, ẩn dụ hóa, thần thoại hóa, tâm lý hóa, triết lý hóa và xã hội hóa về khái niệm của Thiên Quốc."* [67]

Cho đến nay, có ít nhất 3 nhóm trong giới các Thiên đạo gia, những người tìm kiếm và nghiên cứu về Thiên Quốc. Nhóm thứ nhất tin theo *"Lai Thế Kiên Định"* (Thiên Quốc vẫn còn ở tương lai, chưa hiện diện ở hiện tại); nhóm thứ 2 tin theo *"Lai Thế Nhận Thức"* (Thiên Quốc đang có ở hiện tại kể từ sự hiện đến của Chúa Giê-su). Nhóm thứ 3, được xem như là

---

[67] Quoted in Clayton Sullivan, Rethinking Realized Eschatology (Mercer university, 1988), vii.

"bông trái" ra từ 2 nhóm trên. Nhóm thứ 3 tin cả *"Lai Thế Kiên Định"* và *"Lai Thế Nhận Thức"* đều đúng. Họ nhìn nhận Thiên Quốc bao hàm cả *"hiện tại và tương lai"* (the present – future Kingdom).

Vào cuối thế kỷ 20, phần đông các học giả Kinh Thánh đã đồng nhất rằng, Thiên Quốc mang cả 2 yếu tố hiện tại và tương lai. Học giả Clayton Sullivan ghi lại, *"Trong kỳ Đại hội trọng thể vào năm 1988 tại St. Louis, đặc tính 'hiện tại và tương lai' (của Thiên Quốc) đã được công nhận trong toàn thể giáo hội Giám Lý (the Methodist Church)."* Đặc tính song hữu *"hiện tại và tương lai"* đã trở thành giáo lý thực tại cho các Hội trong cả 2 giáo hội Tin Lành và Công Giáo. Đặc tính song hữu là nét tự nhiên của Thiên Quốc. Thiên Quốc không thể nào được giải nghĩa trọn vẹn nếu chỉ dùng một thể ở hiện tại, hay chỉ một thể tương lai. Thiên Quốc đòi hỏi cả 2: *Hiện tại và tương lai.*

Học giả người Mỹ George E. Ladd xác định: *"Sự tể trị của Đức Chúa Trời được mặc khải trong cả 2 thì hiện tại và tương lai. Vì thế, Chúa tạo nên cả 2 lãnh thổ trong hiện tại và tương lai để con người được kinh nghiệm những phước hạnh từ sự chủ tể của Ngài."*[68]

Là những người hậu thế, chúng ta sẽ nói gì về những khám phá quan trọng như thế về Thiên Quốc? Có quá nhiều bài học, những tấm gương tận hiến

[68] George E. Ladd, The Gospel of the Kingdom (Division of Christian Education, 1952), 11.

nhằm đóng góp, gia tăng niềm tin Cơ Đốc, và đào luyện môn đệ trong hành trình tìm kiếm Thiên Quốc từ nhiều thế kỷ. Chúa Giê-su, sau khi đã dành trọn chương 13 sách Ma-thi-ơ để giáo huấn các môn đệ kề cận, đã ân cần hỏi lại họ, *"Các con có hiểu **mọi điều đó** (những mầu nhiệm của Thiên Quốc) không?"* Họ thưa: *"Dạ hiểu."* Ngài phán tiếp, *"Vì vậy, những thầy thông giáo [sau khi] đã học biết về Vương Quốc Thiên Đàng, cũng giống như chủ nhà kia, đem những vật **mới** lẫn **cũ** ra khỏi **kho báu** của mình"* (Ma-thi-ơ 13:51-52). Lời căn dặn của Chúa Giê-su (trong Ma-thi-ơ 13:52) chất chứa quá nhiều ẩn ý cho môn đệ Ngài thuở xưa và cho cả từng mỗi con dân Chúa hôm nay, đặc biệt là cho những người giảng dạy lời Kinh Thánh trong mọi hình thức. Để làm một *"thầy thông giáo"* trong văn hóa Do Thái, chúng ta phải ***am hiểu và thuộc lòng*** từng lời trong Cựu Ước. Chẳng những thế, thầy thông giáo vừa là ***học trò*** và vừa là ***người thầy*** dạy kinh luật của Đức Chúa Trời cho dân sự. Được làm thầy thông giáo là một đặc ân cao quý đi kèm với trách nhiệm thiêng liêng và quan trọng. Nhưng đối với Chúa Giê-su, tiêu chuẩn để làm người theo Ngài như một thầy thông giáo vẫn chưa trọn vẹn, mà thầy thông giáo đó phải được huấn luyện để trở thành môn đệ của Vương Quốc Thiên Đàng. Kinh Thánh tiếng Anh (English Standard Version) dịch Ma-thi-ơ 13:52: *"And He [Jesus] said to them, 'Therefore every scribe who has been trained for the Kingdom of Heaven is like a master of a house, who brings out of his treasure what is new and what is old."* Học Kinh Thánh, thuộc Kinh Thánh, và ngay cả dạy Kinh Thánh không đồng nghĩa với việc *"khám phá"* Thiên Quốc. Khi Đức Chúa Giê-su phán phải tìm kiếm Thiên Quốc trên hết, là Ngài muốn chúng ta kinh nghiệm sự *"khám phá"* Thiên Quốc. Hình ảnh sự khám phá và kinh nghiệm Thiên Quốc chính là lúc chúng ta bắt đầu đắc Đạo, *"giác ngộ"* Thiên Quốc. Từ tiếng Anh để mô tả sự đắc Đạo là *enlightenment,* nghĩa là *tỉnh ra mà hiểu rõ* (bừng tỉnh và nhận thức). Từng đoàn dân đông đi theo Chúa Giê-su, lắng nghe Ngài giảng, nhưng ít ai hiểu được và khám phá được Chân Lý của Thiên Quốc. Các môn đồ của Chúa cũng vậy, họ có thể hiểu được phần nào về Thiên Quốc qua những lời giáo huấn và giải thích từ Chúa Giê-su (khi Chúa biệt riêng họ ra khỏi đám đông), nhưng để nói rằng họ đã *"khám phá"* Thiên Quốc cùng với những mầu nhiệm về Thiên Quốc, trước khi đón nhận sự ngự trị và khai sáng của Đức Thánh Linh, thì chưa thể. Ngay cả 12 sứ đồ cũng không thể hiểu được chương trình mầu nhiệm của Thiên Quốc. Trong số họ, có người bán Chúa, bỏ trốn và chối Chúa. Họ chưa hiểu tại sao Chúa phải chết trên thập tự; chính họ cũng đã hoang mang về ngôi mộ trống; họ không dám tin vào mắt mình khi thấy người Thầy phục sinh từ cõi chết và hiện ra với họ. Ấy chính vậy, Chúa Giê-su đã ở lại thêm với họ 40 ngày nữa sau khi sự phục sinh, để dạy họ về Thiên Quốc (Công Vụ 1:3). Vậy, khi nào thì các môn đệ của Chúa *"khám phá"* ra Thiên Quốc? Ấy là vào buổi chiều Chúa Nhật, sau khi Chúa Giê-su phục sinh vào rạng sáng cùng ngày, khi cửa nhà các môn đồ đều đóng vì sợ người Do Thái. Đức Chúa Giê-su đến đứng giữa họ và nói: *"Bình an cho các con! Như Cha đã sai Ta thể nào, Ta cũng sai các con thể ấy."* Nói xong, Chúa Giê-su hà hơi trên họ và nói: ***"Hãy nhận lãnh Đức Thánh Linh…"*** (Giăng 20:19-23).

Các môn đồ ***bắt đầu hiểu*** và ***khám phá*** Thiên Quốc, cùng những sự mầu nhiệm của Thiên Quốc ấy khi Thánh Linh là Đấng mà Cha đã hứa ban ngự đến với họ (Giăng 14:26). Vì chỉ bởi Đức Thánh Linh, các môn đệ mới nhớ lại những gì Chúa Giê-su dạy, hiểu được những gì Chúa Giê-su đã làm, và khám phá Thiên Quốc như chính Chúa Giê-su đã phán. Ngay chính trong chiều Chúa Nhật ấy, Thô-ma đã nhận thức rằng Chúa Giê-su chính là Đức Chúa Trời! Thô-ma thưa: *"Lạy Chúa con và Đức Chúa Trời con!"* (Giăng 20:28). Thật phước hạnh cho các môn đồ được nhìn thấy dung nhan của Đấng Phục Sinh trong xác phàm. Nhưng, phước hạnh cao quý hơn cho những ai đọc Kinh Thánh, tin vào Chúa Giê-su, tìm kiếm Thiên Quốc và bước đi trong Thánh Linh. Chúa phán với Thô-ma, *"Có phải vì thấy Ta nên con tin chăng? **Phước cho những người không thấy mà tin!"*** (Giăng 20:29). Đến ngày Lễ Ngũ Tuần, Đức Thánh Linh đã giáng lâm! (Công Vụ 2). Hội Thánh được hình thành. Trải qua bao thế hệ, đã có **vô số** những người hùng trong đức tin, *"những người không thấy mà tin,"* bước đi tìm kiếm Thiên Quốc. Nhiều người đã chết trong đức tin, chưa nhận lãnh những điều hứa cho mình; chỉ trông thấy và đón chào Thiên Quốc từ xa, xưng mình là kiều dân và lữ khách trên đất. Cũng chính bởi đó, nên Đức Chúa Trời không thẹn mà xưng mình là Đức Chúa Trời của họ (Hê-bơ-rơ 11). Cũng chính vì họ đã nhìn thấy những điều vô hình của Thiên Quốc, cho nên, họ cũng đã làm được những điều bất khả trong danh Chúa.

Thiên Quốc Đang Hiện Diện Trong Bạn

Thật vậy, Thiên Quốc đã và lúc nào cũng đang ở rất gần với chúng ta, như Chúa Giê-su đã phán, *"Người ta sẽ không nói: 'Kìa nó ở đây hay ở đó!' Vì Thiên Quốc **ở trong các ngươi**"* (Lu-ca 17:21). Thiên Quốc sẽ ngự trong tấm lòng khi chúng ta vâng theo thánh ý Chúa và bước đi trong Thánh Linh. Làm sao biết được Thiên Quốc đang ở trong chúng ta? Hãy kiểm duyệt lại trong thâm tâm để xem có điều gì đang làm nghẹt ngòi sức sống của Thiên Quốc không? Những lo toan trong cuộc sống, từ miếng ăn, thức uống, đến sự ăn ngon, mặc đẹp đã làm chúng ta bất an (Ma-thi-ơ 6)? Chúa phán, *"Hỡi những ai mệt mỏi và gánh nặng, hãy đến với Ta, Ta sẽ cho các ngươi được an nghỉ"* (Ma-thi-ơ 11:28). Làm thế nào để đến với Chúa và để đón nhận Vương Quốc? Chúa Giê-su phán, *"Giờ đã trọn, Vương Quốc Đức Chúa Trời đã đến gần, **các ngươi hãy ăn năn và tin nhận Tin Lành"*** (Mác 1:15). Khi Thiên Quốc vào lòng và lớn mạnh thì chúng ta sẽ kinh nghiệm sự khát vọng để chuyên tâm tìm kiếm Thiên Quốc trên hết. Chính vì thế, chúng ta sẽ tìm kiếm sự công chính, bình an và vui mừng đến từ Thánh Linh. Phao-lô đã tỏ tường điều này bằng chính kinh nghiệm bản thân. *"Vì Vương Quốc Đức Chúa Trời không phải là chuyện ăn uống, nhưng là sự công chính, bình an, vui mừng trong Đức Thánh Linh"* (Rô-ma 14:17).

Chỉ khi nào tín hữu gắn bó với Chúa, tìm kiếm Thiên Quốc, thì chính Đức Chúa Giê-su sẽ ban cho chúng ta Thiên Quốc ấy. Chúa Giê-su phán: *"Các con đã gắn bó với Ta trong những thử thách của Ta, nên Ta ban Vương Quốc cho các con cũng như Cha Ta đã ban cho Ta, để các con được ăn uống chung bàn với Ta trong Vương Quốc Ta và được ngồi trên ngôi để phán xét 12 bộ tộc Y-sơ-ra-ên"* (Lu-ca 22:28-30). Khi con dân Chúa tìm kiếm Vương Quốc bằng đôi mắt thuộc linh, hướng tâm hồn lên trời, và thấy Vua Giê-su ngồi trên ngôi cao sang tể trị vũ trụ càn khôn, thì họ có thể kinh nghiệm những lời Ngài đã hứa, *"Thật, Ta bảo thật các con, người nào tin Ta cũng sẽ làm những việc Ta làm và sẽ làm những việc lớn hơn nữa, vì Ta đi về với Cha"* (Giăng 14:12).

Hiểu Biết – Nhìn Thấy – Kinh Nghiệm

Trong hành trình theo Chúa, chúng ta khởi sự bằng tấm lòng tìm kiếm Thiên Quốc. Mức độ để đo lường sự hiểu biết Thiên Quốc tùy thuộc vào cách chúng ta giải thích và định nghĩa Thiên Quốc bằng chính những gì mình nhận thức và khám phá. Albert Einstein nhận định, *"Chỉ khi nào chúng ta có thể giải thích điều chúng ta hiểu một cách đơn giản, thì lúc ấy chúng ta mới thật sự hiểu biết nó."* Nếu có ai hỏi: *"Bạn hiểu gì về Thiên Quốc?"* Hay, *"Bạn định nghĩa Thiên Quốc như thế nào?"* Chúng ta sẽ trả lời ra sao?

Sau 10 năm kể từ khi khởi hành tìm kiếm Thiên Quốc, tôi viết được một định nghĩa *"đơn giản"* nhất cho chính mình (và chia sẻ với Hội Thánh) trong 10 từ bằng Anh Ngữ như sau:

The Kingdom of God is <u>His everlasting reign manifested in Christ Jesus' Sonship over all</u>.

Vương Quốc Đức Chúa Trời là sự tể trị trường tồn của Ngài được mặc khải trong Linh làm Con của Đức Giê-su Christ trên tất cả mọi sự.

Tôi khích lệ quý độc giả dừng lại đôi phút để viết 1 định nghĩa (cho riêng mình) về Thiên Quốc bằng chính lời văn của mình, từ những gì quý vị hiểu về Thiên Quốc. Với tôi, đây là 1 *"bài tập"* rất thực tế và quan trọng để tự mỗi người đo lường sự hiểu biết về Thiên Quốc.

Bức hình dưới là đứa con trai 12 tuổi của tôi – Minh – đang tổng kết tất cả hàng nghìn *"lego pieces"* lại thành 1 *"tuyệt tác,"* có đủ hết cả từng *"piece"* lego một. Nhìn Minh làm điều đó cả ngày không biết mệt mỏi, quên cả ăn uống, làm tôi thích thú ngắm con mà nhìn thấy như chính mình cũng đang kết nối 66 sách trong Kinh Thánh lại thành một tuyệt tác về bức tranh Thiên Quốc. Bên dưới là hình của Minh tôi "chụp lén".

Sau khi có được khái niệm cơ bản về Thiên Quốc, chúng ta có thể hình dung được Thiên Quốc, đặc biệt là khởi trình của Thiên Quốc vào trong lòng lịch sử nhân loại. Khi hiểu biết bất kỳ điều gì, thì rất dễ để chúng ta hình dung ra điều đó trong *tâm trí*. Bến đỗ của Thiên Quốc (sự tể trị của Đức Chúa Trời) chính là trái tim của chúng ta (Ê-phê-sô 3:17; Rô-ma 5:5; Ga-la-ti 4:6). Qua đó, chúng ta sẽ *"nhìn thấy"* Thiên Quốc (Giăng 3:3). Đức Chúa Giê-su phán: *"Thật, Ta bảo thật các ngươi: 'Nếu 1 người không nhờ nước và Thánh Linh mà sinh ra thì không thể vào Vương Quốc Đức Chúa Trời'"* (Giăng 3:5). Kinh nghiệm việc *"nhìn thấy"* Thiên Quốc là như thế nào? Đây là kinh nghiệm được biến đổi và trở nên như con trẻ. Chúa phán: *"Thật, Ta bảo các con, nếu các con không biến đổi và trở nên như con trẻ, các con sẽ không bao giờ được vào Vương Quốc Thiên Đàng đâu. Vậy, người nào khiêm nhường như đứa trẻ này sẽ là người cao trọng hơn hết trong Vương Quốc Thiên Đàng"* (Ma-thi-ơ 18:3-4). Có thể nào trở vào lòng mẹ và sinh ra lần thứ 2 chăng? Đây là lý do tại sao Hài Nhi Giê-su đã giáng sinh. ***"Vì một Con Trẻ được sinh cho chúng ta,*** *tức là một Con Trai được ban cho chúng ta; quyền cai trị sẽ đặt trên vai Ngài. Danh Ngài là Đấng Cố Vấn* ***hay Đấng mưu luận lạ cùng*** *(The wonderful cuonselor), Đức Chúa Trời Quyền Năng, Cha Đời Đời, Chúa Bình An"* (Ê-sai 9:5-6).

Nếu là họa sĩ, bạn sẽ vẽ bức tranh về Thiên Quốc như thế nào? Tôi không phải là họa sĩ, mà là giáo viên Toán. Tôi sẽ *"vẽ"* sơ đồ của Vương

Quốc Thiên Đàng hiện đến trong lịch sử nhân loại bằng những kiến thức vỡ lòng của Toán, để chúng ta ai cũng có thể hình dung và nhìn thấy được.

- Minh họa rõ nhất và đơn giản nhất để nói đến sự trường tồn từ đời này qua đời kia của Thiên Quốc chính là 1 **đường thẳng/a line** (chạy dài vô tận từ 2 thái cực đối nhau) trong không gian.
- Khi Thiên Quốc *"bay"* vào trong lịch sử nhân loại, như Hòn Đá trong không gian bay vào trái đất, thì Thiên Quốc đã có một khởi điểm trong lịch sử loài người. Hòn Đá (Chúa Giê-su – hiện diện của Thiên Quốc) đã trở nên Hòn Núi lớn (sự lớn mạnh của Thiên Quốc trong thế gian), chiếm cả mặt đất và tồn tại đời đời. Tôi ví Hòn Đá ấy, khi bay vào lịch sử nhân loại, như 1 tia/(a ray). Có thể hiểu đây là 1 *"tia"* Ánh Sáng, *"tia"* Mặt Trời hay *"tia"* Hy Vọng cho nhân loại. Trong Toán học, *"tia"* (a ray) cũng là 1 đường thẳng, nhưng nó có khởi điểm và chạy dài tới vô cực. *"Tia"* là 1 minh họa rõ nghĩa nhất (với tôi) để diễn tả và để hình dung được Thiên Quốc đã đến trong lịch sử nhân loại như thế nào.
- Điểm khởi đầu của 1 *"tia"*/(ray) được ví như sự hiện diện của Thiên Quốc hiện đến (đáp xuống) trái đất. Trong *"tia"* thì có vô số điểm chạy dài đến vô tận để nói đến Thiên Quốc hiện hữu và tăng trưởng trong mỗi giai đoạn trong lịch sử con người. *"Tia"* cũng là 1 minh họa Toán học để nói đến cả 2 yếu tố *"hiện tại – tương lai"* của Thiên Quốc. Yếu tố *"hiện tại"* là khởi điểm và những điểm chạy dài trên *"tia."* Yếu tố *"tương lai"* là sự chạy dài đến vô tận của *"tia."* Chính vì vậy, *"tia"* là 1 hình ảnh đơn giản

để minh họa khi Thiên Quốc đi vào lòng lịch sử nhân loại, và những ai đặt niềm tin vào Thiên Quốc sẽ được cất lên và tận hưởng sự trường tồn đời đời trong Thiên Quốc.

Bên dưới là *"sơ đồ"* tôi phác họa về chương trình mầu nhiệm của Thiên Quốc, và nhờ Chris Đặng, cháu tôi, vẽ lại trên computer để trình diện cùng quý vị. Xin nhớ rằng: Line (Đường Thẳng) tượng trưng cho Thiên Quốc trường tồn. Tia (Ray) là khởi trình Thiên Quốc đi (bay) vào lịch sử nhân loại và dắt đưa người tin Chúa Giê-su qua từng giai đoạn lịch sử vào Thiên Quốc đời đời của Đức Chúa Trời.

Chú Thích: "A" = Past Ages (thời gian trong Cựu Ước); "B" = Church Age (thời gian mục vụ Hội Thánh); "C" = 7 - Year-Tribulation (7 năm đại nạn); "D" = Millennium (Thiên Niên Kỷ, 1000 năm).

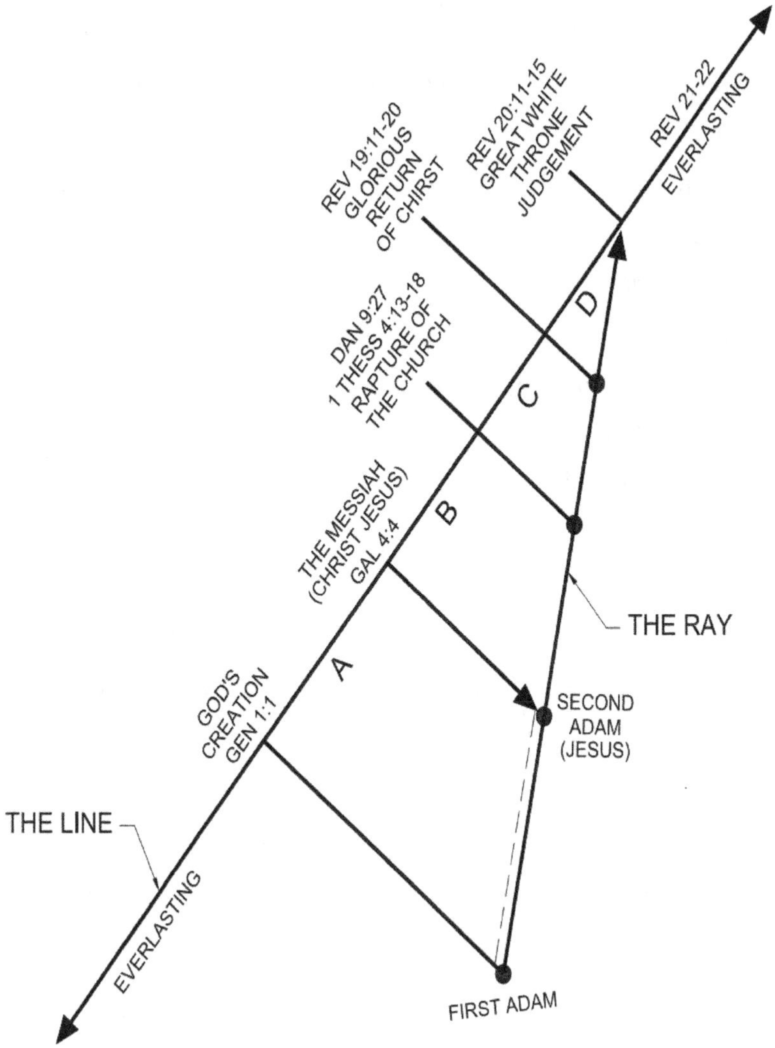
REV 19:11-20
GLORIOUS
RETURN
OF CHIRST
REV 20:11-15
GREAT WHITE
THRONE
JUDGEMENT
REV 21-22
EVERLASTING
DAN 9:27
1 THESS 4:13-18
RAPTURE OF
THE CHURCH
D
C
THE MESSIAH
(CHRIST JESUS)
GAL 4:4
B
THE RAY
A
GOD'S
CREATION
GEN 1:1
SECOND
ADAM
(JESUS)
THE LINE
EVERLASTING
FIRST ADAM

Sự Huyền Nhiệm Tối Hậu Của Thiên Quốc

Sau khi hiểu được sự ***Tể Trị*** của Đức Chúa Trời ***(God's Reign)*** chính là định nghĩa cơ bản cho nền tảng **Thiên Đạo** của Thiên Quốc; Thiên Quốc đã hiện diện trong trần gian qua chức vụ của Chúa Giê-su (thì hiện tại), và sẽ hiện đến một cách trọn vẹn trong thời sau cùng khi Đấng Christ tái lâm (thì tương lai). Tôi sẽ giải thích cặn kẽ hơn điều này (hiện tại và tương lai của Thiên Quốc) với sự dẫn chứng Kinh Thánh trong Chương 4. Trong phần này, tôi muốn trình bày sự huyền nhiệm tối hậu của Thiên Quốc. Kinh Thánh nói gì về sự huyền nhiệm của Thiên Quốc?

Sau nhiều năm tháng suy gẫm, tìm kiếm và nghiên cứu Kinh Thánh, tôi được cảm động bởi câu hỏi mà Thánh Linh đặt để trong lòng: *"Đâu là sự huyền nhiệm tối hậu/(the ultimate Mystery) của Thiên Quốc?"* Theo sự nhận định Chúa ban, sự huyền nhiệm tối hậu là Ánh Vương soi sáng tất cả những huyền nhiệm khác, và cũng là tinh thần (hay trọng tâm) cho tất cả lời tiên tri. Chúa Giê-su nói đến *"sự huyền nhiệm của Vương Quốc Đức Chúa Trời"* (Mác 4:11; Ma-thi-ơ 13:11), và Phao-lô cũng nói đến *"sự huyền nhiệm của Đức Chúa Trời"* (Cô-lô-se 2:2). Tôi cảm nhận được rằng, khi nắm bắt được sự huyền nhiệm tối hậu của Thiên Quốc, chúng ta sẽ khám phá được Tâm Điểm của Thiên Quốc cùng với sự mạch lạc và thống nhất của 66 sách trong Kinh Thánh.

Đức Giê-su Là Đấng Christ – Sự Huyền Nhiệm Tối Hậu

Khi khám phá và hiểu được sự huyền nhiệm tối hậu của Thiên Quốc, tôi càng cảm kích và thấu đáo mỗi khi Kinh Thánh gọi Chúa Giê-su là ***Đấng Christ*.** Điều này cũng đồng nghĩa rằng, nếu chưa hiểu được sự huyền nhiệm đó, chúng ta chưa thật sự cảm nhận được tột điểm về sự huyền bí của Thiên Quốc. Vì lẽ đó, nhiều con cái Chúa (trong đó có tôi) chỉ đón nhận danh từ *"Giê-su Christ"* như là tên của Chúa, hay cao hơn là danh xưng của Chúa. Nhưng khi nghiên cứu kỹ lưỡng từ *"Christ"* (một số bản Việt ngữ dịch là *"Đấng Cứu Thế"),* chúng ta sẽ thấy được sự mầu nhiệm tối cao của Thiên Quốc được cất giấu trong danh xưng *"Christ."*

Sáng 3:15 được ví như là lời tiên trị mẹ,[69] bởi từ đó, chúng ta nhận thấy được chương trình cứu chuộc của Đức Chúa Trời cho nhân loại. Giê-hô-va Đức Chúa Trời quở trách con rắn (Sa-tan): *"Ta sẽ làm cho ngươi và người nữ, dòng dõi ngươi và dòng dõi người nữ (her Seed) thù nghịch nhau. Người (Ngài) sẽ giày đạp đầu ngươi, còn ngươi sẽ cắn gót chân Người (Ngài)."* Sách Khải Huyền cũng nói, *"Chiên Con đã bị giết từ buổi sáng thế"* (Khải Huyền 13:8). Các nhà giải kinh tin rằng *"dòng dõi người nữ"* chính là Đức Chúa Giê-su, Chiên Con hoàn hảo của Thiên Đàng (Heaven's

---

[69] Tôi mượn ngôn từ "lời tiên tri mẹ"/"mother prophecy" từ 1 nhà Thần học khi ông nói đến tầm quan trong của Sáng Thế Ký 3:15.

perfect Lamb). Ma-thi-ơ nói gì về nguồn gốc Đức Giê-su? *"Hậu Tự"* đạp đầu Sa-tan, trong Sáng 3:15, cũng chính là Đấng đã làm thành lời hứa ấy![70]

- Ma-thi-ơ 1:1 bắt đầu gia phổ Đức Chúa Giê-su với Danh Xưng là Christ (the Messiah), nghĩa là Đấng Được Xức Dầu (Người Được Chọn). Đấng Christ này là ai? Ma-thi-ơ gọi Đấng Christ là *"Con"* vua Đa-vít, và *"Con"* của Áp-ra-ham (Matt. 1:2). *"Con"* cũng có nghĩa là *"hậu tự"* (the Seed) của dòng dõi Đa-vít và Áp-ra-ham. Tuyển dân đã trông đợi *"Hậu Tự"* này đến giải cứu họ ra khỏi ách thống trị của La Mã. Đây cũng chính là *"Hậu Tự"* người nữ trong Sáng Thế Ký 3:15. Phao-lô viết, *"Về các lời hứa đã phán cho Áp-ra-ham và dòng dõi ông (his Seed), Kinh Thánh không nói: 'Và cho các dòng dõi' như dành cho nhiều người, nhưng nói, 'Và cho dòng dõi con (Seed),' như chỉ về 1 người, đó là **Đấng Christ**"* (Ga-la-ti 3:16). Đành rằng các thầy thông giáo và tuyển dân đang chờ đợi Đấng Christ đến giải cứu họ, nhưng họ đã không biết cội nguồn, gốc tích của Đức Giê-su là Người như thế nào, đến từ đâu, và sẽ làm những gì trong chương trình cứu chuộc của Đức Chúa Trời cho nhân loại (Giăng 8:12-59; 10:22-39). Vì nếu biết, họ không đóng đinh Ngài trên thập tự! Phao-lô quả quyết, *"Nhưng chúng tôi rao giảng sự khôn ngoan, **mầu nhiệm và kín dấu của Đức Chúa Trời,** điều đã được Đức Chúa Trời định sẵn từ trước*

[70] Một nhà Thần học đã có lời nhận định về Sáng 3:15 như thế nầy, "The Promiser has become the promise".

các thời đại cho sự vinh quang của chúng ta. ***Không có nhà lãnh đạo nào của đời nầy biết được điều đó, vì nếu biết, họ đã không đóng đinh Chúa vinh quang trên thập tự giá"*** (I Cô-rinh-tô 2:7-8). Phi-e-rơ cũng nói tương tự trong Công Vụ 2:36: *"Vì thế, cả nhà Y-sơ-ra-ên hãy biết chắc chắn rằng Đức Chúa Giê-su này, Đấng mà anh em đã đóng đinh trên thập tự giá, đã được Đức Chúa Trời tôn làm Chúa và* ***Đấng Christ.****"*

Vậy, Đức Giê-su là ai? Nhiều lần trong Ma-thi-ơ, chúng ta thấy ông nhấn mạnh đến câu hỏi quan trọng, *"Giê-su là ai?"* (Ma-thi-ơ 8:27; 16:13; 21:10; 26:63; 27:11), và Ma-thi-ơ cũng trả lời câu hỏi ấy qua những ý từ vô cùng sâu rộng. Chúng ta cùng duyệt lại những cao điểm về nguồn cội của Đức Giê-su trong sách Ma-thi-ơ.

- Đức Giê-su là Em-ma-nu-ên (Đức Chúa Trời ở với chúng ta, 1:23).
- Đức Giê-su là Vua dân Do Thái (2:2).
- Đức Giê-su là Con của Đức Chúa Trời (2:15; 3:17; 4:6; 27:54).
- Đức Giê-su là Đấng cao trọng hơn cả đền thờ (12:6).
- Đức Giê-su là Chúa của ngày sa-bát (12:8).
- Đức Giê-su là Đấng cao trọng hơn Giô-na và Sa-lô-môn (12:41-42).
- Đức Giê-su là Đấng Christ, Con Đức Chúa Trời hằng sống (16:16).
- Đức Giê-su là Đấng Christ. Đấng Christ là ***Chúa*** của vua Đa-vít (22:41-46). Đấng Christ là Đức Chúa Trời Ngôi Hai, ngồi bên phải Đức Chúa Cha (Thi Thiên 110:1). Đấng Christ là Chiên Con, Sư

Tử của bộ tộc Giu-đa, Hậu Tự của Đa-vít, Đấng ở giữa Ngai Cao Sang với Đức Chúa Cha trên trời (Khải Huyền 5:2-6, 13).

- Đức Giê-su là Con Người (Son of Man) ngồi bên phải Đấng Quyền Năng, và ngự trên mây trời mà đến (26:64).

Ma-thi-ơ kết hợp 2 Danh xưng *"Giê-su – Christ"* lại với nhau, ông muốn bày tỏ, công bố cho tuyển dân Do Thái trước hết, và sau là cho toàn thiên hạ sự huyền nhiệm tối hậu của Thiên Quốc, ấy là: ***Đức Giê-su là Đấng Christ! Chính Ngài là Đức Chúa Trời trong xác thịt đang ở với nhân loại.*** Khi duyệt lại tất cả những gì Ma-thi-ơ ghi chép, chúng ta thấy 1 bức tranh đậm nét về sự huyền nhiệm tối hậu này mà Ma-thi-ơ thận trọng xếp đặt từng chi tiết vào đúng thời điểm để tỏ tường cho nhân loại (đặc biệt cho người Do Thái trước hết) biết rằng, Giê-su chính là Thượng Đế thành nhân! Đôi lần, Chúa Giê-su nghiêm cấm môn đệ của Ngài (cùng những người được Chúa chữa lành) không được bày tỏ về bản thể Thánh của Ngài, điều huyền nhiệm tối hậu của Thiên Quốc, khi thời điểm chưa được trọn (Ma-thi-ơ 16:20; 12:16; 17:9).

Có thể hiểu rằng, nếu Đức Giê-su đã không *"mở miệng để nói các ẩn dụ, nếu Ngài đã không công bố những điều kín giấu từ buổi sáng tạo thế gian"* (Ma-thi-ơ 13:35), thì toàn thể nhân loại không ai biết chính Ngài là Đấng Christ, Đức Chúa Trời Ngôi Hai. Chúa Giê-su phán: *"Thưa Cha, Chúa của trời và đất, Con ca ngợi Cha, vì* ***Cha đã giấu*** *những điều này với kẻ khôn ngoan, người sáng dạ, mà bày tỏ cho trẻ thơ. Thật vậy, thưa Cha, vì điều này đẹp ý Cha. Cha Ta đã giao mọi sự cho Ta,* ***ngoài Cha, không***

ai biết Con. Ngoài Con và người nào Con muốn bày tỏ thì cũng không ai biết Cha" (Ma-thi-ơ 11:25-27). Vậy, Kinh Thánh bày tỏ sự ẩn ý của điều huyền nhiệm tối hậu của Thiên Quốc, là hình ảnh của *"Hòn Đá bị thợ xây loại ra."* Thế gian sẽ có lắm người vấp ngã bởi chính Hòn Đá ấy. Phao-lô viết, *"Chúng tôi giảng Đấng Christ bị đóng đinh vào thập tự, điều làm cho người Do Thái vấp ngã, còn dân ngoại cho là điên rồ"* (I Cô-rinh-tô 1:23). Nhưng Đá ấy đã trở nên Đá Góc Nhà. Chúa Giê-su phán: *"Kẻ nào ngã trên Đá này sẽ bị giập nát, còn Đá ấy rơi nhằm ai thì sẽ nghiền nát người ấy"* (Ma-thi-ơ 21:44; Lu-ca 20:18).

Điều trọng thể là đây: **Đức Giê-su là Đấng Christ – Đức Chúa Trời trong xác thịt**! Hiểu được điều kết hợp của 2 danh xưng *"Giê-su - Christ,"* chúng ta hiểu được tâm điểm của tất cả các sự huyền nhiệm của Thiên Quốc. Hiểu được ***tâm điểm*** của sự huyền nhiệm tối hậu nầy sẽ soi sáng và làm tăng học thức của chúng ta về những gì Kinh Thánh dạy. Nhà Thần học J.I. Packer cam đoan thế nầy, *"Ngôi Lời thành xác thịt chính là sự huyền bí không tài nào giải nghĩa hết được, nhưng cũng chính bởi sự huyền bí đó giúp chúng ta hiểu rõ mọi điều trong Tân Ước."*[71] Nói cách tổng quát và rộng nghĩa hơn, tất cả những gì về Đức Chúa Giê-su Christ chính là *"những huyền nhiệm"* của Vương Quốc Thiên Đàng (Ma-thi-ơ

---

[71] J.I. Packer, Knowing God (Illinois: IVP Books, 1973), 54.

13:11). Khi chúng ta nghiên cứu cả 4 sách Phúc Âm, sự huyền nhiệm tối hậu này là tâm điểm.

- Mác bắt đầu Tin Lành bằng sự kết hợp tên Giê-su với danh xưng *"Christ"* để bày tỏ rằng Ngài là Đức Chúa Trời Ngôi Hai (The Son of God is God the Son). *"Khởi đầu Tin Lành của Đức Chúa Giê-su Christ, Con Đức Chúa Trời"* (Mác 1:1).
- Lu-ca loan báo cho toàn nhân loại, Hài Nhi Giê-su chính là Đấng Christ! Trong đêm Hài Nhi giáng sinh, thiên sứ loan báo: *"Vì hôm nay, tại thành Đa-vít, một Đấng Cứu Thế, là* ***Đấng Christ, là Chúa*** *đã được sinh ra cho các ngươi"* (Lu-ca 2:11).
- Giăng công bố cho nhân loại huyền nhiệm tối cao từ Thiên Quốc mà chính mình đã nghe, mắt đã thấy, tay đã chạm đến và tâm trí đã chiêm ngưỡng, đó là: *"Ban đầu đã có Ngôi Lời, Ngôi Lời đã ở cùng Đức Chúa Trời, và Ngôi Lời* ***chính là Đức Chúa Trời"*** (Giăng 1:1; I Giăng 1:1). Đức Chúa Giê-su là Ngôi Lời của Đức Chúa Trời và Ngôi Lời đã trở thành xác thịt, *"lập đền thờ ngự trong chúng ta, đầy ân điển và chân lý. Chúng ta đã chiêm ngưỡng vinh quang Ngài, thật là vinh quang của Con Một đến từ nơi Cha"* (Giăng 1:14).

Khi nghiên cứu Kinh Thánh và tìm kiếm Thiên Quốc, chúng ta sẽ thấy những từ ngữ, thuật ngữ, từng *"chấm,"* từng *"nét"* đều có những khải thị nhiệm mầu cho bức họa về Thiên Quốc. Tôi cảm nhận được sự dạy dỗ từ Đức Thánh Linh khi Ma-thi-ơ và Mác cùng ghi lại rằng, Chúa Giê-su ban cho các môn đồ hiểu biết về sự mầu nhiệm của Vương Quốc Thiên Đàng (Ma-thi-ơ13:11; Mác 4:11). Điều hết sức thú vị ở đây là Ma-thi-ơ dùng từ *"những sự mầu nhiệm"* bằng số nhiều (plural form); trong khi Mác dùng từ *"mầu nhiệm"* chỉ có 1 (single form). Trong ngôn ngữ học, cách dùng *"số ít"* hoặc *"số nhiều"* rất quan trọng, đặc biệt là trong ngôn ngữ cổ của Kinh Thánh, nhằm tỏ tường những chi tiết bí ẩn chưa được mặc khải ngay lúc đó. Ví dụ rõ ràng nhất là những trang đầu tiên của Kinh Thánh, Môi-se sử dụng danh xưng của Đức Chúa Trời ở thể số nhiều là *"Elohim"* (thay vì số ít là *"El"*). Khi am hiểu Kinh Thánh (Cựu Ước và Tân Ước), chúng ta khám phá ra rằng, một trong những ẩn ý của sự dạy dỗ từ danh xưng *"Elohim"* là nói đến *Đức Chúa Trời Ba Ngôi*. Đức Chúa Trời chỉ có Một, và Ngài bày tỏ chính mình Ngài qua Ba Ngôi (Sáng 1:26; Phục 6:4; Matt. 3:16-17; I Tim 2:5). Một ví dụ khác, trong thư gửi người Ga-la-ti, Phao-lô dùng thuật ngữ *"Seed"* ở thể số ít để chỉ ra rằng từ *"Seed"* trong lời tiên tri Cựu Ước là nhằm ẩn ý nói đến Đấng Christ (Ga-la-ti 3:16). Qua sự suy gẫm Kinh Thánh, đặc biệt là các Thư Tín của Phao-lô, tôi được Thánh Linh đặt trong lòng để giải thích: *Sự mầu nhiệm (chỉ có 1) trong Mác 4:11 là để nói đến điều huyền nhiệm tối hậu của Thiên Quốc,tức là:* ***Giê-su là Đấng Christ – Đức Chúa Trời trong xác thịt***; còn *"những sự huyền nhiệm"* (số nhiều) trong Ma-thi-ơ là để bày tỏ ***tất cả những gì về Chúa Giê-su Christ.*** Thiết nghĩ, nếu có thể ghi chép tất cả những gì Chúa Giê-su đã làm, cả thế gian cũng không thể chứa hết những sách được viết ra như Giăng đã nói (Giăng 21:25). Tôi cậy ơn Chúa để có thể tóm lược ***"tất cả những gì về Chúa Giê-su Christ"*** qua 7 giai đoạn trong chương trình cứu chuộc của Đức Chúa Trời. Mỗi giai đoạn là một sự huyền nhiệm vĩ đại mà nếu Chúa không bày tỏ, không ai tài nào hiểu được. 7 giai đoạn này là một Đại Quy Mô trong chương trình Thiên Quốc. Đây là một móc xích, một chuỗi dây chuyền mạch lạc, liên kết mật thiết, và xảy ra theo tuần tự thời gian đã được ấn định bởi Đức Chúa Cha. 7 giai đoạn **này** không thể tách rời nhau, không đốt giai đoạn. Mỗi giai đoạn phải được hoàn thành mỹ mãn và trọn vẹn trước khi dẫn đến giai đoạn kế tiếp.

1. Kỳ đã trọn, Đức Chúa Trời sai Con Ngài là Chúa Giê-su, giáng thế qua người nữ đồng trinh Ma-ri (thọ thai bởi Đức Thánh Linh), cùng với chức vụ (công việc và phép lạ) trong chương trình cứu chuộc nhân loại.
2. Sự thương khó, chết của Chúa Giê-su trên thập tự và sự chôn cất.
3. Sự Phục Sinh và ngôi mộ trống sau 3 ngày.
4. Sự thăng thiên của Chúa về trời và ngồi bên phải Đức Chúa Cha.
5. Sự Giáng Lâm của Đức Thánh Linh, Đấng đến trong Danh của Chúa Giê-su Christ.
6. Sự trở lại của Đức Chúa Giê-su Christ trong thế gian bởi sự ấn định của Đức Chúa Cha.
7. Đức Chúa Trời tạo nên *"Trời Mới và Đất Mới," "Ngài sẽ ở với họ và họ sẽ làm dân Ngài; chính Đức Chúa Trời sẽ ở với họ"* (Ê-sai 65:17; Khải Huyền 21:3).

Có thể liên tưởng và biết rằng, 7 giai đoạn trên chính là nội dung và là nền tảng của ***Bài Tín Điều Các Sứ Đồ.*** 1 Ti-mô-thê 3:14-16, Phao-lô đã nhắc nhở, lý do Hội Thánh là *"rường và cột của chân lý,"* là vì chúng ta *"phải công nhận* ***sự mầu nhiệm của lòng tin kính thật quá lớn lao.****"* Sự mầu nhiệm lớn lao ấy là gì? Phao-lô, bởi sự cảm thúc của Thánh Linh, đã kết nối tất cả những huyền nhiệm về Chúa Giê-su Christ thế này:

- ***Đấng đã được bày tỏ trong thân xác,***
- ***Được Thánh Linh tuyên xưng công chính,***
- ***Được các thiên sứ ngắm nhìn,***
- ***Được rao giảng cho muôn dân,***
- ***Được mọi người tin nhận,***
- ***Được cất lên trong vinh quang*** (I Ti-mô-thê 3:16).

Trong sự khao khát tìm kiếm Thiên Quốc, tôi nhận thức rằng: *Sự huyền nhiệm tối hậu của Thiên Quốc ấy chính là Đức Giê-su là Đấng Christ, Đức Chúa Trời trong xác thịt*. Phao-lô bày tỏ: ***"Sự mầu nhiệm của Đức Chúa Trời, tức (chính) là Đấng Christ. Trong Ngài ẩn chứa mọi kho tàng của sự khôn ngoan và tri thức"*** (Cô-lô-se 2:2-3).
Tôi hy vọng, khi đọc Kinh Thánh và thấy 2 danh xưng *"Giê-su – Christ,"* chúng ta sẽ thấu đáo và chiêm nghiệm được sự mầu nhiệm của Thiên Quốc.

Chúng ta cùng bước sang chương kế để cùng khám phá *"kho báu kín dấu"* mà Đức Chúa Giê-su Christ đã nói ẩn dụ về Vương Quốc Thiên Đàng (Ma-thi-ơ 13:44-46). Sự liên hệ giữa điều mầu nhiệm của Thiên Quốc và *"kho báu kín dấu"* là gì? Ai là người thương gia vui mừng bán hết mọi thứ mình có để mua *"viên ngọc trai quý?"*

Chương 3

Kho Báu Kín Giấu Trong Đồng Ruộng

(Ma-thi-ơ 13:44-46)

Bạn mô tả hành trình cuộc sống của mình thế nào? Khởi điểm là đâu, và bạn đang ở nơi nào trong thời điểm này? Có lẽ đây là những câu hỏi mà chúng ta thường đối diện trong cuộc đời. Bạn có đạt được những gì mình ước muốn chưa? Bạn thật đang là người hạnh phúc với những gì mình có? Xin dừng lại và dành đôi ba phút suy gẫm về những câu hỏi này trước khi đọc tiếp Chương 3.

Cuộc sống tôi đã bắt đầu bằng những vật lộn để sinh tồn, từ những mất mát người thân đến nhà cửa, vốn là những nhu cầu cơ bản để sống và để duy trì hơi thở mỗi ngày. Sau khi tiếp nhận Chúa Giê-su làm Cứu Chúa, cuộc sống tôi trở thành một hành trình, đầy những cuộc phiêu lưu mạo hiểm, những khám phá mới lạ không ngừng tiếp diễn, và một khát vọng tràn đầy sức sống cho tương lai. Khi thực hành định luật thuộc linh theo lời Chúa Giê-su, ***"Nhưng trước hết, phải tìm kiếm Vương Quốc Đức Chúa Trời và sự công chính của Ngài,"*** tôi thật đã cảm nhận và hiểu được kho báu kín dấu mà chính Đức Chúa Trời đã hứa: *"Ta sẽ ban cho ngươi **các kho báu bí ẩn**, của cải chứa trong những nơi kín đáo, để ngươi biết rằng chính Ta là Đức Giê-hô-va, Đức Chúa Trời của Y-sơ-rơ-ên, Đấng đã gọi đích danh ngươi"* (Ê-sai 45:3). Niềm vui thỏa này thật khó diễn tả hết bằng lời. Một khoái cảm trào dâng như nhà Toán học Archimedes, khi ông khám phá ra định luật buoyancy; sung sướng như Albert Einstein khi tìm ra công thức $E = mc^2$; cảm xúc tuyệt vời như vận động viên Olympic (Thê-vận-hội) chinh phục được thành quả mình khát khao.

Trong chương này, tôi sẽ diễn tả *"hành trình"* tìm kiếm và khám phá điều Chúa Giê-su dạy trong Ma-thi-ơ 13:44-46. *"Vương Quốc Thiên Đàng ví như* ***kho báu chôn giấu*** *trong một đồng ruộng. Một người kia tìm được thì giấu đi, vui mừng đem bán mọi thứ mình có, để mua đồng ruộng ấy"* (Ma-thi-ơ 13:44).

Dàn bài chính của Chương 3 sẽ quay quanh 3 câu hỏi:

1. *"Kho báu kín dấu"* trong ẩn dụ về Vương Quốc Thiên Đàng là gì?
2. Ai là *"người thương buôn đi tìm ngọc trai quý?"*
3. Đại ý của toàn chương Ma-thi-ơ 13 về Vương Quốc Đức Chúa Trời là gì ?

Ngụ Ý "Vương Quốc" Qua Lời Dạy Chúa Giê-su

Qua những nghiên cứu và tìm kiếm Thiên Quốc, đã có rất nhiều Viện Kinh Thánh được thành lập. Chúng ta có thể tự hỏi: *"Tại sao chỉ có một quyển Kinh Thánh mà lại có lắm cách nhìn khác nhau về Thiên Quốc?"* Có nhiều lý do để biện minh cho câu hỏi trên. Nhưng, lý do chính đáng nhất là: *Thiên Quốc là một chủ đề hết sức đa dạng, phong phú, và được bày tỏ trong mọi lĩnh vực từ thượng giới đến hạ giới.* Ngay cả một người có tuổi và trình độ hiểu biết Kinh Thánh như Ni-cô-đem, vẫn có thể trở nên ngơ ngẩn khi lắng nghe sự dạy dỗ về Thiên Quốc. Trong lúc đàm thoại về chủ đề Thiên Quốc với Ni-cô-đem, 1 thầy thông giáo, Chúa phán:

"Ngươi là giáo sư của Y-sơ-ra-ên mà không hiểu điều này sao?... Nếu Ta nói với các ngươi những điều thuộc về đất mà các ngươi còn không tin, huống chi Ta nói những điều thuộc về trời thì làm sao các ngươi tin được" (Giăng 3:12). Giáo sư George Ladd nhìn nhận, lý do tại sao có quá nhiều sự giải thích đa dạng về Thiên Quốc: *"Yếu tố cao vời (khó hiểu) của Thiên Quốc chính là một trong những nguyên nhân tại sao chúng ta có quá nhiều sự diễn giải đa dạng trong lịch sử Thiên Đạo [về Vương Quốc Thiên Đàng]."*[72]

Chúng ta cùng ôn lại những điểm chính về nét đặc trưng tự nhiên của Thiên Quốc, trước khi bước vào hành trình tìm *"kho báu kín dấu"* mà Đức Chúa Giê-su nói đến trong Ma-thi-ơ 13:44-46.

- Định nghĩa cơ bản của Thiên Quốc là: *Sự tể trị của Đức Chúa Trời.*
- Sự huyền nhiệm tối hậu của Thiên Quốc là: *Giê-su là Đấng Christ.*
- Những sự huyền nhiệm của Thiên Quốc được tóm lược qua 7 giai đoạn từ sự Giáng Sinh của Hài Nhi tới *"Trời Mới và Đất Mới."*

Khi nghiên cứu 100 câu Kinh Thánh mà Chúa Giê-su nói về Thiên Quốc trong 4 sách Phúc Âm, Clayton Sullivan đã phân loại ít nhất 7 phương diện dựa trên mỗi bối cảnh và mạch văn về Thiên Quốc:

---

[72] George E. Ladd, Jesus and the Kingdom – the Eschatology of Biblical Realism (New York: Harper & Row, 1964), 119.

(1) Sự gần kề hy vọng ở tương lai vào Thiên Quốc.

(2) Vấn đề ăn uống và cùng ngồi bàn (với Chúa) trong Thiên Quốc.

(3) Thiên Quốc như là 1 chủ điểm của khải tượng (viễn cảnh).

(4) Có thứ bậc trong Thiên Quốc.

(5) Là cổng vào.

(6) Là mục đích truyền rao.

(7) Thiên Quốc được bày tỏ qua những ví dụ ngụ ngôn.[73]

George Ladd, học giả về Thiên Quốc, tóm tắt lại những gì Chúa Giê-su dạy về Vương Quốc Thiên Đàng qua 4 phương diện như sau:

(a) Vương Quốc mang hàm ý ***sự tể trị*** (của Chúa).

(b) Vương Quốc như là ***viễn cảnh*** sau sự tận cùng thế giới. Người công chính sẽ được vào Thiên Quốc ở thời kỳ cuối.

(c) Vương Quốc như ***đang hiện diện*** trong chúng ta.

(d) Vương Quốc như ***1 lãnh thổ hiện tại,*** hay là không gian hiện thực mà chúng ta ***có thể*** bước vào.[74]

Khi suy gẫm và duyệt lại tất cả những câu Kinh Văn mà Chúa Giê-su nói về Vương Quốc, chúng ta thấy rằng, để tìm được ngụ ý chính của Chúa

---

[73] Clayton Sullivan, Rethinking Realized Eschatology (USA, Mercer University Press, 1988), Index.

[74] George E. Ladd, The Gospel of the Kingdom (Division of Christian Education, National Council Church, 1952), 118.

Giê-su khi Ngài nói *"Vương Quốc Đức Chúa Trời"* như thế này, *"Vương Quốc Đức Chúa Trời"* là thế kia, thật là 1 bài toán đố hết sức phong phú và phức tạp. Theo các học giả Kinh Thánh, ngụ ý chính trong tất cả những lời giảng dạy của Chúa Giê-su càng hóc búa hơn khi không nơi nào trong 4 sách Tin Lành (và cả Kinh Thánh) cung cấp 1 định nghĩa hoặc giải nghĩa trực tiếp về Thiên Quốc. Rất nhiều học giả nhận định: *"Bất cứ sự giải nghĩa nào cho ngụ ý chính của Giê-su về Thiên Quốc thì phải cần biết rằng, Ngài đã không bao giờ định nghĩa, hay giải thích rõ ràng về ngụ ý của Thiên Quốc là gì."* [75]

Bên cạnh sự thận trọng lắng nghe các học giả đi trước, lòng tôi có sự lập luận như sau. 1) Nếu Chúa không muốn chúng ta tìm hiểu sự dạy dỗ về Thiên Quốc (hay, tìm kiếm ngụ ý chính trong những sự giảng dạy về Thiên Quốc), thì Ngài đã không phán bảo *"hãy tìm Vương Quốc Đức Chúa Trời trên hết"* làm chi. 2) Các Thiên học gia quả quyết, không nơi nào Kinh Thánh (ngay cả Chúa Giê-su) cũng bày tỏ 1 cách rõ ràng, hay định nghĩa *"Vương Quốc Đức Chúa Trời"* là gì. Thế nên, trên cách nhìn của 1 giáo viên Toán, Chúa Giê-su đã ban cho chúng ta một *"bài toán đố"* về sự tìm

---

[75] George E. Ladd, A Theology of the New Testament, (Grand Rapids: Eerdmans, 1974), 118.

Clayton Sullivan, Rethinking Realized Eschatology (USA, Mercer University Press, 1988), 49.

kiếm ý nghĩa và sự mầu nhiệm của Thiên Quốc. Người giúp chúng ta hiểu và tìm được đáp số là Đức Thánh Linh!

Bởi vậy, tôi càng đam mê, cố tâm nghiền ngẫm và tương giao với Chúa nhiều hơn để tìm hiểu, và bởi ân điển Ngài, cố giải đáp *"kho báu kín giấu"* là gì. Thiết tưởng cũng nên giải thích một chút ở đây giữa sự liên hệ mật thiết của *"sự huyền nhiệm tối hậu của Vương Quốc"* và *"kho báu kín dấu"* của Thiên Quốc. Sự huyền nhiệm tối hậu của Thiên Quốc như đã trình bày và đã chứng minh (bởi Ân Điển) bằng lời Kinh Thánh trong Chương 2. **Đức Giê-su là Đấng Christ – Đức Chúa Trời trong xác thịt**. Điều huyền nhiệm vĩ đại này liên hệ như thế nào đến *"kho báu kín giấu?"* Tôi xin *"bật mí"* một chút để tăng thêm sự *"hiếu kỳ"* cho quý độc giả: *"Sự huyền nhiệm tối hậu của Thiên Quốc bày tỏ cho biết* ***Ngài là ai;*** *còn "kho báu kín giấu" trong đồng ruộng cho con cái Chúa biết* ***mình là ai."***

Bạn thật sự biết mình là ai chưa? Tôi không chỉ muốn nói đến tên tuổi, gia cảnh hay công việc của bạn. Tôi muốn nói bạn đã biết mình là ai trong chương trình cứu chuộc của Đức Chúa Trời, và bạn có thật sự biết giá trị *"kho báu kín giấu"* quý giá như thế nào và kho báu đó đang ở đâu không?

Kho Báu Kín Giấu

Trong mùa học đầu tiên của chương trình Tiến Sĩ Toán ở Đại Học Tulane, tôi có đọc bài viết của nhà Toán học, khuyên các sinh viên ngành Toán như sau, *"Khi các bạn đối diện với một bài Toán quá khó và không biết phải bắt đầu từ đâu, thì có thể hình dung như vầy. Mình bước vào 1 tòa nhà đồ sộ, rất nhiều phòng ốc, nhưng tất cả đều tối đen vì chưa mở đèn. Bài toán khó như chính là tòa nhà đen như mực đứng trước bạn. Bạn bước vào nhà và mãi tìm cho ra công tắc (the light-switch) nằm ở đâu. Nhưng vì quá tối, bạn va vào bàn ghế xung quanh. Cảm giác tổn thương trong bóng đêm làm bạn muốn bước ra ngoài và bỏ cuộc. Nhưng đừng vội làm vậy, hãy cứ ở yên trong bóng đêm một chút nữa để bạn dần thích nghi với môi trường xung quanh. Bạn sẽ từ từ phát hiện ra vị trí của những bàn, ghế trong nhà. Và cuối cùng, bạn tìm thấy công tắc bật điện. Khi ánh điện được bật lên thì làm sáng tỏ mọi điều."*

Tôi đã lắng lòng suy gẫm bài toán *"kho báu kín giấu"* trong đồng ruộng là gì rất nhiều lần? *"Công tắc điện"* ở đâu để có thể bật lên và làm sáng tỏ điều giấu kín? Như đã trình bày, Thiên Quốc luôn có những đặc tính tự nhiên, cùng với những huyền bí hết sức phong phú và trừu tượng đến khó hiểu ở mức độ cao. Điều quan trọng là miệt mài tìm kiếm, suy gẫm và suy luận để khám phá. Đây là mục đích Chúa Giê-su muốn chúng ta tìm kiếm cách hết lòng và Thánh Linh Ngài sẽ luôn chỉ dẫn. Tôi tham khảo rất nhiều sách Giải Kinh, *"phỏng vấn"* 1 số mục sư và giáo sư về *"kho báu kín giấu"* trong đồng ruộng mà Chúa Giê-su dạy. Tổng kết lại những gì tôi nghiên cứu và thu lượm, có 2 trường phái chính để giải nghĩa về lời dạy của Chúa Giê-su trong Ma-thi-ơ 13:44-46.

- Trường phái thứ nhất nhận định, Đức Chúa Giê-su Christ (cùng với những phước lành trong Ngài) là ***kho báu chôn giấu*** trong đồng ruộng. Còn *"một người kia,"* hay *"một thương gia"* là hình ảnh của những con người tìm thấy *"kho báu kín giấu"* trong Đức

Giê-su thì *"vui mừng đem bán hết mọi thứ mình có để mua đồng ruộng ấy"/"viên ngọc ấy."*

- Trường phái thứ 2 nhận định rằng, Đức Chúa Giê-su chính là *"một người kia,"* hay *"một thương gia"* đem bán mọi thứ mình có để mua đồng ruộng ấy. Trường phái này cho rằng, vì không ai có thể *"mua"* được giá trị của Thiên Quốc cùng với những phước hạnh trong Đấng Christ, chính vì thế Chúa đã đến tìm và cứu con người.

Câu hỏi mà chúng ta đều muốn biết ấy là: Trong 2 trường phái nầy, chúng ta *"chọn"* trường phái nào là thích đáng với những gì Kinh Thánh dạy?

Sự Dạy Dỗ Và Hòa Hợp Giữa Hai Trường Phái

Sau một quá trình dài tìm kiếm sự soi dẫn từ Chúa Thánh Linh, suy gẫm ngày đêm, xem xét từng chữ để đúc kết những gì Kinh Thánh dạy về *"kho báu kín giấu"/"viên ngọc trai quý giá"* trong Ma-thi-ơ 13:44-46, tôi nhìn nhận, cả 2 trường phái đều có cơ sở từ những gì được bày tỏ trong Kinh Thánh để *"bảo vệ"* lập luận cho trường phái mình là chính đáng. Như tôi trình bày từ đầu sách, Thiên Quốc bao la và phong phú vô cùng. Tôi ví sự dạy dỗ của Chúa Giê-su như một *"piecewise function"* (1 phương trình bao gồm nhiều tiểu phương trình ở trong đó và được định dạng theo từng giá trị riêng biệt của ẩn số). Xem xét từng lời, từng chữ trong Ma-thi-ơ 13:44-46, tôi xin minh họa, chứng minh có thể nhìn thấy lời ngụ ngôn của Chúa mang 2 hàm ý. Câu 44, *"Vương Quốc Thiên Đàng **ví như** kho báu chôn giấu trong 1 đồng ruộng,"* có nghĩa là: Chúa ví *"Vương Quốc"* (đến từ Ngài và trong Ngài) ***là*** *"kho báu chôn giấu trong đồng ruộng."* Câu 44 bảo vệ cho cơ sở lập luận của trường phái thứ nhất rằng *"Chúa Giê-su là kho báu kín giấu."* Nhưng câu 45, thì Chúa lại nói: *"Vương Quốc Thiên Đàng lại giống như/**ví như** 1 thương gia đi tìm ngọc quý,"* cũng có nghĩa rằng: Ngài ví *"Vương Quốc"* (đến từ Ngài và trong Ngài) ***là*** *"1 thương gia đi tìm ngọc quý."* Câu 45 bảo vệ cho cơ sở lập luận của trường phái thứ 2 rằng *"Chúa Giê-su là người thương gia đi tìm ngọc quý."* Sau đây là những điều tôi thu lượm và khám phá từ những dạy dỗ đến từ 2 trường phái.

Ở trường phái thứ nhất (Chúa Giê-su Christ là kho báu kín giấu), tôi có thể ví sánh với một định luật vật lý rằng: *"Khi 1 vật thể càng lớn bao nhiêu, nó đòi hỏi phải có 1 khoảng không gian tối thiểu bấy nhiêu để có thể chứa đựng nó."* Có nghĩa rằng, khi chúng ta càng khám phá sự bao la và tuyệt mỹ của Đức Chúa Giê-su Christ bao nhiêu trong tâm trí và tấm lòng, thì chúng ta sẽ thấy những giá trị trong đời này cũng dần nhỏ lại trong ta bấy nhiêu. Phao-lô làm chứng lại rằng: *"Nhưng vì cớ Đấng Christ, tôi xem những lợi lộc mình có như là lỗ. Vì sự nhận biết Đấng Christ Giê-su, Chúa tôi là quý hơn hết. Vì Ngài, tôi đành chịu lỗ tất cả, và xem những điều đó như rác rưởi, để được Đấng Christ, và được ở trong Ngài. Được vậy không phải nhờ sự công chính của tôi dựa trên luật pháp mà nhờ đức tin nơi Đấng Christ, là sự công chính đến từ Đức Chúa Trời dựa trên đức tin, để tôi biết Ngài, quyền năng phục sinh của Ngài, được chia sẻ sự thương khó của Ngài, và trở nên giống như Ngài trong sự chết của Ngài; hi vọng rằng tôi có thể đạt được sự sống lại từ cõi chết"* (Phi-líp 3: 7-11). Đích thật rằng, càng khám phá về Đấng Christ Giê-su, ta càng chiêm ngưỡng Ngài và càng vui thỏa trong Ngài bấy nhiêu (Thi Thiên 37:4). Càng chiêm ngưỡng Ngài, chúng ta thật sự kinh nghiệm được sự tự do trong Ngài và không còn nô lệ cho tội lỗi và cả những vật chất trong thế gian. Sau đây, là đôi điều tôi nhận thức và khám phá từ trường phái thứ nhất.

- Khi nhận biết Đức Giê-su là ai và giá trị tặng phẩm Ngài ban vĩ đại dường nào, thì chúng ta sẽ có những bước đi theo Chúa mạnh mẽ hơn, táo bạo và kết quả nhiều hơn. Đức Chúa Giê-su phán với người phụ nữ Sa-ma-ri: *"Nếu ngươi biết quà tặng của Đức Chúa Trời, và Người đang nói với ngươi: 'Cho Ta xin nước uống' là ai, thì chắc chắn sẽ nài xin Người, và Người sẽ cho ngươi nước sống"* (Giăng 4:10).
- Thật khó, nếu không muốn nói là bất khả, để *"bán mọi thứ mình có"* để theo Chúa, nếu chúng ta chưa nhìn biết được tầm giá trị của Thiên Quốc quý giá như thế nào. Chúa Giê-su phán với người thanh niên giàu có, *"Nếu ngươi muốn được trọn vẹn, hãy đi, bán những gì mình có và phân phát cho người nghèo thì ngươi sẽ có kho báu ở trên trời; rồi hãy đến theo Ta"* (Ma-thi-ơ 19:21).
- Theo Chúa trước hết là để ***khám phá*** Chúa là ai và Ngài vĩ đại dường bao. Phục vụ Chúa và tha nhân là bông trái từ sự khám phá Ngài là ai. Tin Lành mà chúng ta truyền rao với mọi người sẽ sống động và bùng nổ hơn khi chúng ta thật sự kinh nghiệm điều Chúa phán, *"bán mọi thứ mình có"* để theo Ngài. ***"Khám phá"*** **Chúa cùng với Thiên Quốc không những là điểm khởi đầu trong**

hành trình theo Chúa không thôi, mà còn là tiến trình đời đời để trở nên giống Ngài trong mọi phút giây.

- Khi nào con cái Chúa biết *"kho báu ở trên trời"* mà chính Chúa hứa ban, chúng ta sẽ dễ dàng hơn để đánh đổi mọi sự đời này và từ bỏ chính mình (bởi quyền năng Đức Thánh Linh vận hành trong chúng ta), vác thập tự giá mình mà theo Chúa. Chúa phán với các môn đồ: *"Nếu ai muốn theo Ta thì phải từ bỏ chính mình, vác thập tự mình mà theo Ta"* (Ma-thi-ơ16:24).

Ở trường phái thứ 2 (Chúa Giê-su Christ là thương gia đi tìm ngọc quý), tôi khám phá được nhiều sự dạy dỗ sâu đậm không kém gì như ở trường phái thứ nhất. Tôi càng thích thú và say mê nhiều hơn khi suy gẫm *"làm thế nào để là viên ngọc quý"* của Chúa trong trần gian. Hãy cùng tôi nghiên cứu những sự giải bày mầu nhiệm từ Kinh Thánh.

Khi giải nghĩa rằng: ***Chính Đức Chúa Giê-su Christ*** là thương gia đi tìm "*viên ngọc trai quý hiếm*" trong đồng ruộng (thế gian), vậy thì ai là *"viên ngọc trai quý hiếm."* Đây là điều tôi cậy ơn Chúa để trình bày và trả lời: *"Viên ngọc quý hiếm"* chính là những người ***gắn bó với Chúa Giê-su Christ trong thử thách, giữ vững những điều Chúa dạy cho tới khi Ngài đến, và sẵn sàng trung tín với Chúa cho đến chết.*** Ai có tai, xin hãy lắng nghe! Những người như thế, Chúa không những ban Vương Quốc Thiên Đàng cho, mà còn ban cho được ăn uống với Ngài trong Thiên Quốc, được ngồi để phán xét 12 chi phái Y-sơ-ra-ên (Lu-ca 22:28-30), được ban cho mão triều thiên sự sống, thẩm quyền trên các nước, ngôi sao mai, và được làm cột trụ trong đền thờ của Đức Chúa Trời (Khải Huyền 2:10, 26-28; 3:12). Những điều nầy, tôi có thể ví như *"kho báu ở trên trời"* mà chính Chúa sẽ ban cho những ai trung thành với Ngài. *"Họ sẽ được thấy mặt Ngài, và danh Ngài sẽ ở trên trán họ"* (Khải Huyền 22:4).

Sau đây là *sự trình bày* và giải nghĩa về *"viên ngọc hiếm quý" ("kho báu kín giấu")* trong trần gian mà Chúa tìm kiếm qua Ma-thi-ơ 13:44-46.

- ***Làm sao biết Chúa Giê-su là thương gia đi tìm "viên ngọc trai quý hiếm" ("kho báu kín giấu?")***

(1) Khi nghiên cứu Ma-thi-ơ 13, chính Đức Chúa Trời luôn là Đấng khởi xướng và tiên phong mọi sự. Chính Chúa là Người gieo giống trong thế gian. Trong toàn bộ Kinh Thánh, Đức Chúa Trời luôn đi tìm và cứu con người hư mất. Ngay từ đầu, khi A-đam và Ê-va bội nghịch, Chúa đã gọi A-đam và hỏi: ***"Con ở đâu?"*** (Sáng thế Ký 3:9). Con người sống theo bản ngã, cứ tiếp tục hư mất trong đường lối mình, và chẳng ai tự mình đi tìm Đức Chúa Trời. Kinh Thánh chép: *"Đức Giê-hô-va từ trên trời nhìn xuống con cái loài người để xem có ai khôn ngoan, tìm kiếm Đức Chúa Trời chăng. Tất cả đều lầm lạc, cùng nhau trở nên đồi bại;* ***chẳng có ai làm điều lành, dẫu một người cũng không"*** (Thi Thiên 14:2-4; Rô-ma 3:10-12). Chúng ta chỉ có thể yêu Chúa vì Chúa trước hết đã yêu chúng ta (I Giăng 4:19). Nếu Chúa không bày tỏ và mời gọi chúng ta đến với Ngài, thì không ai có thể tìm đến Ngài (Giăng 6:44; 6:65). Chính

Chúa Giê-su Christ bày tỏ, *"Con Người đã đến để tìm và cứu kẻ hư mất"* (Lu-ca 19:10).

(2) Một định nghĩa chung cho khái niêm về *"tôn giáo,"* ấy là: *Con người đi tìm Thượng Đế.* Còn Cơ-Đốc-Giáo thì bày tỏ: *Chính Đức Chúa Trời đi tìm và cứu con người.* Vì nếu chẳng bởi Thánh Linh soi dẫn và thêm sức, thì ***không ai*** có thể nhận biết Chúa. Chính Chúa trước hết đã tìm, cứu chuộc và kêu gọi chúng ta từ bỏ tất cả mà theo Ngài.

(3) Chỉ có Chúa Giê-su Christ *"là Đấng vì **niềm vui** đặt trước mặt mình, vui chịu thập tự giá, khinh điều sỉ nhục, và hiện đang ngồi bên phải ngai Đức Chúa Trời"* (Hê-bơ-rơ 12:2). Chúa Giê-su là hình ảnh của người *"vui mừng bán mọi thứ mình có để mua đồng ruộng ấy."* Chính Chúa Giê-su đã mua chúng ta bằng giá rất cao bởi huyết Ngài (I Cô-rinh-tô 6:20). Vì yêu thương nhân loại, Chúa Giê-su Christ đã *"từ bỏ chính mình, mang lấy hình đầy tớ và trở nên giống như loài người. Ngài đã hiện ra như một người, tự hạ mình xuống, vâng phục cho đến chết, thậm chí chết trên cây thập tự"* (Phi-líp 2:7-8). Chính Đức Chúa Giê-su Christ là Đấng *"vốn giàu nhưng đã trở nên nghèo vì anh em, để bởi sự nghèo khó của Ngài, anh em trở nên giàu có"* (II Cô-rinh-tô 8:9). Như đã trình bày trong Chương 2, tất cả những điều về Chúa Giê-su là những sự huyền nhiệm của Thiên Quốc. *"Kho báu giấu kín"/ "Viên ngọc trai quý hiếm"* cũng là một trong những sự dạy dỗ huyền nhiệm về Thiên Quốc.

(4) Hình ảnh *"kho báu chôn giấu trong đồng ruộng"/ "viên ngọc trai quý hiếm"* là ẩn ý nói đến ***chúng ta,*** loài người hư mất trong tội lỗi. Tuy được dựng nên trong hình ảnh Đức Chúa Trời, nhưng con người, kể từ khi A-đam và Ê-va bội nghịch, đã hư mất trong tội lỗi. Chúa đã bày tỏ tình yêu Ngài cho nhân loại bằng cách ban Chúa Giê-su đến tìm và giải cứu chúng ta trong lúc chúng ta đang còn trong hư mất (Rô-ma 5:8). Trong Lu-ca 15, Chúa Giê-su dùng ẩn dụ về người con trai hoang đàng để nói đến những đời sống lầm lạc, nhưng qua tình thương của Cha thì được tìm lại. Đức Chúa Trời như người Cha nhân từ trong Lu-ca 15, đón tiếp những kẻ lầm lạc nhưng biết ăn năn quay về. Chúa phán: *"Hãy mau lấy áo tốt nhất mặc cho nó, đeo nhẫn vào tay, mang giày vào chân. Hãy bắt con bê mập làm thịt. Chúng ta hãy ăn mừng! Vì con Ta đây đã chết mà bây giờ lại sống, đã mất mà **bây giờ tìm lại được"*** (Lu-ca 15:22-24). Cũng tương tự như tuyển dân đang ở trong nhà nô lệ Ai Cập, Chúa dấy lên Môi-se để giải cứu họ và đưa vào sa mạc để huấn luyện, trang bị niềm tin cho dân Ngài. Môi-se ghi lại, chính Đức Chúa Trời đã tìm dân Ngài, bao phủ họ, gìn giữ họ như con ngươi của mắt Ngài. Tuyển dân được Chúa yêu quý như *"kho báu của chính Ngài!" "Ngài **tìm** được họ trong 1 nơi hoang vắng, giữu những tiếng gào thét của hoang mạc. Ngài bao phủ họ, chăm sóc họ, gìn giữ họ như **con ngươi của mắt Ngài"*** (Phục Truyền 32:10). *"Con ngươi của mắt Chúa"* cũng là hình ảnh ẩn ý để nói rằng con

cái Chúa là *"kho báu kín giấu"/ "viên ngọc trai quý hiếm* trong Ngài.

- ***Tại sao Chúa, khi tìm được "kho báu chôn giấu" trong đồng ruộng thì đem giấu đi?***

(1) Khi Chúa cứu tuyển dân ra khỏi nhà nô lệ, đưa họ vào đồng vắng, biệt riêng ra khỏi thế gian để bảo vệ, tôi luyện, tỉa sửa cho mục đích Thiên Quốc. Cũng vậy, Chúa *"cất giấu"* những người tin cho mục đích Thiên Quốc. Như hạt giống cần chăm sóc để nẩy mầm và tăng trưởng trước khi kết trái, đời sống thuộc linh cũng cần được bảo vệ và tỉa sửa (Giăng 15). Người phụ nữ lấy men ủ vào 3 đấu bột, rồi ***cất đi*** cho đến khi bột dậy cả lên (Ma-thi-ơ 13:33), thì cũng thế, đời sống theo Chúa phải được Chúa bảo vệ trước khi dấn thân cho Thiên Quốc (Giăng 17:11-19). Chính Hài Nhi Giê-su, dù là Con Đức Chúa Trời, nhưng Ngài vẫn được quan phòng khỏi tay độc ác của vua Hê-rốt, trước khi Ngài khôn lớn và thi hành chức vụ (Ma-thi-ơ 2:13-23; Khải Huyền 12: 1-6).

- ***Do đâu mà biết ai là "viên ngọc trai quý hiếm"/"kho báu giấu kín?"***

(1) Đây là điều Thánh Linh thức tỉnh tâm linh tôi khi nghiền ngẫm về *"kho báu giấu kín."* Đành rằng Chúa đến thế gian để chịu chết cho toàn thể nhân loại, nhưng, không phải mọi người trong thế gian đều được cứu. Chỉ những ai tiếp nhận Ngài, tức là tin Danh Ngài, thì Ngài ban cho họ quyền trở nên con của Đức Chúa Trời. Thiên

Quốc cũng giống vậy, không phải ai nói *"Lạy Chúa! Lạy Chúa"* đều được vào Thiên Quốc đâu; nhưng chỉ người nào làm theo ý muốn của Cha trên trời mà thôi (Ma-thi-ơ 7:21). Những người làm theo ý muốn của Cha trên trời là *"viên ngọc quý báu"/"kho báu giấu kín"* của Chúa.

(2) Hội Thánh cũng vậy, không phải ai đặt chân đến Hội Thánh, thậm chí là thành viên của Hội, cũng đều là *"hạt giống tốt"* của Thiên Quốc (Ma-thi-ơ 13:24). Nhưng, chỉ những ai nghe Lời Chúa, hiểu Lời Chúa và kết quả trong Lời Chúa, người đó mới thật sự là hạt giống tốt (Ma-thi-ơ 13:23). Hạt giống tốt là *"viên ngọc trai quý hiếm"* của Chúa. *"Hạt giống tốt"* chính là con cái của Thiên Quốc. Chúa Giê-su giải nghĩa ẩn dụ về *"Người Gieo Giống"* rằng: *"Người gieo giống tốt là Con Người, đồng ruộng là thế gian;* ***giống tốt là con cái của Vương Quốc Thiên Đàng"*** (Ma-thi-ơ13:37-38).

(3) Chúa Giê-su dạy rằng Vương Quốc Thiên Đàng ví như 10 người trinh nữ cầm đèn đi đón chàng rể. Nhưng, chỉ có những trinh nữ nào khôn ngoan, vừa đem đèn và cũng vừa đem dầu theo, mới có thể đón chàng rể (vì chàng rể đến trễ), và được rước đi với chàng rể vào tiệc cưới. Với những trinh nữ dại khờ không đem theo dầu, thì người chủ bảo: *"Ta nói thật với các cô, Ta không biết các cô là ai cả"* (Ma-thi-ơ 25:1-13). Những người trinh nữ khôn ngoan là hình ảnh của *"viên ngọc trai quý hiếm"/"kho báu giấu kín"* của Chúa. Vậy, là những người tin Chúa, chúng ta hãy tỉnh thức và

chọn con đường *"Trung Tín"* (đường hẹp) mà đi, hầu dẫn đến sự sống đời đời (Ma-thi-ơ 7:13-14).

(4) Một mức độ cao hơn nữa là: *Không phải bất cứ người Do Thái, hay bất cứ 1 thành viên nào trong Hội Thánh cũng là "con ngươi của mắt Ngài"* (Phục Truyền 32:10; Thi Thiên 17:8). Ở đây, tôi không nói đến sang hèn hay địa vị, mà nhấn mạnh đến người nào trong thân Chúa, làm công việc theo ý Chúa và vì vinh hiển của Danh Cha. Chúa phán: *"Tại sao các **ngươi** gọi Ta là 'Chúa, Chúa!' mà không làm theo lời Ta phán?"* (Lu-ca 6:46). Con ngươi của mắt là phần phản ảnh lại Ánh Sáng (của chính Chúa) mà mắt nhìn thấy. Cho nên, để làm *"con ngươi của mắt Chúa,"* người ấy *"Tuân thủ điều răn của Chúa và giữ lời dạy dỗ của Chúa như **con ngươi của mắt mình"*** (Châm Ngôn 7:2). Chính những con người như thế đó mới là *"kho báu giấu kín"* của Chúa.

(5) Cho nên, không phải viên ngọc trai nào trong trần gian cũng đều là *"viên ngọc quý hiếm"* của Chúa. Không phải bất cứ ai thờ phượng đều làm đẹp lòng Chúa. Nhưng, chỉ những người thờ phượng bằng ***tâm linh*** và ***chân lý,*** ấy mới là những người thờ phượng mà Cha ***tìm kiếm****!* (Giăng 4:23). Chúa tìm kiếm *"kho báu **kín giấu"*** trong thế giới đầy những kho báu theo đời này. Ngài tìm viên ngọc trai ***quý hiếm theo thánh ý và đường lối của Ngài*** trong thế giới có đầy những viên ngọc trai đủ màu sắc. Trong Cựu Ước, Chúa ví những người thật lòng vâng lời và giữ giao ước như *"kho báu của riêng Chúa" ("the peculiar treasure of God,"* Xuất Ai-

cập Ký 19:5). Ma-la-chi 3:16-17 nói, Chúa ***lắng nghe*** những người kính sợ Ngài, 1 sách ghi nhớ được ***ghi chép*** trước mặt Chúa cho những người kính sợ Đức Giê-hô-va và tôn kính danh Ngài. Đức Giê-hô-va gọi những người ấy là *"cơ nghiệp riêng của Chúa,"* bản tiếng Anh là *"My Jewels/treasure" ("kho báu riêng biệt của Chúa").* Đành rằng Chúa phán với tuyển dân, Chúa đã chọn Gia-cốp cho chính Ngài, lấy Y-sơ-ra-ên làm kho báu cho riêng Ngài, *"His special treasure"* (Thi Thiên 135:4), nhưng chỉ những người vâng phục Ngài và gìn giữ mạng lệnh Ngài thì mới thật sự là *"kho báu riêng"/ "viên ngọc trai quý hiếm"* của Chúa.

Để đúc kết tầm quan trọng của sự dạy dỗ về *"kho báu kín giấu"/ "viên ngọc trai quý hiếm,"* tôi xin trình bày như sau:

- Khi Chúa Giê-su đến lần thứ nhất, Ngài là người gieo giống như trong Ma-thi-ơ 13. Toàn thể loài người là ruộng (I Cô-rinh-tô 3:9). Không hạt giống nào gieo hôm nay mà có thể sanh bông trái vào sáng mai. Tất cả đều phải cần yếu tố ***thời gian*** để nẩy mầm, tăng trưởng và kết quả. Cũng một thể ấy, *"kho báu giấu kín"/"viên ngọc trai hiếm quý"* cũng cần tôi luyện và thử thách, để trở nên một giá trị quý hiếm trong Thiên Quốc. Người xưa dạy: *"Ngọc bất trác, bất thành khí."* Sự dạy dỗ ẩn ý của Chúa Giê-su về *"kho báu giấu kín"* rất sâu sắc; người nghe phải động não và suy xét xem mình có phải là *"kho báu giấu kín,"* hay làm sao để có thể trở nên *"kho báu giấu kín"* của Chúa. Chúa Giê-su phán, *"Hãy cứ ở trong*

Ta thì Ta sẽ ở trong các con. Như cành nho, nếu không ở trong cây nho thì tự nó không thể ra quả được... Nếu ai không cứ ở trong Ta thì bị ném ra ngoài như cành nho và bị héo, người ta nhặt lấy, ném vào lửa thì nó cháy" (Giăng 15:4-6). Để là 1 viên ngọc quý hiếm, yếu tố luyện rèn là điều tất nhiên, vì:

"Ngọc kia không giũa, không mài,
Cũng thành vô dụng, cũng hoài ngọc đi."

- Cũng trong Ma-thi-ơ 13, hình ảnh Chúa Giê-su ngự đến (trở lại) thế gian là thời điểm của mùa gặt (ngày tận thế), Chúa sẽ phân loại lúa mì với cỏ lùng, cá tốt với xấu, con cái của Thiên Quốc với con cái của quỷ dữ. Đến ngày tận thế, các thiên sứ sẽ đến, tách biệt kẻ ác khỏi những người công chính, và ném kẻ ác vào lò lửa; ở đó sẽ có khóc lóc và nghiến răng (Ma-thi-ơ 13:49). Tất cả người tin đều được Chúa ban cho cơ hội để đi vào *"vườn nho"* của Ngài để phục vụ Vương Quốc. Thật phước hạnh biết bao khi Chúa Giê-su Christ trở lại và tìm thấy người quản gia của Thiên Quốc trung tín trong công việc Ngài giao phó. Những người ấy là những người công chính trong mắt Chúa. Họ là ***"kho báu kín giấu"*** của Ngài. Đức Chúa Giê-su đã bày tỏ rằng, *"Những người công chính sẽ tỏa sáng như mặt trời trong Vương Quốc của Cha mình.* ***Ai có tai, hãy lắng nghe!"*** (Ma-thi-ơ 13:43).

Đại Ý Của Những Ẩn Dụ Về Vương Quốc Đức Chúa Trời Trong Ma-thi-ơ 13

Tổng kết đại ý những ẩn dụ Chúa Giê-su dạy trong Ma-thi-ơ 13:1-52 là công việc không nhỏ. Như đã trình bày, những huyền nhiệm về Vương Quốc giống như những bài toán đố với nhiều mức độ sâu thẳm, thậm chí đến vô tận. Tôi cảm nhận khi Chúa phán *"Hãy tìm kiếm Vương Quốc Đức Chúa Trời và sự công chính Ngài,"* Chúa dạy không những đặt Thiên Quốc trên hết mọi sự, mà còn phải tìm kiếm và khám phá đến cả đời đời, vì Thiên Quốc trường tồn, vĩnh cửu. Chúa muốn chúng ta suy gẫm và tương giao với Ngài hằng luôn để nhận được những giải nghĩa, những *"đáp án"* phải lẽ, chính đáng qua từng thời điểm để tăng trưởng trong Ngài. Đa-vít hiểu về sự tuyệt đẹp của Thiên Quốc và đã cầu nguyện: *"Con đã xin Đức Giê-hô-va một điều và **sẽ tìm kiếm điều ấy**. Đó là con muốn trọn đời con được ở trong nhà Đức Giê-hô-va, để nhìn xem sự tốt đẹp của Đức Giê-hô-va và cầu hỏi trong đền của Ngài"* (Thi Thiên 27:4). Điều tốt đẹp của Đức Giê-hô-va mà vua Đa-vít thấy là gì? Đa-vít đã được Thánh Linh mặc khải, và thấy ***điều huyền nhiệm tối hậu của Thiên Quốc, ấy là Đấng Christ ngồi bên phải Đức Chúa Cha.*** *"Đức Giê-hô-va phán với Chúa (Đấng Christ) của con (Đa-vít) rằng: 'Hãy ngồi bên phải Ta, cho đến khi Ta đặt các kẻ thù của Con làm bệ chân cho Con"* (Thi Thiên 110:1).

Có tất cả 7 đến 8 ngụ ngôn về Vương Quốc Thiên Đàng trong chương 13. Nghệ thuật ẩn dụ (hay ngụ ngôn) là gì? Theo giải thích của học giả

Vincent, ông cắt nghĩa: *"Ngụ ngôn là một hình thức dạy dỗ khi dùng một sự việc cụ thể để ám chỉ một điều khác bên cạnh. Hàm ý chính là để so sánh."* Nói cách dễ hiểu, nghệ thuật ẩn dụ là dùng những điều đã hiểu để nói đến hay giới thiệu đến những gì chưa thể hiểu. Trong Ma-thi-ơ 13, Chúa Giê-su dùng những gì quen thuộc nhất và gần gũi nhất với đời sống người dân để rao giảng về Vương Quốc. Chúa Giê-su dùng phép ẩn dụ để hoàn thành ít nhất là 3 mục đích chính trong Ma-thi-ơ 13:

(1) Sự hiểu biết về những mầu nhiệm của Thiên Quốc được ban cho các môn đồ, còn dân chúng thì chưa được ban cho (13:10-11).
(2) Để lời tiên tri của Ê-sai ứng nghiệm (13:14-15).
(3) Để ứng nghiệm lời tiên tri: *"Chúa sẽ công bố những điều kín giấu từ buổi sáng tạo thế gian"* (13:35).

Hãy cùng suy gẫm và nghiên cứu xem Chúa Giê-su đã công bố những điều kín giấu từ buổi **sáng thế** là gì?

Theo sự nhận định mà Đức Thánh Linh cảm động lòng tôi, thì ẩn dụ đầu tiên về người gieo giống (Ma-thi-ơ 13:3-9, 18-23) chính là nền tảng và đại ý chung cho cả các ẩn dụ kia trong cùng chương 13. Trong ẩn dụ về người gieo giống, đây là những điểm chính:

- Có 1 người đi gieo giống: Chúa Giê-su giải thích *"Người gieo giống tốt"* chính là Ngài, Con Người (Matt. 13:37).
- Hạt giống là Đạo Đức Chúa Trời (Lu-ca 8:11).

- 4 loại đất tượng trưng cho toàn thể nhân loại, những người nghe Đạo và đáp ứng những cách khác nhau. 4 loại đất ấy là:
  (1) **Trên đường** (dọc đường): Là những người *"nghe Đạo của Vương Quốc Thiên Đàng mà không hiểu, thì quỷ dữ đến cướp đi điều đã gieo trong lòng mình"* (Ma-thi-ơ 13: 18-19). Lu-ca diễn tả tương tự: *"Những hạt rơi dọc đường là những người đã nghe Đạo, nhưng về sau ma quỷ đến cướp lấy Đạo đó khỏi lòng họ, e rằng họ tin mà được cứu chăng."* (Lu-ca 8:11-12).
  (2) **Đất Đá:** Là người nghe Đạo liền vui mừng tiếp nhận; nhưng Đạo không đâm rễ trong lòng, chỉ tồn tại nhất thời, nên khi vì Đạo mà gặp hoạn nạn hay bắt bớ, người ấy liền vấp ngã (Ma-thi-ơ 13:20-21).
  (3) **Bụi gai**: Là người nghe Đạo, nhưng sự lo lắng về đời này, sự quyến rũ của giàu sang làm cho Đạo bị nghẹt ngòi, nên không kết quả (Matt. 13:22).
  (4) **Đất tốt:** Là người nghe, hiểu Đạo và có kết quả: 1 thành 100, 1 thành 60, 1 thành 30 (Ma-thi-ơ 13:23).

Khi chúng ta nghe giảng dạy về ẩn dụ người gieo giống, hoặc tham khảo các sách giải nghĩa để hiểu sự dạy dỗ trên, thì hầu hết, tất cả liên tưởng ra 4 thành phần trong ẩn dụ trên.

- Một số sách giải thích rằng: Nhóm lãnh đạo tôn giáo nghe Đạo Chúa Giê-su giảng, là thành phần thuộc về ***"dọc đường"***. Vì nhóm này cố chấp và chống đối Chúa Giê-su, nên họ không đón nhận và không hiểu những điều Chúa dạy.

- Nhóm đối tượng khác nữa cho thành phần thuộc về ***"dọc đường"*** mà chúng ta thường nghe các mục sư giảng dạy, đó là nhóm người có thành kiến với Đạo và có tôn giáo riêng của họ.
- 3 thành phần còn lại (đất đá, bụi gai, đất tốt), các sách giải nghĩa (cũng như số đông các mục sư) giải thích, họ là những người đi theo Chúa, nhưng bởi lượng đức tin khác nhau, họ đáp lại lời kêu gọi của Chúa cũng khác nhau. Trong Hội Thánh cũng có rất nhiều những thành phần kể trên (đất đá, bụi gai và đất tốt).

Với tôi, sau nhiều lần *"suy đi nghĩ lại"* về những chi tiết trong ẩn dụ đầu tiên về người gieo giống, tôi có một lập luận: Mỗi Cơ Đốc Nhân có thể nhìn thấy chính mình trong mỗi loại *"đất"* khác nhau. Khi chưa biết Đạo Chúa, chúng ta nghe lời Chúa rao giảng như *"từ lỗ tai này đi qua lỗ tai kia" ("dọc đường"),* chẳng hiểu gì mà đôi khi còn chống đối (nếu đã có 1 tôn giáo trước đó). Sau khi được Đức Thánh Linh cáo trách về tội lỗi, chúng ta vui mừng đón nhận Đạo Chúa vào lòng *("đất đá").* Nhưng không phải ai cũng trở nên một con chiên ngoan Đạo ngay tức thì. Qua thời gian và năm tháng, chúng ta bắt đầu trưởng thành trong Chúa, lớn khôn trong lời Chúa dạy sau những lần trải qua sóng gió, thử thách và cám dỗ *("bụi gai").* Để rồi sau cùng, chúng ta hy vọng rằng mình tìm kiếm, hiểu biết, khám phá những huyền nhiệm về Thiên Quốc và bước đi theo Ngài 1 cách trung tín *("đất tốt").* Tôi gọi lối giải thích nầy là sự vận dụng *"1 chiều không gian cá nhân"* vừa là kinh nghiệm bản thân và cũng vừa để khích lên Cơ-đốc nhân hãy tiếp tục tăng trưởng trong Chúa.

Thiên Quốc thì bao la, rộng lớn, bao gồm tất cả mọi chiều không gian và thời gian mà con người có thể liên tưởng tới. Một hôm, đang khi suy gẫm *"Ẩn Dụ Người Gieo Giống"* và tương giao với lời Chúa, tôi cảm nhận Đức Thánh Linh đặt vào lòng tôi một sự giải nghĩa rộng lớn hơn, bao gồm cả lịch sử nhân loại từ Sáng Thế tới Khải Huyền. Tôi nghiên cứu lại chi tiết bày tỏ trong *"ẩn dụ"* và những cảm nhận trong lòng, thì thấy có sự tương xứng, rõ nghĩa, hài hòa và hiệp nhất với nhau qua từng bối cảnh không gian và thời gian. Sau đây là điều tôi cảm nhận Chúa đặt trong lòng nhằm bày tỏ 4 loại đất trong *"Ẩn Dụ Người Gieo Giống"* theo sách Ma-thi-ơ 13:3-9, 18-23.

- **Dọc Đường:** A-đam và Ê-va là 2 người đầu tiên (thuộc thành phần *"dọc đường")* bị quỷ dữ cướp đi *"Lời Chúa"* ***đã được gieo trong lòng.*** Lu-ca cũng ghi rõ, đây là những người **"đã nghe Đạo,** *nhưng về sau ma quỷ đến cướp lấy Đạo đó khỏi lòng họ"* (Lu-ca 8:11). A-đam và Ê-va đã được Chúa dựng nên theo hình ảnh Ngài, ban phước và uy quyền trong cả trái đất (Sáng Thê Ký 1:26-28), và Chúa phán: *"Con được tự do ăn hoa quả các thứ cây trong vườn, nhưng về trái cây biết điều thiện và điều ác thì con không được ăn, vì ngày nào con ăn trái cây đó, chắc chắn con sẽ chết"* (Sáng Thế Ký 2:16). Sa-tan đến dụ dỗ Ê-va (A-đam đứng bên cạnh) ăn trái cấm (Sáng Thế Ký 3:1-7). Chính sự bội nghịch của A-đam và Ê-va, hậu thế của họ cũng là thành phần *"dọc đường,"* vì quỷ dữ đã cướp đi Lời Chúa trong lòng. Đức Giê-hô-va phán: *"Thần Ta sẽ không ngự trị* *mãi trong loài người, vì họ chỉ là xác phàm... . Đức Giê-hô-va thấy sự gian ác của loài người lan tràn trên mặt đất và chúng chỉ luôn toan tính những mưu đồ xấu xa, thì Ngài lấy làm tiếc vì đã tạo dựng loài người trên mặt đất và đau buồn trong lòng"* (Sáng Thế Ký 6:1-7). Chính Đức Chúa Giê-su, trong thời gian thi hành chức vụ, đã gọi giới lãnh đạo Do Thái Giáo và những người chống đối Ngài là *"con cái của ma quỷ."* Chúa phán với họ: *"Nếu Đức Chúa Trời là Cha các ngươi, thì các ngươi phải yêu thương Ta; vì Ta ra từ Đức Chúa Trời và từ Ngài mà đến... Tại sao các ngươi không thể hiểu điều Ta nói? Vì các ngươi không thể nghe được lời Ta. Các ngươi ra từ cha mình là ma quỷ và làm theo dục vọng của mình. Ngay từ đầu nó đã là kẻ giết người, và không đứng trong chân lý vì chân lý không ở trong nó. Khi nó nói dối thì nói theo bản tính của mình, vì nó là kẻ nói dối và là cha của sự nói dối"* (Giăng 8:42-44).

- **Đất Đá:** Hình ảnh *"đất đá"* đầu tiên là những người Do Thái được Chúa giải phóng khỏi nhà nô lệ Ai Cập, đem vào đồng vắng (sa mạc Si-nai) cho mục đích của Vương Quốc về sau. Đây là nhóm người khi nghe về sự giải cứu Chúa hứa đang khi bị áp bức bất công, thì *"liền vui mừng tiếp nhận; nhưng Đạo không đâm rễ trong lòng, chỉ tồn tại nhất thời, nên khi vì Đạo mà gặp hoạn nạn hay bắt bớ, thì họ liền vấp ngã"* (Ma-thi-ơ 13:20-21). Sa mạc là nơi *"đất đá"* trong mọi góc độ của cuộc đời. Đã không biết bao lần, tuyển dân bội nghịch với Chúa, đòi trở về xứ nô lệ, thậm chí muốn ném đá Môi-se, vì nghĩ rằng ông đã đưa họ vào sự chết. Kết quả là không một người nào ở thế hệ đó được vào đất hứa (trừ Giô-suê và Ca-lép). Hội Thánh qua nhiều thế kỷ, bên cạnh những người hùng đức tin, cũng không thiếu những con người thuộc *"đất đá,"* bội Đạo như lời Chúa Giê-su đã nói.

- **Bụi Gai:** Hình ảnh *"bụi gai"* đầu tiên là thế hệ được Giô-suê dẫn đưa vào đất hứa Palestine (Ca-na-an). Khi tuyển dân đi vào đất hứa, nhìn thấy sự sung túc, thạnh vượng, mầu mỡ của đất, họ bắt đầu *"lo lắng về đời nầy, sự quyến rũ của giàu sang làm cho Đạo bị nghẹt ngòi nên không kết quả"* (Ma-thi-ơ 13:22). Nguy hiểm hơn, khi tuyển dân vào được đất hứa, thay vì làm ánh sáng để đem sự cứu rỗi của Chúa đến cho muôn dân, họ lại bị lôi cuốn theo tập tục của dân bản xứ. Tuyển dân đã bắt đầu *"quên Chúa từ bao ngày không đếm được"* (Giê-rê-mi 2:32; 18:15). Trong lịch sử Hội Thánh, có rất nhiều người vừa có Chúa và cũng vừa có các thần tượng khác trong lòng. Chính vì vậy, mà Đạo bị nghẹt ngòi nên không kết quả.
- **Đất Tốt:** Hình ảnh đầu tiên của *"đất tốt"* là Hội Thánh mà chính Chúa Giê-su đã xây dựng trên Hòn Đá Thiên Quốc. Hòn Đá ấy là *"Đức Chúa Giê-su là Đấng Christ, Con Đức Chúa Trời hằng sống!"* (Ma-thi-ơ 16:16). Hội được xây dựng trên nền tảng <u>***điều huyền nhiệm tối hậu của Thiên Quốc***</u>. Không phải là bất cứ ai trong Hội đều là *"đất tốt,"* mà chỉ *"những người nghe, hiểu Đạo và kết quả: 1 thành 100, 1 thành 60, 1 thành 30."* (Ma-thi-ơ 13:23). Lu-ca nói *"đất tốt là những người* ***nghe*** *và* ***giữ Đạo*** *với lòng* ***chân thành và thiện ý, nhờ sự nhẫn nhục mà được kết quả"*** (Lu-ca 8:15). Nói cách rõ nghĩa, đúng với bối cảnh của ẩn dụ về người

gieo giống, và để nhấn mạnh 1 lần nữa trọng tâm cho đại ý của Chương 3, thì *"đất tốt"* là những người ***gắn bó với Chúa Giê-su Christ trong thử thách, giữ vững những điều Chúa dạy cho tới khi Ngài đến, và sẵn sàng trung tín với Chúa cho đến chết.*** Những người như thế, Chúa không những ban Thiên Quốc, mà còn ban cho được ăn uống chung bàn với Chúa trong Vương Quốc Ngài, được ngồi để phán xét 12 chi phái Y-sơ-ra-ên (Lu-ca 22:28-30), ban cho mão triều thiên sự sống, thẩm quyền trên các nước, ngôi sao mai và được làm cột trụ trong đền thờ Đức Chúa Trời (Khải Huyền 2:10, 26-28; 3:12).

Trong sách Mác, sau khi Chúa Giê-su dùng ẩn dụ về người gieo giống rao truyền cho dân chúng, còn lại một mình với 12 sứ đồ, Chúa nói: *"Các con không hiểu ẩn dụ này (người gieo giống) sao? Vậy thì làm sao hiểu được tất cả các ẩn dụ khác?"* (Mác 4:13). Rồi Ngài bắt đầu giải nghĩa cho họ. Chính Chúa Giê-su cho chúng ta biết rằng ẩn dụ về người gieo giống là nền tảng, đại ý để hiểu được tất cả ẩn dụ khác. Dựa trên lời Chúa Giê-su dạy, có thể đúc kết và kết nối lại toàn chương 13 trong Ma-thi-ơ như sau:

- Chúa Giê-su là Người gieo giống; hạt giống là Lời Chúa. Ẩn dụ là sự huyền nhiệm của Thiên Quốc.
- *"Hạt cải nhỏ nhất trong tất cả hạt giống"* đến từ Thiên Quốc, được ban từ Đức Chúa Giê-su. *"Hạt cải nhỏ nhất"* hàm ý nói đến sự huyền nhiệm của Thiên Quốc vô hình và không ai có thể biết

đến nếu không được bày tỏ ra bỡi chính Đức Chúa Trời cho chúng ta.

- Hình ảnh Vương Quốc giống như *"men"* mà người phụ nữ lấy ủ vào 3 đấu bột cũng giống như *"hạt cải"* được gieo vào trong 3 đấu bột (những người nghe, hiểu Đạo và kết quả), Thiên Quốc lớn lên ***trong*** và ***giữa*** họ, đến nỗi họ trở nên muối của đất và ánh sáng của thế giới.
- Những ẩn dụ còn lại (cỏ lùng, lưới cá) thì Chúa đã giải nghĩa cho môn đồ (và chúng ta) trong Kinh Thánh.

Chung quy lại, khi hiểu được những sự mầu nhiệm của Vương Quốc, đặc biệt là 7 giai đoạn trong chương trình cứu chuộc nhân loại của Chúa mà tôi đã trình bày trong Chương 2, chúng ta có thể *"gom"* lại tất cả các ẩn dụ về Vương Quốc Thiên Đàng. Để cô đong 7 giai đoạn trong chương trình cứu chuộc nhân loại và cùng để liên hệ từ những gì Kinh Thánh bày tỏ trong cả hai phần Cựu Ước và Tân Ước, tôi xin "mượn" công thức tuyệt hảo của sứ đồ Phao-lô mà đúc kết: Trong Đấng Christ Giê-su!

Kết Luận Chương 3

Hành trình tìm hiểu *"kho báu kín giấu"* là sự khám phá những giá trị thiêng liêng, cùng những tiêu chuẩn mà Đức Chúa Trời tìm kiếm trong tấm lòng con người. Chúng ta được tạo dựng trong hình ảnh và sự tốt đẹp của Đức Chúa Trời Ba Ngôi. Nhưng khi tội lỗi vào trong lòng nhân loại, làm cho họ bại hoại và hư mất. *"Như trong A-đam, mọi người đều chết"* (I Cô-rinh-tô. 15:22a). Chính vì cớ đó, Đức Chúa Trời đã ban cho nhân loại Con Một của Ngài để qua Ngài, chúng ta được trở lại làm con yêu dấu của Cha. *"Cũng vậy, trong Đấng Christ, mọi người đều sẽ sống lại"* (I Cô-rinh-tô 15:22b). Ấy vậy, trong mỗi thân thể (đời sống) Cơ Đốc Nhân, chứa đựng *"báu vật"* từ Thiên Đàng, ấy chính là Đức Chúa Giê-su Christ đang sống trong lòng người tin (II Cô-rinh-tô 4:4-6). Để trở nên *"kho báu kín giấu"* của Chúa, mỗi Cơ Đốc Nhân phải được trui rèn, tỉa sửa *"cho đến khi tất cả chúng ta đều đạt đến sự hiệp nhất trong đức tin và trong sự hiểu biết Con Đức Chúa Trời, để trở nên người trưởng thành, đạt đến tầm vóc đầy trọn của Đấng Christ"* (Ê-phê-sô 4:13). Vì là *"viên ngọc trai quý hiếm"* của Chúa trong trần gian, giáo sư C.S. Lewis, trong bài thơ ông sáng tác, miêu tả cuộc đàm thoại của chính ông với Đức Chúa Trời: *"... Và con không phải là người mơ tưởng, mà (con) là giấc mơ của Ngài"/"And I no dreamer, but Thy dream."* C.S Lewis tin rằng, Hội Thánh là giấc mơ của Chúa. Thật vậy, để Ê-va có mặt, A-đam đã ngủ mê. Để Hội Thánh xuất hiện, Chúa đã ngủ và … *"mơ"* 3 ngày!

Để là *"kho báu kín dấu"/"viên ngọc trai quý hiếm"* của Chúa, mỗi Cơ Đốc Nhân phải luôn xét mình trong mọi cách ăn ở để chiếu sáng Đấng Christ giữa lòng nhân thế. Hãy luôn chuyên tâm tìm kiếm Chúa và nhờ cậy ơn Ngài mà sửa đổi, ăn năn để gần Chúa nhiều hơn. *"Đức Chúa Trời ôi! Xin tra xét con và biết lòng con; Xin thử nghiệm con và biết tư tưởng con; Thử xem con có lối ác nào không, và dẫn con vào con đường đời đời"* (Thi Thiên 139:23-24). *"Kho báu kín giấu"* của Chúa trong trần gian này là người:

- Chết (bản ngã xác thịt) mỗi ngày để trở nên giống Chúa càng hơn (I Cô-rinh-tô 15:31).
- Không làm buồn lòng Đức Thánh Linh (Ê-phê-sô 4:30).
- Quên đi những điều đằng sau, vươn tới những gì đằng trước.
- Nhắm mục đích mà theo đuổi để đoạt giải về sự kêu gọi trên cao của Đức Chúa Trời trong Đấng Christ Giê-su (Phi-líp 3:13-14).

Xin đừng quên rằng, chúng ta chỉ có thể làm được những điều kể trên là nhờ Đấng ban năng lực cho chúng ta (Phi-líp 4:13).

Ước mong khắp nơi trên thế giới, Cơ-đốc-nhân thật sự nếm trải Thiên Quốc mầu nhiệm của Đức Chúa Trời, và khao khát được trở nên *"kho báu kín giấu"* của Chúa trong thế giới tăm tối này. Vì tôi tin rằng, càng có nhiều con cái Chúa khám phá được *"kho báu kín giấu,"* thì Thiên Quốc càng lớn mạnh trong Hội Thánh và trong cả thế gian. Nói cách khác, chỉ khi nhận biết Chúa yêu chúng ta và Ngài tìm chúng ta như thể tìm *"viên ngọc trai quý hiếm," "kho báu kín giấu"* của Ngài trong trần gian, thì con cái Chúa mới thật sự thoát khỏi nô lệ của vật chất, những thần tượng và những sợ hãi nghịch cảnh. Chỉ bởi khi ấy, thế gian mới có thể nhìn biết sự khác biệt giữa họ và con cái Đức Chúa Trời. *"Viên ngọc trai quý hiếm"* như những hoa sen tỏa ngát Thiên hương giữa chốn bùn lầy của trần thế.

Trong đầm gì đẹp bằng Sen,
Lá xanh, bông trắng lại chen nhụy vàng.
Nhụy vàng, bông trắng, lá xanh,
Gần bùn mà chẳng hôi tanh mùi bùn.
(Ca Dao Việt Nam)

Để tổng kết toàn bộ Chương 3, làm thế nào thể để hòa hợp và hòa giải cho câu hỏi dưới đây:

Đức Chúa Giê-su Christ (cùng tất cả những phước hạnh trong Chúa) là *"kho báu kín giấu"* của bạn, hay bạn là *"kho báu kín giấu"* của Ngài?

Đây là câu trả lời mà Đức Thánh Linh cảm động lòng tôi để đúc kết toàn Chương:

<u>Khi Đức Chúa Giê-su Christ là kho báu của bạn,</u>
<u>bạn sẽ trở thành viên ngọc trai quý hiếm của Ngài trong trần gian.</u>

Chương 4

Sự Liên Hệ Giữa Thiên Quốc Và Hội Thánh

Bạn định nghĩa Hội Thánh là gì? Vui lòng đặt sách xuống và ngẫm nghĩ vài phút, rồi hãy viết định nghĩa mà bạn hiểu về Hội Thánh. Vì cách hiểu về Hội như thế nào, sẽ cho chúng ta nhìn thấy sự liên hệ trực tiếp giữa Hội và Thiên Quốc. Mối liên hệ nầy cũng là một sự huyền bí theo bản tính tự nhiên và thiêng liêng của cả hai. *"Bài toán đố"* của sự liên hệ giữa Thiên Quốc và Hội vẫn luôn là một *"ẩn số"* mà các học giả Kinh Thánh vẫn thật sự chưa có sự thống nhất từ bao thế kỷ qua. Học giả George Ladd nhìn nhận: *"Một trong những câu hỏi hóc búa nhất trong sự nghiên cứu về Thiên Quốc chính là sự liện hệ giữa Hội và Thiên Quốc."*[76]

Đây là nội dung của Chương 4.

- Đặc tính hiện tại và tương lai của Thiên Quốc.
- Sự liên hệ giữa Thiên Quốc và Hội Thánh.
- Sự liên hệ giữa Hội Thánh và tuyển dân.
- Sự nguy hiểm khi nhầm lẫn Hội Thánh với Thiên Quốc

---

[76] George E. Ladd, "Jesus and the Kingdom – the Eschatology of Biblical Realism (New York: Harper & Row, 1964), 239.

Đặc Điểm *"Hiện Tại Và Tương Lai"* Của Thiên Quốc

Rất khó để định nghĩa Hội Thánh một cách phải lẽ theo Kinh Thánh, nếu chúng ta chưa nắm vững đặc tính về Thiên Quốc. Trong Chương 2, những gì Kinh Thánh khải thị về Thiên Quốc sẽ giúp chúng ta nhìn nhận rằng, Thiên Quốc không thể nào chỉ xuất hiện ở tương lai mà không hiện diện ở hiện tại và ngược lại. Hơn thế nữa, Thiên Quốc vẫn luôn trường tồn ở mọi không gian và thời gian. Đặc tính siêu việt của Thiên Quốc chính là sự vĩnh cửu (eternity). Đây là lý do mà loài người lúng túng và bối rối khi nghiên cứu và đối diện sự huyền nhiệm vô lượng của Thiên Quốc. Học giả Ridderbos thận trọng nhắc nhở những ai nghiên cứu Thiên Quốc: *"Sự hiệp nhất của 2 yếu tố hiện tại và tương lai là một vấn đề khó giải thích trong nhiều lĩnh vực. Vấn đề này không thể nào được giải nghĩa trọn vẹn bằng kiến thức hữu hạn của con người, bởi vì Thiên Quốc bao hàm cả sự hiệp nhất (của 2 yếu tố thời gian) và kéo dài mãi tận đến chương trình cứu rỗi thánh trong Đức Chúa Giê-su Christ."*[77]

Yếu tố song hành, hiện tại và tương lai của Thiên Quốc vượt quá kiến thức hữu hạn của con người, thậm chí đặc tính đó tạo ra sự mâu thuẫn trong khuôn khổ luật lệ cơ bản trong triết lý con người. Trong luật lệ cơ bản của triết học cổ, bất cứ 1 vật gì không thể vừa là *"A"* và cùng lúc không

[77] Herman Ridderbos, The Coming of the Kingdom (Canada: Paideia Press, 1978), 109.

phải là *"A."* Nó chỉ có thể là *"A"* hay không phải là *"A,"* chứ không thể nào cùng lúc mang 2 yếu tố *("A"* và không *"A").*[78]

Vì Thiên Quốc hằng hữu, tự hữu trong Đức Chúa Trời, nên Thiên Quốc không bị giới hạn bởi những không gian thuộc trái đất. Chúa Giê-su phán với dân Do Thái: *"Các ngươi ra từ dưới, còn Ta đến từ trên. Các ngươi ra từ thế gian nầy, còn Ta không ra từ thế gian nầy"* (Giăng 8:23). Kinh Thánh ghi rằng Vương Quốc Chúa không ra từ thế gian nầy. Khi tổng trấn Phi-lát hỏi Chúa Giê-su: *"Có phải Ngài là Vua dân Do Thái không?"* Chúa đáp: *"Vương Quốc Ta không thuộc về thế gian nầy. Nếu Vương Quốc Ta thuộc về thế gian nầy, thì những người theo Ta đã chiến đấu, không để Ta bị nộp vào tay người Do Thái.* ***Nhưng Vương Quốc của Ta không thuộc về thế gian nầy"*** (Giăng 18:36).

Tín lý Ba Ngôi của Đức Chúa Trời, nhìn trong ý thức hệ của loài người là một sự mâu thuẫn, vì nếu Đức Chúa Trời chỉ có Một (như Kinh Thánh dạy), nhưng tại sao lại tồn tại trong 3 Ngôi khác nhau? Trong kiến thức hạn hẹp của loài người, thì đó là điều mâu thuẫn. Nhưng, với Đức Chúa Trời Toàn Năng, Toàn Tri và Toàn Tại, thì đây là bản thể Thánh Khiết, độc nhất vô nhị, và đặc thù từ Đức Chúa Trời mà không ai, không *"thần"* nào có cả. Không thể hiểu hết tín lý Ba Ngôi, vì chúng ta là loài thọ tạo và kiến thức chúng ta là kiến thức hữu hạn (finite knowledge). Bản thể của Đức Chúa Giê-su Christ, trong kiến thức giới hạn của con người

---

[78] Aristotle, Metaphysics IV (Gamma) 3-6.

thì cho rằng, Đức Giê-su là người mất trí, vì Ngài là con người mà tự xưng là *"Ông Trời."* Người Do Thái nói với Chúa Giê-su: *"Chúng tôi không ném đá ông (Giê-su) vì một việc tốt đẹp, nhưng vì lời phạm thượng;* ***bởi ông là con người mà tự cho mình là Đức Chúa Trời"*** (Giăng 10:33).

Khi được mặc khải từ Kinh Thánh, chúng ta sẽ có sự thông sáng để hiểu biết đặc tính song hành – hiện tại và tương lai – của Thiên Quốc. Là giáo viên Toán, tôi thường hay giải những bài toán có đến 2 hoặc 3 đáp số (tùy theo mức độ phức tạp của phương trình đa thức). Khi bài toán chúng ta giải bằng những nguyên tắc toán học, đúng với định lý, thì đáp số là phải lẽ, không màng là có bao nhiêu đáp số. Tôi áp dụng nguyên tắc Toán học để *"giải đáp"* sự song hành – hiện tại và tương lai – của Thiên Quốc. Nếu những dữ kiện trong Kinh Thánh minh chứng Thiên Quốc là bao gồm cả *"hiện tại"* và *"tương lai,"* thì cũng đồng nghĩa phương trình Thiên Quốc có 2 đáp số (hay nhiều hơn tùy theo sự khải thị của Kinh Thánh). Khi nghiên cứu sự hiện hữu của Thiên Quốc trong trần gian, chúng ta sẽ nhận thấy Thiên Quốc đã và đang trở thành Vương Quốc của Đấng Christ khi Đấng Christ lâm phàm. Học giả John Bright nhìn nhận: *"Để tuyên bố một người là Đấng Christ (Đấng Messiah), có nghĩa là chúng ta nhìn nhận Thiên Quốc đang hiện diện trong Đấng ấy, vì chức vụ của Đấng Christ là thiết lập Thiên Quốc. Không thể nào tách rời Đấng Messiah (Đấng Được*

Xức Dầu) với Thiên Quốc. Vì đó là tâm điểm của các sách Phúc Âm để quả quyết Thiên Quốc đích thực đã và đang hiện hữu!"[79]

Sau đây là những đoạn Kinh Văn bày tỏ nét song hành – hiện tại và tương lai – của Thiên Quốc.

(1) Lu-ca 1:32-33: Đức Chúa Giê-su Christ là Vua, (Ngài được ban cho ngôi Đa-vít). Qua sự giáng thế, Thiên Quốc đã đến trong nhân loại. Đây là yếu tố ***hiện tại*** của Thiên Quốc đang hiện diện trong trần gian. *"Ngài sẽ trị vì đời đời nhà Gia-cốp; Vương Quốc Ngài mãi mãi trường tồn"* nói đến ***tương lai*** và cả ***vĩnh cửu*** của Thiên Quốc. Đây là yếu tố ***tương lai*** của Thiên Quốc khi Đấng Christ sẽ trở lại và *"sẽ trị vì đời đời..., Vương Quốc mãi mãi trương tồn."*

(2) Ê-sai 9:6-7: *"Vì một Con Trẻ được sinh cho chúng ta, quyền cai trị sẽ đặt trên vai Ngài..., quyền cai trị của Ngài cứ gia tăng mãi, và nền hòa bình sẽ vô tận trên ngôi Đa-vít và trên Vương Quốc Ngài, để lập vững và duy trì Vương Quốc ấy."* Phần Kinh Văn này bày tỏ cho chúng ta thấy, Thiên Quốc được thiết lập bởi Hài Nhi Giê-su (yếu tố ***hiện tại*** của Thiên Quốc trong trần thế), và Vương Quốc Chúa sẽ trường tồn mãi mãi (yếu tố ***tương lai*** và ***vĩnh cửu).***

(3) Ma-thi-ơ 12:6, 8, 38-50; 13:16-17: Cho thấy Thiên Quốc đang ngự với tuyển dân qua sự hiện diện của Chúa Giê-su. Đây là ***hiện tại*** của Thiên Quốc đang ngự giữa loài người.

---

[79] John Bright đã nhận định điều như vậy trong sách do ông viết, "The Kingdom of God (USA: Abingdon Press, 1980), 198, 216.

(4) Ma-thi-ơ 6:9-10; 14:29; 24:29-31; 26:64: cho thấy Thiên Quốc sẽ được vinh hiển trọn vẹn khi Vua Giê-su trở lại lần thứ 2 và trị vì muôn dân. Đây là yếu tố ***tương lai.***

(5) Lu-ca 17:20-21: Qua sự bày tỏ từ Chúa, *"...Vương Quốc Đức Chúa Trời ở trong (vòng) các ngươi,"* Chúa cho thấy rằng, Vương Quốc Ngài đang hiện diện với chúng ta. Đây là yếu tố ***hiện tại*** của Thiên Quốc đã đến trong trần thế.

(6) Giăng 18:37: Chúa tự nhận Ngài là *"Vua dân Do Thái."* Vương Quốc Chúa đã đến trong trần thế qua sự hiện diện của Chúa Giê-su. Đây là yếu tố ***hiện tại*** của Thiên Quốc trong trần thế.

(7) Đa-ni-ên 7:13-14; Phi-líp 2:5-11; Khải Huyền 19:11-16: Bày tỏ biến cố lâm phàm và tái lâm của Chúa Giê-su Christ. Ngài sẽ trị vì muôn dân. Vương Quốc Chúa sẽ trường tồn và không hề bị diệt vong. Đây là yếu tố ***hiện tại*** và ***tương lai*** của Thiên Quốc.

Chúa Giê-su Trừ Tà Ma – Nhưng Ngài Chưa Hủy Diệt Chúng

Yếu tố *"hiện tại và tương lai"* của Thiên Quốc cũng được thể hiện rõ trong chức vụ của Chúa, đặc biệt khi Chúa trừ ma, đuổi quỷ ra khỏi những người bị ám. Dựa vào những gì khi Chúa Giê-su đuổi quỷ, những tà linh bị đuổi ra khỏi người bị nhập, nhưng còn lẩn quẩn xung quanh. Nó vẫn chưa bị hủy diệt triệt để. Điều đó giải thích rằng, qua sự giáng thế của Chúa Giê-su và chức vụ của Ngài, thì Thiên Quốc đang hiện diện trong trần thế,

Ngài bày tỏ quyền tể trị của Thiên Quốc trên ma quỷ. Nhưng, tà ma quỷ dữ chưa bị hủy diệt ngay tức khắc (không còn tồn tại trên đất nữa). Kinh Thánh cho biết, chỉ khi Đức Chúa Giê-su trở lại thế gian để phán xét, Ngài sẽ hủy diệt quỷ vương (Sa-tan) và những quỷ sứ của nó (Ma-thi-ơ 25:41; Khải Huyền 19:20; 20:10). Qua sự bày tỏ quyền năng của Chúa trên ma quỷ, 2 yếu tố *"hiện tại và tương lai"* của Đức Chúa Trời được tỏ bày cụ thể. Sau đây là những phần Kinh Văn chỉ rõ điều trình bày trên.

(1) Ma-thi-ơ 12:28; Lu-ca 11: 14-22: Khi Chúa chữa lành người bị quỷ ám, Chúa phán với những người Pha-ri-si: *"Còn nếu Ta nhờ Thánh Linh của Đức Chúa Trời mà đuổi quỷ, thì Vương Quốc Đức Chúa Trời đã đến với các ngươi rồi."* Thiên Quốc đang hiện diện giữa vòng họ (yếu tố ***hiện tại)***.

(2) Ma-thi-ơ 12:29; Mác 3:27; Lu-ca 11:22: Chúa Giê-su giải thích, không ai có thể vào nhà 1 người mạnh sức để cướp tài sản, nếu trước hết không trói người ấy lại. Chúa ám chỉ rằng, chính Chúa là **Đấng** Mạnh Hơn (Lu-ca 11:22) mới có thể trói ma quỷ lại (Mác 3:27). Nhưng, ***chưa đến lúc*** Chúa hủy diệt ma quỷ, cho nên ma quỷ còn hiện diện. Chúa Giê-su phán: *"Khi uế linh ra khỏi 1 người, nó đi qua các nơi khô cằn để tìm chỗ nghỉ, nhưng không tìm được, nó nói: 'Ta sẽ trở về nhà ta, nơi ta ra khỏi'"* (Lu-ca 11:24-25).

(3) Ma-thi-ơ 8:29: Khi 2 người bị quỷ ám từ mồ mả đi ra và thấy Chúa, chúng gào lên: *"Hỡi Con Đức Chúa Trời, chúng tôi có liên can gì đến Ngài? Có phải Ngài đến đây để làm khổ chúng tôi* ***trước hạn định*** *không?"* Ma quỷ biết đến lúc Chúa Giê-su sẽ quăng

chúng vào lò lửa hình phạt, nhưng bấy giờ chưa phải lúc. Mác 1:23-25 và Lu-ca 4:33-35 nói rằng, ma quỷ biết sẽ đến lúc Chúa Giê-su sẽ hủy diệt nó (trong lần thứ 2, khi Ngài trở lại thế gian). Đây là yếu tố ***tương lai.***

(4) I Giăng 3:8; Hê-bơ-rơ 2:14-18; Ma-thi-ơ 25:41; Khải Huyền 20:10: Kinh Thánh bày tỏ, *"Sở dĩ Con Đức Chúa Trời đã hiện ra là để hủy phá công việc của ma quỷ."* Đây là bước thứ nhất khi Chúa đến. Tác giả Hê-bơ-rơ nói: *"Vì con cái thì cùng chung huyết nhục, nên chính Đức Chúa Giê-su cũng mang lấy huyết nhục giống như họ, để qua sự chết, Ngài tiêu diệt kẻ cầm quyền sự chết là ma quỷ, và giải phóng mọi người vì sợ chết mà sống trong nô lệ suốt đời."* Giai đoạn kế tiếp là khi Chúa Giê-su trở lại để phán xét thế gian, Ngài sẽ hủy diệt Sa-tan và quỷ dữ. *"Còn ma quỷ là kẻ lừa dối họ bị ném vào hồ lửa lưu huỳnh, trong đó đã có con thú và tiên tri giả. Họ sẽ đau đớn cả ngày lẫn đêm cho đến đời đời."* Đây là yếu tố tương lai của Thiên Quốc khi Vua Giê-su phán xét và trị vì muôn dân khi tái lâm.

Sự Liên Hệ Giữa Thiên Quốc Và Hội Thánh

- **Nguồn Gốc Bối Cảnh Chúa Giê-su Xây Dựng Hội Thánh.**

Chúng ta nghiên cứu kỹ trong bối cảnh thế nào, Chúa Giê-su bắt đầu xây dựng Hội Thánh. Ma-thi-ơ. 16:13-20: *"Khi đi vào khu vực Sê-sa-rê*

*Phi-líp, Chúa Giê-su hỏi các môn đồ: 'Theo lời người ta nói, thì Con Người là ai?' Các môn đồ thưa: '**Một** số người nói là Giăng Báp-tít, số khác nữa thì cho là Giê-rê-mi hay là 1 trong các nhà tiên tri.' Chúa phán rằng: **'Còn các con thì nói Ta là ai?'** Si-môn Phi-e-rơ thưa rằng: **'Thầy là Đấng Christ, Con Đức Chúa Trời hằng sống.'** Chúa phán với ông: 'Hỡi Si-môn, con Giô-na, phước cho con! Vì không phải thịt và máu bày tỏ điều nầy cho con, mà là Cha Ta ở trên trời. Còn Ta, Ta bảo con rằng: **'Con là Phi-e-rơ, Ta sẽ xây dựng Hội Thánh Ta trên Đá nầy**, các cửa âm phủ không thắng được Hội đó. Ta sẽ giao chìa khóa Vương Quốc Thiên Đàng cho con; bất cứ điều gì con buộc dưới đất cũng sẽ bị buộc ở trên trời, và bất cứ điều gì con mở dưới đất cũng sẽ được mở ở trên trời.'"* Khi thời điểm chưa đến để Chúa bày tỏ về sự huyền nhiệm nầy cho dân chúng, Ngài đã nghiêm cấm các môn đồ nói cho ai biết Ngài là Đấng Christ.

Như đã trình bày trong Chương 3, câu hỏi thường được nhắc đến và nhấn mạnh trong sách Ma-thi-ơ là: ***Giê-su là ai?*** Biết được **Chúa** Giê-su là ai, sẽ biết được sự huyền nhiệm của Thiên Quốc! Giăng cho biết rõ rằng, **Chúa** Giê-su là Vua dân Do Thái và là Vua của các vua (Khải Huyền 19:16). Phi-lát nói với Chúa Giê-su: *"Thế thì ngươi là Vua sao?"* Chúa Chúa Giê-su đáp: *"Chính ngươi nói Ta là Vua. **Đây là lý do tại sao Ta đã sinh ra, tại sao Ta đã giáng thế: 'Ấy là để làm chứng cho chân lý.' Bất cứ ai thuộc về chân lý đều nghe tiếng Ta**"* (Giăng 18:36-37).

Hội được xây dựng trên nền tảng của Chân Lý: ***Chúa Giê-su là Đấng Christ, Con Đức Chúa Trời Hằng Sống!*** Đức Giê-su Christ là Vua trên tất cả. Chính điều nầy trả lời cho câu hỏi của tổng trấn Phi-lát (và cho cả thế giới): *"Chân lý gì?"* ***Khởi điểm tiên quyết (cần và đủ) để xây dựng (mở Hội Thánh) ấy là các môn đồ của Chúa phải được mặc khải điều huyền nhiệm tối hậu của Thiên Quốc!***

Qua các sách Phúc Âm, các đồ đệ đã nghe Chúa giảng dạy, đã bỏ mọi sự theo Chúa, và cũng đã chứng kiến Chúa làm phép lạ, nhưng tất cả đều vấp ngã vì chưa thật sự hiểu rõ hết những huyền nhiệm của Thiên Quốc. Trở nên *"đất tốt"* là 1 tiến trình thuộc linh. Hiểu biết Chúa Giê-su đến trần thế để làm gì, bày tỏ điều gì, phải gánh chịu những gì trước khi được vinh hiển, đây là điều mà các môn đồ chỉ bắt đầu hiểu được khi Thánh Linh đến trên họ. Phi-e-rơ, sau khi kinh nghiệm Thánh Linh giáng lâm, đã mạnh dạn công bố cho dân chúng trong ngày Lễ Ngũ Tuần: *"Hỡi dân Y-sa-ra-ên, xin hãy nghe tôi nói đây: 'Đức Chúa Giê-su người Na-xa-rét đã được Đức Chúa Trời xác chứng trước anh em bằng những việc quyền năng, các phép màu và dấu lạ... Ngài đã bị phản nộp theo kế hoạch đã định và sự biết trước của Đức Chúa Trời, các ông đã mượn tay những kẻ gian ác đóng đinh Ngài trên thập tự giá và giết đi. Nhưng Đức Chúa Trời đã khiến Ngài sống lại...' Vì thế, cả nhà Y-sơ-ra-ên* ***hãy biết chắc chắn rằng Chúa Giê-su Christ này, Đấng mà anh em đã đóng đinh trên thập tự giá, đã được Đức Chúa Trời tôn vinh làm Chúa và Đấng Christ"*** (Công Vụ 2:36). Khi Thánh Linh ngự đến, Ngài tiếp nối công việc mà Chúa Giê-su giao phó cho các môn đồ (Ma-thi-ơ 28:19-20). Nhà Thần học Erickson nhìn nhận: *"Chính Đức Thánh Linh là Đấng đã thành lập Hội Thánh vào ngày Lễ Ngũ*

Tuần, khi Ngài làm báp-tem cho các môn đồ và khiến cho 3,000 người tin Chúa để khai sinh Hội Thánh. Và Ngài tiếp tục ngự trong Hội Thánh."[80]

Chúng ta nhận thức rằng, Chúa Giê-su đã xây dựng Hội Thánh từ những con người được Đức Chúa Cha mặc khải sự huyền nhiệm tối hậu của Thiên Quốc; khi Đức Thánh Linh ngự đến (giáng lâm), Hội đã được hình thành và khai sanh trong ngày Lễ Ngũ Tuần. Nội dung nền tảng trong bài giảng đầu tiên của Phi-e-rơ, và của hầu như tất cả những bài giảng trong sách Công Vụ (có ít nhất 20 bài giảng) chính là để bày tỏ điều huyền nhiệm tối hậu của Thiên Quốc: ***Chúa Giê-su là Đấng Christ!*** Vậy, Hội là gì và được xây dựng cho mục đích gì?

Hội Thánh là những người được kêu gọi, chọn lựa và ban cho sự hiểu biết về sự huyền nhiệm của Thiên Quốc. Họ là những người được đầy dẫy Đức Thánh Linh để thi hành Đại Mạng Lệnh Chúa Giê-su giao phó (Ma-thi-ơ 28: 18-20).

Đây chính là bối cảnh ban đầu của Hội Thánh.

---

[80] Millard J. Erickson, Thần Học Cơ Đốc Giáo II (Michigan, USA: BakerBooks, 2001), 389.

"Hội Thánh" Theo Ngữ Văn Kinh Thánh

Chúa Giê-su nói đến từ ngữ *"Hội Thánh"* chỉ 2 lần trong cả 4 sách Tin Lành (Ma-thi-ơ, Mác, Lu-ca và Giăng). Trong cả 2 lần đó (Ma-thi-ơ 16:18; 18:17), Chúa đều dùng thành ngữ *"Ekklesia."* Danh từ Hy Lạp *"Ekklesia"* được hiểu như thế nào? *"Ekklesia"* là từ ghép của 2 ý nghĩa: *"Ek"* có nghĩa là *"Ra đi"* (out of), *"kalein"* là *"kêu gọi"* (to call).[81] Khái niệm của danh từ *"ekklesia"* trong Hy Lạp cổ *"chỉ về 1 buổi họp công dân của 1 thành phố... được triệu tập định kỳ."*[82] Sự liên hệ giữa *"ekklesia"* với bối cảnh Cựu Ước là điều đáng nói ở đây. Trong Phục Truyền 9:10; 10:4; 23:1-3, từ ngữ *"qahal"* được dùng để triệu tập 1 buổi họp và cũng chỉ về hành động nhóm họp của hội ấy. Phần nhiều các học giả nhìn nhận rằng, danh từ Hy Lạp *"ekklesia"* mang đặc tính gần gũi với danh từ Cựu Ước Hy-bá-lai *"qahal"* vì được sử dụng để diễn dịch cho nhau trong Bản Bảy Mươi (the Septuagint).[83] *"Hãy nhớ ngày anh em đứng trước mặt Giê-hô-va Đức Chúa Trời tại Hô-rếp khi Đức Giê-hô-va phán với tôi: '**Hãy tập trung (qahal) dân chúng lại**. Ta sẽ cho họ nghe lời Ta để đang khi còn sống, họ*

---

[81] James Leo Garret, Jr., Systematic Theology- Biblical, Historical, and Evangelical (Bibal Press: N.R.H, Texas, 2001), 501.

[82] Millard J. Rickson, Thần Học Cơ-Đốc Giáo II, Nhà xuất Bản Thời Đại, 2005) 382.

[83] Như trên (ibid), 383.

học tập kính sợ Ta và biết dạy lời đó cho con cái mình'" (Phục Truyền 4:10).

Qua sự bày tỏ của ngôn ngữ cổ trong Kinh Thánh, *"Hội Thánh"* trong Tân Ước là sự nhóm họp của những người được kêu gọi từ chính Chúa Giê-su. Họ là một cộng đồng (tập thể) của những người thuộc Thiên Quốc. Điều này cho chúng ta biết ***Hội Thánh là những người được Chúa chọn và lập nên để kết quả cho Thiên Quốc*** (Giăng 15:16). Chúa không những chỉ giao chìa khóa (số nhiều) cho Phi-e-rơ không thôi như trong Ma-thi-ơ 16:19 (đành rằng Phi-e-rơ là người đại diện các môn đồ), mà Ngài giao chìa khóa cho những môn đồ đi cùng với Ngài nữa. Trong đoạn Kinh Văn ngay sau Ma-thi-ơ 16:19, Chúa phán: *"Thật, Ta bảo các con, hễ điều gì các con buộc ở dưới đất cũng sẽ bị buộc ở trên trời; và điều gì các con mở ở dưới đất cũng sẽ được mở ở trên trời"* (Ma-thi-ơ 18:18).

Ngày nay, khi nói đến Hội Thánh, một số người nhầm lẫn với nơi chốn nhóm họp (một căn nhà hay cấu trúc của một tòa building). ***Hội Thánh không phải là một vật thể hay một nơi chốn, Hội Thánh là những con người!*** Đây là điều hết sức trọng yếu để giải thích và phân biệt sự liên hệ cùng với sự khác biệt giữa Hội Thánh và Thiên Quốc.

- **Sự Liên Hệ Giữa Hội Thánh Và Thiên Quốc**

Như đã trình bày định nghĩa cơ bản của Thiên Quốc trong Chương 2, tôi muốn lập lại ở đây để thấy sự liên hệ và khác biệt của Hội Thánh và

Thiên Quốc. Thiên Quốc là ***sự tể trị/quyền thống trị*** của Đức Chúa Trời trên mọi sự, trong đó có con người. ***Tất cả loài người đều ở trong sự tạo dựng của Chúa, nhưng không phải ai cũng ở trong Thiên Quốc.*** Cho nên, khi bất cứ người nào tin nhận Đức Chúa Giê-su Christ làm Cứu Chúa, họ được sanh lại, được nhìn thấy Thiên Quốc (Vua Giê-su hiện diện trong lòng người ấy), được vào Thiên Quốc và trở nên con cái của Đức Chúa Trời. Kinh Thánh nói: *"Vương Quốc Đức Chúa Trời không chỉ bày tỏ bằng lời nói, mà bởi* ***quyền năng"*** (I Côr. 4:20). ***Thiên Quốc là một nơi được tể trị bởi quyền năng của Đức Chúa Trời*** trên muôn loài vạn vật! ***Hội Thánh là những con người tiếp nhận quyền năng tể trị trong Đức Chúa Giê-su Christ.*** Do đó, Hội Thánh không phải là Thiên Quốc. Hội là những công dân/đại sứ của Thiên Quốc. Thiên Quốc là quyền thống trị trong lòng những công dân Nước Trời. Tôi rất thích sự giải thích cặn kẽ và rõ ràng của nhà Thần học George Ladd về sự liên hệ và khác biệt giữa Thiên Quốc và Hội Thánh: *"Thiên Quốc là quyền tể trị sống động của Ngài trên vạn vật ở mọi chiều không gian và thời gian... Xét về ngữ học của Kinh Thánh, Thiên Quốc không được xem như đồng nghĩa với đối tượng (thuộc hạ) tiếp nhận quyền thống trị của Chúa. Họ là những người dưới sự trị vì của Chúa, sống trong Vương Quốc, và được quan phòng bởi quyền tể trị của Ngài. Hội Thánh là cộng đồng của Thiên Quốc, nhưng không bao giờ là chính Thiên Quốc. Môn đệ của Chúa Giê-su thuộc về Thiên Quốc như Thiên*

Quốc thuộc về họ; nhưng, họ không phải là Thiên Quốc. ***Thiên Quốc là sự thống trị của Đức Chúa Trời; Hội Thánh là tập thể con người.*** *"*[84]

Sau đây là những liên hệ và khác biệt giữa Thiên Quốc và Hội Thánh theo nhà Thần học George E. Ladd:

(1) Thiên Quốc tạo dựng ra Hội Thánh.
(2) Hội Thánh không phải là Thiên Quốc.
(3) Hội Thánh làm chứng và mở mang Thiên Quốc.
(4) Hội Thánh là công cụ/người phục vụ của Thiên Quốc.[85]

- **Sự Liên Hệ Giữa Hội Thánh Và Tuyển Dân**

Đành rằng có 12 chi phái và quốc gia đã bị chia làm 2 miền Nam (Giu-đa) – Bắc (Y-sơ-ra-ên), nhưng tuyển dân luôn chỉ là một trong mắt Chúa (II Sam 7:23; Ê-xê 37:15-28; Ô-sê 1:11). Như đã trình bày và bình luận về *"kho báu kín giấu"* trong Chương 3, không phải ai sanh ra trong vòng người Do Thái đều là *"con ngươi của mắt Chúa."* Cũng vậy, không phải ai đến nhóm họp với Hội Thánh, hoặc là thành viên của Hội đều là *"đất tốt."* Chỉ những ai bền lòng vâng giữ lời Chúa và trung tín với Ngài thì mới

[84] George E. Ladd, A Theology of the New Testament, 111.

[85] George E. Ladd, Jesus and the Kingdom (New York: Harper & Row, 1964), 259-260.

là *"kho báu kín giấu"* (*"con ngươi của mắt Ngài,"* hay *"Hội Thánh của Chúa Giê-su")*. Vì *"Đức Giê-hô-va không xem theo cách loài người xem; loài người xem bề ngoài, nhưng Đức Giê-hô-va nhìn thấy trong lòng"* (I Sam 16:7). Cũng một thể ấy, đến Hội Thánh là điều quan trọng, nhưng quan trọng hơn là khi chúng ta đi để thờ phượng Chúa, tìm kiếm Thiên Quốc, để kinh nghiệm sự biến đổi, để trở nên giống Chúa càng hơn. Thật vậy, chỉ có Chúa mới biết ai là *"Hội Thánh"* thật. *"Chúa biết những người thuộc về Ngài"* và *"Người nào kêu cầu danh Chúa thì phải tránh xa điều bất chính"* (II Ti-mô-thê 2:19). Phao-lô dạy: *"Vì người nào chỉ bề ngoài là người Giu-đa, thì không phải là người Giu-đa, còn phép cắt bì làm về xác thịt ở ngoài, thì không phải là phép cắt bì; nhưng bề trong là người Giu-đa mới là người Giu-đa, phép cắt bì trong lòng, làm theo cách thiêng liêng, không theo chữ nghĩa, mới là phép cắt bì thật"* (Rô-ma 2:28-29).

Để đúc kết cho sự liên hệ giữa Thiên Quốc, Hội Thánh và tuyển dân, cần phải nhớ, Đức Chúa Trời trong Kinh Thánh là Đức Chúa Trời chỉ có một (Phục Truyền 6:4; I Cô-rinh-tô 8:6). Đức Chúa Trời bày tỏ bản thể của Ngài qua Ba Ngôi trong từng thời đại: Đức Chúa Cha, Đức Chúa Con và Đức Thánh Linh. Dân Chúa và Hội Thánh, qua bao thế hệ, tuy nhiều nhưng cũng chỉ là một dân trước mặt Ngài. Vì Đức Chúa Trời chỉ có một, cho nên dân Chúa cũng chỉ là một mà thôi. *"Chỉ có một thân thể, một Thánh Linh, cũng như anh em đã được kêu gọi đến cùng một hy vọng, chỉ có một Chúa, một đức tin, một báp-têm; chỉ có một Đức Chúa Trời, Cha của mọi người, Ngài ở trên mọi người, giữa mọi người và trong mọi người"* (Ê-phê-sô 4:4-6). Qua cùng một niềm tin nơi Đức Chúa Trời Ba Ngôi, tất cả con cái của Chúa đều là một trong Ngài. *"Tại đây không còn phân biệt người Do Thái hay người Hi Lạp..., vì tất cả đều là một trong Đấng Christ Giê-su. Nếu anh em thuộc về Đấng Christ thì anh em là dòng dõi Áp-ra-ham, tức là những người thừa kế theo lời hứa"* (Ga-la-li 3:28-29). Giăng đã nhìn thấy viễn cảnh của con dân Chúa, một phước hạnh Thiên Đàng tuyệt đẹp: *"Sau đó tôi nhìn xem, kìa, có một đoàn người rất đông, không ai đếm được, từ các nước, các bộ tộc, các dân tộc, các thứ tiếng, đứng trước ngai và Chiên Con, mặc áo dài trắng, tay cầm lá kè. Họ lớn tiếng kêu rằng: 'Sự cứu rỗi thuộc về Đức Chúa Trời của chúng ta, Đấng ngồi trên ngai và thuộc về Chiên Con'"* (Khải Huyền 7:9). Chỉ có một Vương Quốc Đức Chúa Trời mà thôi. Sau đây là 3 hình ảnh rõ nghĩa nhất theo sự khải thị của Kinh Thánh để biểu lộ *"Dân Chúa"/"Hội Thánh"* qua mọi thời đại, dựa trên điều huyền nhiệm của Đức Chúa Trời:

- **Hội Thánh là Dân Thánh của Đức Chúa Cha** (Xuất Ai-cập 15:13, 16; II Cô-rinh-tô 6:16).
- **Hội Thánh là Thân Thánh của Đức Chúa Giê-su** (Ê-phê-sô 1:22-23; I Cô-rinh-tô 12:27).
- **Hội Thánh là Đền Thánh của Đức Thánh Linh** (I Cô-rinh-tô 3:16-17; 6:19; 12:13).

Khi gộp 3 hình ảnh trên lại với nhau, thì Hội Thánh (Dân Thánh) là Một Nàng Dâu của Đấng Giê-su Christ (Khải Huyền 22:1-14). Thân Thể Thánh của Chúa tuy có nhiều chi thể, nhưng cũng chỉ có Một Thân. ***Hội Thánh của Đấng Christ là Một Nàng Dâu mà thôi. Đấng Christ không***

có "cung phi" nào cả! Cũng như Ê-va đã ra từ A-đam thể nào, thì Hội Thánh cũng được tạo dựng thể ấy bởi huyết vô tội của Đức Chúa Giê-su Christ. *"Sự Mầu Nhiệm nầy thật cao sâu, tôi muốn nói đến Đấng Christ và Hội Thánh"* (Ê-phê-sô 5:32). Vì vậy, Hội mà Chúa Giê-su xây dựng cũng là 1 trong những sự huyền nhiệm trong chương trình Thiên Quốc. Qua sự huyền nhiệm của Đấng Christ, *"dân ngoại được trở nên những người thừa kế, những chi thể của cùng một thân, và những người cùng chia sẽ lời hứa trong Đấng Christ Giê-su"* (Ê-phê-sô 3:3-6; Cô-lô-se 1:27-29; Rô-ma 11:25).

Chung quy lại, Phi-e-rơ mô tả tuyển dân của Chúa như sau: *"Nhưng anh em là dòng giống được tuyển chọn, làm chức tế lễ thuộc dòng vua, là một dân tộc thánh, là dân thuộc quyền sở hữu riêng của Đức Chúa Trời; hầu cho anh em tuyên giảng về đức hạnh cao trọng của Đấng đã gọi anh em ra khỏi nơi tối tăm đến nơi sáng láng lạ lùng của Ngài.* (I Phi-e-rơ 2:9b)*"*.

Hội Thánh Thiên Quốc

Học giả Stanley Hauerwas nói, *"Một trong những câu hỏi quan trọng mà bạn hỏi các Thiên học gia: 'Các vị đi Hội Thánh nào?'"*[86] Nếu bạn hiểu những gì tôi trình bày từ đầu cho tới bây giờ, thì thật sự chúng ta chỉ có Một Hội Thánh mà thôi. Hội Thánh mà Đức Chúa Giê-su lập là Hội Thánh của Đức Chúa Trời Ba Ngôi!

Khi bước vào Chủng Viện Thần Học tại Southwestern Baptist Theological Seminary tại Fort Worth, Texas, tôi cứ tưởng rằng tất cả các mục sư tại tiểu bang Texas đều được đào tạo tại Chủng viện ấy. Nhưng khi nghiên cứu về lịch sử giáo hội, tôi thắc mắc và *"khám phá"* ra có rất nhiều Chủng Viện Thần Học trong tiểu bang, và cũng có *"vô số"* các Hội Thánh từ nhỏ chí lớn, mà không phải là Hội Thánh *"Báp-tít"* như tôi biết. Điều nầy không có nghĩa tiêu cực, nhưng nó đã làm cho tôi suy nghĩ và tự hỏi *"Tại sao?"* Không chỉ riêng tôi mới có cảm nghĩ như vậy, các mục sư ở Châu Á và Châu Phi cũng đã bày tỏ mối quan tâm sâu đậm trong Vương Quốc Đức Chúa Trời. Khi Hội Thánh trong cùng địa phận của họ nhận được sự tiếp trợ từ nhiều giáo hội khác nhau tại Mỹ hoặc các nước khác, thay vì mọi người đều chung vui, thì không ít cũng nhiều giữa vòng các Hội Thánh địa phương (và cả các mục sư) lại có sự ganh đua và phân biệt,

---

[86] Russel D. Moore, The Kingdom of God – the New Evangelical Perspective (Illinois: Crossway books, 2004), 131.

vì không cùng sự tiếp trợ của chung hệ phái. Trong quyển sách *"God's Double Agent"* của mục sư Bob Fu, ông chia sẻ kinh nghiệm đầu tiên khi đặt chân vào Chủng Viện Thần Học tại Mỹ (cũng giống như cảm nhận của chính tôi) để ghi danh. Đọc tới phần Bob Fu mô tả trải nghiệm đầu tiên khi nhận biết về sự phong phú của quá nhiều giáo hội trên nước Mỹ, lòng tôi cũng *"thiểu não"* như ông vậy. Mục sư Bob Fu kể lại, khi ông sang Mỹ và ghi danh học tại Westminster Theological Seminary vào 1997, ông được trao cho tờ giấy để ghi chép mình thuộc hệ phái Tin Lành nào. Mục sư Bob Fu đã viết: *"Mắt tôi mở tráo ra và nhìn vào danh sách các hệ phái – có hơn 200 sự chọn lựa! Đó là một trong những cú sốc văn hóa đầu tiên của tôi."*[87]

Là những người con của Chúa, chúng ta hiểu phần nào về lịch sử Hội Thánh và cả về lịch sử của giáo hội. Nhưng, chúng ta cũng phải thận trọng về sự phong phú đến *"phức tạp"* của quá nhiều giáo phái trong cùng một niềm tin trong Đức Chúa Giê-su Christ. Trong những chuyến công tác tại Việt Nam và gặp gỡ với các ban nghành chính phủ, những vị lãnh đạo nhà nước khi có cơ hội trò chuyện riêng, họ thường hỏi tôi: *"Tôi không hiểu tại sao Tin Lành có quá nhiều hệ phái đến như vậy?"* Tôi không ngạc nhiên lắm về câu hỏi này, nhưng điều làm tôi ưu tư là khi mời các mục sư Việt Nam sang tham dự những Hội Đồng và hội thảo với các mục sư trên

---

[87] Bob Fu (with Nancy French), God's Double Agent – the true story of a Chinese Christian's fight for freedom, (Michigan: BakerBooks, 2013), 332.

thế giới tại Texas; họ chia xẻ với tôi, khi đến Texas thì mới dám ngồi chung với những *"anh em mục sư Việt Nam khác hệ phái."* Bởi bình thường ở Việt Nam, các Hội Thánh khác giáo phái rất hiếm khi ngồi chung, từ cấp lãnh đạo đến tín đồ. Khi xét lại bản thân, tôi thấy chính mình cũng rất ít khi thông công với các mục sư khác hệ phái. Có phải những đặc tính của Hội như thánh khiết, yêu thương, hòa hiệp đã và đang mai một, sa sút trong lòng chúng ta? Làm thế nào để Hội nhen lại *"tình yêu ban đầu"* với Chúa và với nhau? Cậy ơn Chúa, tôi mượn lời của nhà Thần học Henry F. Carl để khơi dậy trong con dân Chúa một ánh sáng Thiên Quốc từ những đống lửa đang tàn phai trong các Hội Thánh khắp nơi, *"Then chốt của Thần học Lai thế và Thần học Cứu rỗi trong Hội Thánh được tìm thấy trong* ***mục đích của Thiên Quốc. Chỉ qua bởi mục đích của Thiên Quốc, mới có thể giải cứu Cơ Đốc Giáo ra khỏi một tương lai phi Kinh Thánh và mất thăng bằng."***[88]

[88] Russel D. Moore, The Kingdom of God – The New Evangelical Pespective (illinois: Crossway Books, 2004), 131.

Thế Nào Là Hội Thánh Đúng Mục Đích Thiên Quốc?

Trước tiên và hơn bao giờ hết, Hội cần phải có một cuộc cải cách về tư tưởng, như Phao-lô viết: *"Đừng khuôn rập theo đời nầy, nhưng* ***phải biến hóa bởi sự đổi mới tâm trí mình,*** *để phân biệt đâu là ý muốn tốt đẹp, vừa lòng và trọn vẹn của Đức Chúa Trời."*

Bởi sự cảm động của Đức Thánh Linh, cùng với tấm lòng cảm kích những người hùng đức tin qua bao thế hệ, vào ngày 31, tháng 10, năm 2021, tôi đã viết một bài báo gửi cho rất nhiều Hội Thánh khắp nơi trên thế giới để kêu gọi một điều: **Đã Đến Lúc Con Dân Chúa Phải Thay Đổi Tư Tưởng Hội Thánh Bằng Tư Tưởng Thiên Quốc.** Tác giả Phyllis Tickle trong quyển sách *"The Great Emergence – How Christianity Is Changing And Why,"* đã nhận thấy, cứ mỗi 500 năm, Hội Thánh lại có một cuộc *"bán đồ cũ."* Tất nhiên là chúng ta không bao giờ rao bán *"Hội Thánh,"* đành rằng đã có nhiều tòa nhà của *"Hội"* (Church buildings) khắp nơi trên thế giới đã gắn bảng *"For Sale"("Rao Bán")* vì nhiều lý do khác nhau. Điều thiết yếu là cần phải thường xuyên tự xét lại chính mình, để xem Hội có đi đúng theo đường lối Chúa dạy hay không? Cần nhận biết đâu là văn hóa Thiên Quốc và đâu là văn hóa của truyền thống, gồm cả văn hóa Hội Thánh mà đã không đến từ Lời Chúa. Chúng ta phải làm thế nào? Ai là hình ảnh (mô hình) để chúng ta noi theo? Hãy cùng tôi học hỏi lại kinh nghiệm đổi đời của sứ đồ Phao-lô qua ống kính Thiên Quốc.

Từ Sau-lơ Của Tạt-sơ Thành Sứ Đồ Của Đấng Christ

Làm thế nào mà *"Sau-lơ của Tạt-sơ"* trở nên *"Sứ Đồ của Chúa Giê-su Christ?"* Do đâu mà Chúa đã chọn Sau-lơ làm *"công cụ cho Ngài, để đem danh Ngài đến cho các dân ngoại, các vua và con dân Y-sa-ra-ên. Chúa lại sẽ cho Sau-lơ biết phải chịu khổ vì danh Ngài đến mức nào"* (Công Vụ 9:15-16). Như đã biết, trước khi trở thành sứ đồ của Chúa, Sau-lơ là một người Pha-ri-si (Phi-líp 3:4-5). Sau-lơ đã làm tất cả những gì theo luật pháp Môi-se và truyền thống Do Thái Giáo, đầy lòng nhiệt thành với Đức Chúa Trời (Công Vụ 22:1-3). *"Bấy giờ, Sau-lơ cứ hăm dọa và sát hại các môn đồ của Chúa. Ông đến với thầy tế lễ thượng phẩm, xin thư giới thiệu đến các nhà hội Đa-mách để nếu gặp người nào thuộc về Đạo, bất kỳ nam nữ, thì bắt trói giải về Giê-ru-sa-lem"* (Công Vụ 9:1-2). Lu-ca ghi lại, trên đường đến Đa-mách, Sau-lơ đã gặp Ánh Sáng từ trời chiếu lòa chung quanh. Ông ngã xuống đất và nghe tiếng Chúa Giê-su phán với mình. Sau khi đứng dậy, tuy mắt mở nhưng Sau-lơ chẳng thấy gì cả. Ông bị mù và người ta đã dắt ông vào thành Đa-mách. Trong 3 ngày, ông chẳng thấy, không ăn và cũng chẳng uống gì cả; cho đến khi A-na-nia, một môn đệ của Chúa Giê-su, vâng lời Chúa và đi đến gặp Sau-lơ, đặt tay trên ông. Sau-lơ được sáng mắt, được đầy dẫy Đức Thánh Linh và được báp-tem. Sức lực Sau-lơ được phục hồi. Lập tức, Sau-lơ công bố trong các nhà hội rằng ***"Đức Chúa Giê-su là Con Đức Chúa Trời."*** Chẳng những vậy, Sau-lơ còn mạnh mẽ, biện bác với những người Do Thái sống ở Đa-mách và minh chứng ***"Đức Chúa Giê-su là Đấng Christ!"*** (Công Vụ 9:1-22). Bởi sự tác động của Đức Thánh Linh, Lu-ca đã mô tả lại sự *"biến đổi"* tư tưởng của Sau-lơ một cách thật súc tích. Chúng ta cùng xem lại những chi tiết vô cùng quan trọng đã tác động đến sự biến đổi tư tưởng của Sau-lơ, một biến cố đổi đời vĩ đại nhất trong lịch sử Hội Thánh. Sự đổi đời của Sau-lơ đã mở ra một trang sử oai hùng mới cho Hội, thay đổi đời sống con dân Chúa suốt 20 thế kỷ và cả dòng lịch sử nhân loại.

- Chính Chúa Giê-su Christ đã chọn Sau-lơ để làm công cụ cho danh Ngài, và cũng để cho Sau-lơ biết phải chịu khổ vì danh Ngài như thế nào.
- Sau-lơ là người sốt sắng cho Đức Chúa Trời (Công Vụ 22).
- Sau-lơ sống theo luật lệ Môi-se và lề lối tôn giáo dòng Pha-ri-si.
- Sau-lơ hăm dọa và sát hại môn đồ của Chúa Giê-su.
- Sau-lơ gặp Ánh Sáng từ trời chói lòa trên đường Đa-mách.
- Sau-lơ ngã xuống và nghe tiếng Chúa Giê-su phán với ông.
- Sau-lơ đứng dậy, mắt mù và được đưa vào thành Đa-mách.
- Sau-lơ chẳng thấy, chẳng ăn uống gì trong 3 ngày.
- Chúa Giê-su sai A-na-nia đến, đặt tay và làm sáng mắt Sau-lơ.
- Sau-lơ được đầy dẫy Đức Thánh Linh và chịu báp-tem.
- Sau-lơ được phục hồi sức lực.
- Sau-lơ lập tức công bố trong các nhà hội rằng: ***"Đức Chúa Giê-su là Con Đức Chúa Trời."***
- Sau-lơ mạnh mẽ, biện minh và minh chứng với người Do Thái tại Đa-mách: ***"Đức Chúa Giê-su là Đấng Christ!"***

Câu hỏi quan trọng ở đây: ***"Do đâu mà Sau-lơ có sự biến đổi như thế?"*** Có nhiều chi tiết đã tác động vào sự đổi đời của Sau-lơ. Nhưng, chi tiết then chốt nhất chính là lúc Sau-lơ nhận thức: ***"Đức Giê-su là Đấng Christ!"*** Đây là lời chứng của chính Phao-lô. *"Nhưng vì cớ Đấng Christ, tôi (Phao-lô) xem những lợi lộc mình có như là sự lỗ. Hơn thế, tôi cũng xem tất cả mọi sự như là lỗ,* ***vì sự nhận biết Đấng Christ Giê-su, Chúa tôi là quý hơn hết.*** *Vì Ngài, tôi đành chịu lỗ tất cả, và xem những điều đó như rác rưởi,* ***để được Đấng Christ và được ở trong Ngài"*** (Phi-líp 3:7-9).

Tôi xin nói lại lần nữa: Điều mà khi Sau-lơ nhận biết đã biến đổi tên tuổi, danh tính, bản tánh và định mệnh của đời ông, ấy chính là **Giê-su là Đấng Christ!** Điều nầy được lập đi lập lại trong lời chứng và trong tất cả thư tín của Phao-lô. ***Sau-lơ đã đích thật khám phá và bắt đầu nhận biết (Ánh Sáng chói lòa quanh ông và cả trong lòng) được sự Huyền Nhiệm Tối Hậu của Thiên Quốc!*** Chính Đức Chúa Trời đã giải thoát Sau-lơ khỏi quyền lực bóng tối và đem vào ***"Vương Quốc của Con yêu dấu Ngài, trong Con ấy chúng ta được sự cứu chuộc là sự tha tội"*** (Cô-lô-se 1:13-14). Để trả lời cụ thể và rõ ràng nhất, làm sao để biến đổi Sau-lơ thành môn đồ của Chúa Giê-su: Phao-lô đã được bày tỏ, và ông đã nắm bắt được (bởi ân điển Chúa) điều huyền nhiệm vĩ đại của Thiên Quốc, ấy là ***Đức Giê-su là Đấng Christ!*** Tư tưởng Vương Quốc Đức Chúa Trời đã nẩy sinh trong Phao-lô. Tư tưởng Vương Quốc chính là bông trái và là kết quả của sự thông biết lẽ huyền nhiệm của Vương Quốc. Trong các thư tín của Phao-lô, tư tưởng Thiên Quốc đã trở thành trọng tâm trong tất cả các thông điệp. Phao-lô bày tỏ thông điệp Thiên Quốc qua sự phục sinh, và uy quyền tể trị của Chúa Giê-su Christ luôn trường tồn, vĩnh cửu. Giáo sư Vickers viết: *"Với sứ đồ Phao-lô, trước hết, Thiên Quốc là tâm điểm được bày tỏ qua sự phục sinh và quyền thống trị của Đấng Christ trong các thư tín của ông. Thiên Quốc (trong thư tín Phao-lô) luôn chú trọng vào sự toàn thắng của Đấng Christ vào lai thế. Thiên Quốc không thể tách rời sứ điệp cứu rỗi trong thư tín Phao-lô. Kế đó, Phao-lô mô tả những đặc điểm của công dân trong Thiên Quốc để cho thấy rằng, họ chính là những con người (xứng đáng) thừa hưởng Vương Quốc toàn mỹ của Đức Chúa Trời."*[89]

Khi đọc lại các thư tín của Phao-lô qua ống kính Thiên Quốc, tức là khi Phao-lô gọi Chúa Giê-su là Đấng Christ, hoặc khi ông dùng 2 danh xưng *"Giê-su – Christ"* với nhau, ông muốn ân cần nhắc nhở và truyền rao với con cái Chúa một điều vĩ đại vô lượng: *Chúng ta đang sở hữu sự mầu nhiệm hết sức phong phú và đầy vinh quang từ Đức Chúa Trời, mà đã được giấu kín qua các thời đại và các thế hệ.* ***"Ấy là Đấng Christ ở trong anh em, là niềm hy vọng vinh quang"*** (Cô-lô-se 1:27). Khi Đấng Christ ở trong ta, thì tư tưởng Thiên Quốc được nẩy nở. Phao-lô viết: ***"Nhưng chúng ta có tâm trí (tư tưởng) của Đấng Christ"*** (I Cô-rinh-tô 2:16). Những kinh nghiệm khi Đấng Christ ngự trong lòng và cảm nhận cá nhân khi sở hữu tư tưởng Thiên Quốc được Phao-lô mô tả thế nào? Đây là danh sách mô tả đời sống mới, tư tưởng mới trong Chúa Giê-su qua tâm tình của

---

[89] Brian Vickers, The Kingdom of God in Paul's Gospel (SBJT, Spring, 2008), 52.

Phao-lô trong Cô-lô-se 3: 1-17. Với tôi, đây là những đặc tính của người mang tư tưởng Thiên Quốc.

- Luôn tìm kiếm và chú tâm những điều ở trên trời, nơi Đấng Christ ngồi bên phải Đức Chúa Trời.
- Chết đi những dục vọng trần tục như gian dâm, bất khiết, tình dục, dâm đãng, ước muốn xấu xa và tham lam.
- Từ bỏ những cơn thịnh nộ, buồn giận, độc ác, phạm thượng và lời nói tục tĩu.
- Không nói dối và chớ phân biệt nhau.
- Mặc lấy lòng thương xót, nhân từ, khiêm nhường, nhịn nhục mà đối đãi nhau như chính Chúa đã đối đãi chúng ta.
- Mặc lấy tình yêu thương vì đây là dây liên kết của sự toàn hảo.
- Để sự bình an của Đấng Christ ngự trị trong lòng, là bình an mà chúng ta được gọi đến trong một thân thể và hãy tỏ lòng biết ơn.
- Để lời Đấng Christ sống sung mãn trong lòng chúng ta.
- Dùng tất cả sự khôn ngoan để dạy và khuyên bảo nhau, dùng Thi Thiên, thánh ca, linh khúc để hát cho Chúa với lòng biết ơn.
- Làm mọi sự trong danh Chúa là Đức Chúa Giê-su, nhờ Ngài mà tạ ơn Đức Chúa Trời là Đức Chúa Cha.

Để tất cả những điều này nẩy mầm và tăng trưởng trong lòng con dân Chúa, chúng ta, giống như Phao-lô, trước hết phải khám phá, nhìn nhận và kinh nghiệm được: ***Đức Giê-su là Đấng Christ!*** Như chính Chúa Giê-su phán: ***"Nhưng trước hết, hãy tìm kiếm Vương Quốc Đức Chúa Trời và***

sự công chính Ngài, thì Ngài sẽ ban cho các con mọi điều ấy nữa" (Ma-thi-ơ 6:33). Tìm kiếm Vương Quốc trên hết chính là sự khám phá và nhận biết ***Đức Giê-su là Đấng Christ,*** sự huyền nhiệm tối hậu của Thiên Quốc. Tìm kiếm Thiên Quốc là tìm kiếm chính Đấng Christ, Ánh Sáng rực rỡ của vinh quang Đức Chúa Trời và là hình ảnh trung thực của bản thể Ngài. Cũng thể ấy, tìm kiếm **sự công chính của Đức Chúa Trời** là sự khám phá và nhận thức rằng, trong Đức Chúa Giê-su Christ là sự công chính đời đời của Đức Chúa Trời (Đa-ni-ên 9:24). *"Vì Đấng Christ là sự cuối cùng của luật pháp, để mọi người tin đều* ***được xưng công chính"*** (Rô-ma 10:4). Qua bởi Đấng Christ, Đấng không hề biết tội lỗi trở nên tội lỗi vì chúng ta, để trong Đấng Christ chúng ta ***được trở nên công chính trước mặt Đức Chúa Trời*** (II Cô-rinh-tô 5:21). Để trong ngày của Đấng Christ, chúng ta được tinh sạch, không chỗ chê trách, ***được đầy trái công chính*** bởi Đức Chúa Giê-su Christ để tôn vinh và ca ngợi Đức Chúa Trời (Phi-líp 1:10-11). Chung quy lại, ***tìm kiếm Vương Quốc là tìm kiếm sự Tể Trị của Đấng Christ trên đời sống, có đồng 1 tâm tình với Ngài, yêu những gì Chúa yêu, ghét những gì Chúa ghét, nhìn mọi sự, đo lường mọi sự qua tiêu chuẩn của Lời Ngài.*** Tìm kiếm Thiên Quốc là cuộc vật lộn tâm linh giữa sự thuận phục ý Chúa và sự kiêu căng chống lại Đức Chúa Trời (II Cô-rinh-tô. 10:5-6).

Để đơn giản hóa tất cả những gì trình bày trong phần nầy, đây là điều cốt lõi: *Khi 1 người sở hữu tư tưởng Thiên Quốc, tất cả những giá trị trong đời sống, từ thuộc linh đến thuộc thể đều được đặt đúng vị trí!* Như tôi đã trình bày trong Chương 1, *"Tìm kiếm Vương Quốc Đức Chúa Trời trên hết"* là **Định Luật của Chúa.** *"Tìm kiếm Vương Quốc Đức Chúa Trời và sự Công Chính của Ngài"* là tìm kiếm sự ngự trị của Chúa trên đời sống chúng ta trong mọi sự, mọi nơi, mọi phút giây trong đời sống. Nên khi chúng ta áp dụng đúng **Định Luật Chúa dạy**, mọi sự sẽ *"đâu vào đó!"* Đấng Christ là đầu Hội Thánh, có nghĩa là sự tể trị của Chúa lên trên Hội. Không được nhầm lẫn mà cho rằng Hội ngang hàng với Thiên Quốc, cũng không được đánh giá Thiên Quốc giống như giá trị của Hội, vì Đấng Sáng Tạo ra Đền Thánh thì luôn vĩ đại và bao la hơn chính Đền Thánh ấy. Rất nhiều nan đề xảy ra trong Hội Thánh vì chúng ta đặt giá trị Hội, danh dự (danh nghĩa), truyền thống lên trên quyền tể trị của Đức Chúa Trời (Thiên Quốc). Nếu nhầm lẫn Hội với Thiên Quốc, chúng ta sẽ vấp những bậc thang sa ngã. Phao-lô khi đã nhận biết sự huyền nhiệm của Thiên Quốc và được đem vào Thiên Quốc, ông không còn bị ràng buộc bởi những luật lệ, tập tục theo truyền thống của *"Nhà Hội"* Do Thái nữa, vì ông đã tìm thấy sự tự do thật trong Chúa. Qua đời sống của Phao-lô (và các môn đồ của Chúa Giê-su), Thiên Quốc đã bùng nổ ra và loan tỏa đến 4 Bể 5 Châu. ***Chúng ta có đang thật sự kinh nghiệm được quyền năng bùng nổ từ Thiên Quốc trong đời sống mình chưa?***

Theo kinh nghiệm cá nhân (như tôi đã thấy kinh nghiệm quý báu nầy trong đời sống của các môn đệ Chúa Giê-su), sự nhận biết ***"Đức Giê-su là Đấng Christ"*** là một quá trình tìm kiếm và khám phá. Bấy lâu nay, tôi đã đón nhận danh xưng *"Giê-su Christ"* như là điều hiển nhiên ban cho nhân loại. Nhưng khi hiểu được sự mầu nhiệm vĩ đại của Vương Quốc Thiên Đàng được chứa ẩn trong danh xưng *"Giê-su Christ,"* sẽ không ai còn sống cho chính mình nữa, không còn nói như trẻ con, suy nghĩ như trẻ con, hay lý luận như trẻ con nữa; nhưng sẽ từ bỏ những điều sơ học, để trở nên người trưởng thành, được tăng trưởng trong mọi phương diện hướng đến Đấng Christ, và dạt đến tầm vóc đầy trọn của Đấng Christ. Những người sống xung quanh sẽ không chỉ nhìn thấy chúng ta mà thôi, nhưng họ cũng sẽ bắt đầu nhìn thấy Đấng Christ đang sống trong chúng ta nữa. Thế giới sẽ không còn gọi chúng ta bằng tên của mình nữa, mà họ gọi bằng tên rất cao quý được giấu trong Đấng Christ. Đó là tại sao chỉ những người khám phá và kinh nghiệm được Giê-su là Đấng Christ, họ được thế giới gọi là *Christians!* (Những người giống Đấng Christ).

Nguy Hiểm Khi Nhầm Lẫn Hội Thánh Với Thiên Quốc

Có thể nói, khi chuyển đổi giá trị Thiên Quốc với giá trị Hội Thánh, chẳng khác nào chúng ta đổi sự Tể Trị của Đức Chúa Trời (cùng với sự Vinh Hiển của Chúa) để nắm lấy thanh danh và vinh dự của con người. Chúng ta đã quên điều làm cho A-đam và Ê-va sa ngã từ buổi ban đầu. A-đam và Ê-va, khi bị cám dỗ bởi Sa-tan, đã đánh đổi sự tể trị của Chúa để đổi lấy sự vinh dự cho chính mình. *"Khi người nữ thấy trái cây đó bộ ăn ngon, lại đẹp mắt và quý* ***vì làm cho mình khôn ngoan,*** *thì hái và ăn, rồi trao cho chồng đang đứng bên cạnh; chồng cũng ăn nữa."* (Sáng Thế Ký 3:6). Qua A-đam và Ê-va, tội lỗi đã vào trong thế gian, gây ra sự hỗn loạn và tăm tối trong thế giới. Hội Thánh được tạo nên bởi Chúa, được ban cho quyền phép để làm chứng về Chúa cho nhân loại. Hội là những người Chúa chọn và lập để phục vụ cách nhu mì trong Thiên Quốc, phản ảnh những mỹ đức của Đức Chúa Giê-su Christ (Phi-líp 2:5-11). Nhưng, cũng không thiếu những *"đầy tớ"* của Thiên Quốc vượt ra ngoài phạm vi lời Chúa, tìm kiếm địa vị và thanh danh cho chính mình. Đã có không ít những môn đồ thưa với Chúa: *"Khi Thầy được vinh hiển, xin cho 2 chúng con 1 người được ngồi bên phải, 1 người bên trái Thầy"* (Mác 10:37). Là những người phục vụ trong Vườn Nho của Chúa, chúng ta phải luôn tin tưởng Ngài là Đấng công chính, rộng lượng và đầy lòng thương xót. Khi Ngài hiện đến và phán xét, không biết có ai còn hơi mà nói với Chúa: *"Trước đây, tai con nghe đồn về Chúa, nhưng bây giờ mắt con đã thấy Ngài; vì vậy, con ghê tởm chính mình và ăn năn trong tro bụi."* (Gióp 42:5). Nhiều lần tôi đã cầu xin để có kinh nghiệm *"nhìn thấy"* Chúa, và tôi đã gặp Chúa trong chiêm bao. Cảm giác thật tuyệt vời, thanh thản và kinh nghiệm như được lên *"9 tầng mây."* Nhưng tôi được Chúa Thánh Linh đặt trong lòng rằng, muốn gặp Chúa cách chân thật và phải lẽ nhất, chính là tìm đến với ***Lời Hằng Sống.*** Lời Chúa là sự hiện diện và là hiện thân của chính Ngài. Điều nầy có nghĩa rằng chúng ta có thể gặp Chúa bất cứ khi nào chúng ta tìm kiếm Ngài như chính Ngài đã hứa.

Đức Chúa Trời đòi hỏi điều gì ở Hội, những công dân Thiên Quốc? Kinh Thánh dạy: *"Hỡi người! Ngài đã tỏ cho ngươi điều gì là thiện, điều mà Đức Giê-hô-va đòi hỏi ngươi. Đó chẳng phải là làm sự công chính, ưa sự nhân từ và bước đi cách khiêm nhường với Đức Chúa Trời ngươi sao?"* (Mi-chê 6:8). Hội Thánh đứng vững trong mọi nghịch cảnh là bởi sự tể trị của Chúa. Nói cách khác, Hội là một phần quan trọng trong Thiên Quốc. Thiên Quốc bao la, sâu rộng, hiện hữu và tể trị trong mọi không gian, thời gian và luôn trường tồn đời đời, vĩnh cửu. Chính vì vậy, không được nhầm lẫn Hội Thánh với Thiên Quốc. Nhà Thần học Ridderbos cảnh giác: *"Thiên Quốc bao gồm rất nhiều điều siêu việt (hơn Hội Thánh). Thiên Quốc đại diện cho mọi viễn cảnh, biểu hiện cho sự toàn vẹn của tất cả lịch sử (trong vũ trụ), đem đến ân điển và sự phán xét, hiện hữu trong mọi chiều không gian, tràn ngập với thời gian và trường tồn, vĩnh cửu".*[90] Ridderbos cũng không quên nhắc tất cả chúng ta một yếu tố quan trọng, *"Thiên Quốc hướng dẫn mọi điều, quy mọi sự về cho vinh hiển của Đức Chúa Trời. Còn Hội Thánh là một quy mô nhất định trong lịch sử nhân loại, là 1 chương trình trong mục đích cứu rỗi của Thiên Quốc mà thôi."*[91] Nhà Thần học George Ladd nhắc nhở, cổng Hội Thánh không đồng nghĩa với cổng Thiên Đàng. Trong Hội có cả 2 đối tượng: Con cái Thiên Quốc và không phải là con cái Thiên Quốc (Ma-thi-ơ 13:24-30.) Con cái Thiên Quốc thờ phượng, phục vụ trong Hội Thánh. Còn những người ở trong Hội, giúp đỡ Hội, chưa hẳn là con cái Thiên Quốc. Chính vậy, chúng ta không được nhầm lẫn *"Cổng Thiên Đàng"* với cánh cửa bước vào Hội.[92] Giáo sư Erickson đúc

---

[90] Herman Ridderbos, The coming of the Kingdom (Canada: Paideia Press, 1978), 355.

[91] Như trên (ibid), 355.

[92] George E. Ladd, Jesus and the Kingdom – The Eschatology of Biblical Realism (New York: Harper & Row, 1964), 261.

kết tổng quát về Hội Thánh: *"Dù là 1 sản phẩm thiêng liêng, nhưng Hội Thánh bao gồm những con người bất toàn. Hội sẽ không đạt được sự thánh hóa và vinh hiển toàn hảo trước khi Chúa tái lâm."*[93]

Kết Luận Chương 4

Chung quy lại, con dân Chúa không được nhầm lẫn Thiên Quốc với Hội Thánh, và cũng không được giảm giá trị Thiên Quốc xuống thành giá trị của Hội. ***Vì khi hiểu sai, chúng ta không còn hoạt động và thi hành theo chức năng Hội Thánh của Chúa Giê-su nữa.*** Thật đáng tiếc thay, có nhiều con cái Chúa nhầm lẫn và nhận định sai về sự liên hệ giữa Thiên Quốc với Hội. Chính vì lẽ ấy, Hội phải quay trở lại và bắt đầu với Tư Tưởng Thiên Quốc như chính Chúa đã tạo dựng trên nền tảng của Hòn Đá Gốc. Chính Chúa đã dấy lên một Phao-lô, kêu gọi ông từ 1 thầy thông giáo, và Chúa đã thay đổi tư tưởng Sau-lơ từ những truyền thống của *"Nhà Hội"* sang đến *"Tư Tưởng Thiên Quốc."* Phao-lô là hình ảnh cụ thể cho điều Chúa Giê-su đã nói: *"Vì vậy, những thầy thông giáo **đã học biết về Vương Quốc Thiên Đàng**, cũng giống như chủ nhà kia, đem những vật **mới** lẫn cũ ra khỏi kho báu của mình"* (Ma-thi-ơ 13:52).

---

[93] Millard J. Erickson, Thần Học Cơ Đốc Giáo (Michigan, USA: BakerBooks, 2001), 398.

Sau đây là đôi điều tóm lược cùng với những minh họa và áp dụng cho Hội trong lối sống mang tư tưởng Thiên Quốc, để *"tìm kiếm Vương Quốc Chúa trước hết."*

- Đặt giá trị đúng thứ tự (vị trí) trong đời sống thuộc linh là mệnh lệnh từ ***Định Luật*** Thiên Quốc mà tất cả dân Chúa phải giữ. Hội Thánh sẽ sanh bông trái phải lẽ và tốt tươi hơn, khi dân Chúa đặt sự tể trị của Chúa (Thiên Quốc) lên trên *"thanh danh, danh nghĩa, truyền thống lịch sử"* của Hội. *"Hãy làm tất cả vì Vinh Quang của Đức Chúa Trời"* (I Cô-rinh-tô 10:31). Thiên Quốc sẽ bùng nổ khi con dân Chúa sẵn sàng sống bởi Đức Tin mà không thỏa hiệp với bất cứ điều sai trái của thế gian, như tác giả Hê-bơ-rơ đã dẫn chứng qua những người hùng Đức Tin trong chương 11.
- Là giáo viên Toán, tôi hiểu nguyên tắc cơ bản trong thứ tự *"nhân – chia trước, cộng – trừ sau!"* Chỉ khi áp dụng đúng nguyên tắc thì sẽ có 1 kết quả phải lẽ. Nhiều người trong Hội đã vô tình hay cố ý đảo ngược lại thành *"cộng trừ trước"* rồi *"nhân chia sau."* Chúng ta thừa biết *"Sai 1 con toán là bán 1 con trâu!"* Từ thế kỷ I cho tới nay, Hội đã có những người *"bán Trời không mời thiên lôi!"* Đơn cử là trong môn đồ của Chúa Giê-su, đã có những người *"bán Chúa," "chối Chúa"* và *"bỏ Chúa."* Họ vấp ngã vì bản chất tội lỗi, vì chưa nhận thức được chương trình huyền nhiệm của Thiên Quốc. Nhưng khi Thánh Linh đến và đầy dẫy, họ là những thánh tử Đạo, những người đem Tin Lành của Thiên Quốc đến cùng trái đất. Chúng ta cũng có thể trở nên như vậy! *"Vì dù là người Do*

Thái hay Hy Lạp, nô lệ hay tự do, tất cả đều đã chịu báp-tem trong 1 Thánh Linh để trở thành một thân thể; tất cả đều được uống chung 1 Thánh Linh" (I Cô-rinh-tô 12:13).

- Áp dụng *"Định Luật Thiên Quốc"* trên hết mọi sự là thực thi mọi điều theo thứ tự như Chúa phán trong Mi-chê 6:8.

  (1) Làm điều công chính (trước hết).

  (2) Bày tỏ sự nhân từ (sau khi làm điều công chính).

  (3) Bước đi khiêm nhường với Chúa (trong mọi khi).

Nguyện Hội Thánh thi hành *Định Luật Thiên Quốc* và áp dụng đúng theo thứ tự thuộc linh từ lời Chúa dạy. Là con Chúa, chúng ta phải luôn biết cách trang bị cho mình mọi khí giới của Đức Chúa Trời để có thể chiến đấu với các quyền thống trị, các thế lực, các kẻ nắm quyền bá chủ thế giới mờ tối nầy, và các thần dữ ở trên trời. Chúng ta không những biết mình là ai, mà cũng cần biết kẻ thù của Thiên Quốc là ai nữa.

Chương 5

Kẻ Thù Của Thiên Quốc

Chúng ta cùng nghiên cứu để biết kẻ thù của Thiên Quốc là ai. Trong Ma-thi-ơ 13:24-30, Chúa Giê-su đã dùng ẩn dụ *"Cỏ lùng lẫn trong ruộng lúa"* để nói đến kẻ thù của Thiên Quốc. Chúa Giê-su cho biết có 2 người gieo, có 2 loại giống trong 1 đồng ruộng cùng 1 chủ. Người gieo giống tốt là Chúa Giê-su (Chủ ruộng), giống tốt là lúa (con cái của Thiên Quốc); kẻ thù là người đến vào ban đêm và gieo cỏ lùng vào ruộng rồi bỏ đi. Chúa Giê-su cho biết, kẻ thù gieo cỏ lùng là *"ma quỷ,"* còn cỏ lùng là *"con cái quỷ dữ"* (Ma-thi-ơ13:37-39). Đức Chúa Trời lúc nào cũng làm việc như lời Ngài bày tỏ trong Giăng 5:17; Kinh Thánh cũng cho biết, Sa-tan lúc nào cũng rình mò và tìm cách phá hoại công việc Chúa. Giáo Sư Ladd nhắc nhở: *"Điều hiển nhiên mà chúng ta cần biết trong cả 2 chức vụ của Chúa Giê-su và những gì Phao-lô dạy, đó là tín lý của 2 vương quốc: Thiên Quốc và Quỷ Quốc."*[94]

Là con cái Chúa, chúng ta biết Kinh Thánh dạy gì về Sa-tan, kẻ trộm cướp, giết hại và hủy diệt (Giăng 10:10). Chúng ta không thể đánh trận tốt lành nếu không thấy kẻ thù là đối tượng như thế nào, cũng không

---

[94] Goerge E. Ladd, The Presence of the Future – the Eschatology of Biblical Realism (Michigan: W.B. Eedmans, 1947), 39.

thể kinh nghiệm thắng trận nếu không biết mưu kế của nó. Sau đây là nội dung của Chương 5.

- Sa-tan là ai?
- Sa-tan đến từ đâu?
- Những mưu kế của Sa-tan là gì?
- Những sa ngã *"rập khuôn"* từ A-đam tới Hội Thánh.
- *"Kẻ thù đang ở trong lòng ngươi đó!"*

Sa-tan Là Ai?

Kinh Thánh nói đến Sa-tan 90 lần, 50 lần trong Cựu Ước và 40 lần trong Tân Ước. *"Sa-tan"* có nghĩa là *"(Kẻ) ganh ghét, tố cáo và đối nghịch."* Sa-tan là 1 linh chống đối Đức Chúa Trời và tố cáo con cái Ngài (Gióp 1:9-11; Xa-cha-ri 3:1). Giăng viết, *"Sa-tan là kẻ tố cáo con cái Chúa ngày và đêm trước mặt Đức Chúa Trời"* (Khải Huyền 12:10b). Tân Ước gọi *"Sa-tan"* với những biệt danh sau:

- Con Rồng (con Rắn xưa), kẻ lừa dối cả nhân loại (Khải Huyền 12:7-9).
- Kẻ giết người, kẻ nói dối, cha đẻ của sự nói dối (Giăng 8:44).
- Thần của đời này (II Cô-rinh-tô 4:4).
- Kẻ cai trị thế gian (Giăng 12:31).

Sa-tan Đến Từ Đâu?

Chúng ta thường thắc mắc: *"Tại sao Đức Chúa Trời tạo ra Sa-tan?"* Kinh Thánh cho biết Chúa tạo ra vạn vật. Điều quan trọng nữa cần biết là: ***Mọi sự*** Đức Chúa Trời tạo ra đều tốt đẹp từ buổi ban đầu. *"Đức Chúa Trời thấy mọi việc Ngài đã tạo dựng thật tốt đẹp"* (Sáng 1:31).

Trong Gióp 1:7, Chúa hỏi Sa-tan: *"Ngươi từ đâu đến?"* Sa-tan thưa: *"Tôi đi nơi nầy nơi kia trên đất, dạo quanh khắp đó đây."* Sa-tan là 1 tà linh đi lại trên không trung và trong cả thế giới nầy. Theo Kinh Thánh, Đức Chúa Trời không tạo nên *"Sa-tan,"* Đức Chúa Trời tạo nên 1 *"Sao Mai"/"a Morning Star."* *"Hỡi sao mai, con trai của rạng đông, sao ngươi từ trời rơi xuống!"* (Ê-sai 14:12). Bởi sự cao sang, 1 kiểu mẫu về sự khôn ngoan và vẻ đẹp toàn hảo, Đức Chúa Trời đã tạo ra *"Sao Mai."* Nhưng *"Sao Mai"* đã trở nên kiêu căng, tự phụ và đầy tham vọng, muốn ngồi ngang hàng với Đức Chúa Trời. *"Sao Mai"* đã tự làm cho mình trở thành *"Sa-tan"* khi *"Sao Mai"* đã âm mưu:

- *"Ta (Sa-tan) sẽ lên trời.*
- *Ta sẽ nhấc ngai ta lên cao hơn các ngôi sao của Đức Chúa Trời.*
- *Ta sẽ ngồi trên núi hội kiến xa tít về phương Bắc.*
- *Ta sẽ lên cao hơn các đám mây.*
- *Ta sẽ làm cho mình giống Đấng Chí Cao"* (Ê-sai 14:12-14).

Kinh Thánh đã bày tỏ, đặc biệt là Ê-sai 14:12-14, nguyên nhân chính yếu đã biến *"Sao Mai"* (bản King James gọi *"Sao Mai"* là *"Lucifer")* trở thành *"Sa-tan,"* ấy là sự kiêu hãnh, tự cao, tự đại, cùng với tham vọng được làm bá chủ Thiên hạ, kể cả làm cho mình ngang hàng với Đấng Chí Cao. Sao Mai đã không thỏa lòng với những đẹp đẽ vẹn toàn, cùng chức vị mà Chúa đã ban cho. ***"Sao Mai" đã biến mình thành "Sa-tan" khi để cái "TÔI" lên trên hết mọi quyền, kể cả quyền tể trị của Đấng Sáng Tạo.*** Sự ngông cuồng của *"Sao Mai,"* như Nguyễn Du mô tả trong Truyện Kiều, là tham vọng được tự trị để *"dọc ngang nào biết trên đầu có ai."* Đức Chúa Trời nhìn thấy những gian ác, tội lỗi và bạo ngược trong lòng *"Sao Mai"/"Sa-tan,"* nên Ngài phán:

- *"Ta (Đức Chúa Trời) đã xô ngươi (Sa-tan) như là vật ô-uế xuống khỏi núi Đức Chúa Trời.*
- *Ta diệt ngươi giữa các hòn đá sáng như lửa.*
- *Ta đã xô ngươi xuống đất.*
- *Ta khiến lửa ra từ giữa ngươi thiêu nuốt ngươi.*
- *Ta làm cho ngươi trở nên tro trên đất."* (Ê-xê 28:16-18).

Đức Chúa Giê-su đã bảo các môn đệ, Ngài thấy sự sa ngã của Sa-tan từ trời bị ném xuống là thế nào: *"Ta đã thấy Sa-tan từ trời sa xuống như chớp"* (Lu-ca 10:18). Ngài cảnh báo Phi-e-rơ: *"Hỡi Si-môn, Si-môn, nầy, Sa-tan đòi sàng sảy các con như lúa mì. Nhưng Ta đã cầu nguyện cho con để con không thiếu đức tin. Vậy, khi con quay trở lại, hãy làm cho anh em con mạnh mẽ."* (Lu-ca 22:31-32). Trong II Cô-rinh-tô 11:3, Phao-lô cũng đã nhắc nhở con cái Chúa: *"Nhưng tôi sợ rằng, như Ê-va bị con rắn dùng mưu mô lừa dối thể nào, thì tư tưởng của anh em cũng bị hư hỏng, mất sự chân thật và tinh sạch đối với Đấng Christ thể ấy."* Con cái Chúa chiến đấu không phải chống lại thịt và máu, nhưng chống lại các kẻ nắm quyền bá chủ thế giới mờ tối nầy, và các thần dữ ở các nơi trên trời. Để có thể ***đứng vững chống lại*** mưu kế của ma quỷ và chiến thắng, chúng ta phải *"đeo thắt lưng bằng chân lý, mặc áo giáp công chính, mang giày bằng sự sẵn sàng của Tin Lành bình an, luôn luôn dùng đức tin làm thuẫn; nhờ đó mà anh em có thể dập tắt được mọi tên lửa của ma quỷ. Hãy đội mũ của sự cứu rỗi và cầm gươm của Thánh Linh, là Lời Đức Chúa Trời. Hãy thường xuyên dùng mọi lời khẩn nguyện nài xin, mà cầu nguyện trong Thánh Linh"* (Ê-phê-sô 6:14-18).

Kích Động Cái *"TÔI"* – Cạm Bẫy Của Sa-tan

Phải nhận thức rằng, khả năng để chiến thắng Sa-tan, loài người không thể; chúng ta chỉ thắng được khi nương cậy và nhờ sức toàn năng của Chúa! Khi nghiên cứu những mánh khóe, dụ dỗ mà Sa-tan thường dùng để hủy hoại con cái Chúa, tôi nhận ra, Sa-tan thường hay kích động cái *"Tôi"* trong loài người, cùng lúc che phủ (làm lu mờ) sự thật từ những gì Lời Chúa dạy. Chúng ta cùng ôn lại những nguyên nhân chính đã làm cho A-đam và Ê-va bất vâng phục Đức Chúa Cha, tuyển dân Do Thái đóng đinh Đức Chúa Con và Hội Thánh Chúa làm đau lòng Đức Thánh Linh.

Nguyên Nhân Gây Ra Sự Bất Vâng Phục Trong A-đam và Ê-va

Vào mùa học đầu tiên tại Chủng viện Southwestern Baptist Seminary, tiểu bang Texas, một giáo sư đã hỏi các sinh viên: *"Tại sao A-đam và Ê-va đã ăn trái cấm?"* Khi chúng tôi đang bàn thảo xôn xao, thì vị giáo sư bước tới chiếc bảng trắng, tay cầm cây bút đen và viết vào ngay giữa bảng: ***"Tự Trị"/"Autonomy."*** Chúng tôi nhìn lại những điều mình đã ghi và nhận thức, ***"Tự Trị"*** (muốn tách rời, độc lập để không còn lệ thuộc Đức Chúa Trời) là nguyên nhân chính kích động A-đam và Ê-va ăn trái cấm. Từ ban đầu, Chúa ban cho người quyền quản trị thiên nhiên (Sáng Thế Ký 1:28), đem người vào Ê-đen và được tự do ăn hoa quả các thứ cây trong vườn. Hãy ôn lại những gì A-đam và Ê-va được ban cho trước khi họ ăn trái cấm.

(1) Được tạo dựng theo hình ảnh Đức Chúa Trời Ba Ngôi và giống như Chúa, để phản ảnh những điều từ Chúa, như:

- *"Sự công chính,*
- *Kiến thức,*
- *Sự thánh khiết,*
- *Tình yêu,*
- *Sự thành tín,*
- *Sự chánh trực,*

- *Sự vinh hiển,*[95]
- *Sự hài hòa/thuận hòa và thông giao (union) trong Chúa."*[96]

(2) Những đặc ân mà A-đam và Ê-va đã tận hưởng:

- *Làm con ("son of God") của Đức Chúa Trời* (Lu-ca 3:38),
- *Ở trong sự hiện diện của Đức Chúa Trời,*
- *Trò chuyện, tương giao và nghe tiếng Chúa trong Ê-đen,*
- *Cai quản một thế giới thiên nhiên tuyệt hảo,*
- *Tận hưởng sự yên bình trong môi trường mầu mỡ nhất,*
- *Khỏe mạnh, no đủ, chẳng hề nếm biết bệnh tật và lo lắng,*
- *Tận hưởng một tình yêu hôn nhân phước hạnh.*

(3) Đức Chúa Trời đòi hỏi ở A-đam và Ê-va:

- *Kính sợ Đức Chúa Trời, không được ăn trái cây "biết điều thiện và điều ác." Nếu ăn trái ấy, A-đam và Ê-va chắc chắn phải chết* (Sáng Thế Ký 2:16-17).

(4) Phần thưởng cho sự kính sợ Đức Chúa Trời là gì?

- *Được ăn trái cây Sự Sống và sống đời đời* (Sáng Thế Ký 3:22).
- *"Lời Thánh Linh phán với Hội Thánh: 'Người nào thắng, Ta sẽ cho ăn trái cây Sự Sống trong Pa-ra-đi của Đức Chúa Trời"* (Khải Huyền 2:7).

---

[95] Grepory K. Beale, A New Testament Biblical Theology: The Unfolding of the Old Testament in the New (USA: Baker Academic, 2011), 29.

[96] St. Augustine, The City of God, page xiv.

Đức Chúa Trời đã tạo nên loài người và ban cho quyền tự do để quyết định cho chính mình. Chúa không tạo dựng con người như cách các nhà khoa học *"sáng tạo"* ra rô-bốt *"Chúa dựng nên loài người kém Đức Chúa Trời một chút, đội cho người mão miện vinh quang và tôn trọng. Chúa ban cho con người quyền cai trị công việc của tay Chúa; khiến muôn vật phục dưới chân người"* (Thi Thiên 8:5-6).

Chúng ta thường nói: *"Bạn không biết mình đang có điều gì, cho đến khi... bạn đánh mất nó."* A-đam (và Ê-va) cũng thế. A-đam đã có một kiến thức tuyệt hảo từ Chúa. Hành động A-đam bất vâng phục Đức Chúa Trời trong Sáng Thế Ký đoạn 3 là một điều *"tày Trời,"* có chủ ý bội nghịch, và muốn thay thế Đức Chúa Trời bằng một *"thần tượng"* khác. Chúng ta tự hỏi: *"Thần tượng" nào lớn hơn Đức Chúa Trời?"* Phần nhiều các học giả Kinh Thánh nhìn nhận, ***"Thần tượng" đã làm cho A-đam (và Ê-va) sa ngã chính là thần tượng cái "Tôi."*** Học giả G.K Beale viết: *"Tôn sùng cái 'Tôi' (the worship of self) chính là điều chính xác nhất mà A-đam đã đặt cái 'Tôi' (idolatry of self) thay thế cho vị trí Đức Chúa Trời."*[97] Nhà Thần học Thomas F. Torance chỉ ra rằng, tư tưởng *"tôn sùng cái Tôi"/"self idolatry"* tồn tại trong tất cả nhân loại. *"Loài người có xu hướng ngã theo thần tượng, kể từ Sự Sa Ngã (của A-đam và Ê-va), chúng ta đã bị ngã theo*

---

[97] Gregory K. Beale, A New Testament Biblical Theology: The Unfolding of the Old Testament in the New (USA: Baker Academic, 2011), 359.

chủ nghĩa tập trung vào cá nhân (self-centered), thay vì hướng về Chúa."[98] Thánh Augustine cũng nhận thức, *"Bản tính xác thịt là thái độ ích kỷ, tự tôn, vì mỗi cá nhân muốn được trở thành "một ông trời con" (his own little god) giống như tội lỗi của A-đam."*[99]

Vậy, làm thế nào Sa-tan đã kích động cái *"Tôi"* trong A-đam và Ê-va và làm cho mạng lệnh Đức Chúa Trời lu mờ trong lòng họ? Sa-tan đã cám dỗ A-đam *qua Ê-va*. Cùng xem lại những chi tiết mà Kinh Thánh chỉ rõ cách Sa-tan cám dỗ loài người.

- Sa-tan gieo một ác ý vào lời ban phước của Đức Chúa Trời để hoán đổi mạng lệnh Chúa ra thành khắt khe và cấm kỵ. Chúa truyền phán: *"Con **được tự do ăn hoa quả** các thứ cây trong vườn"* (Sáng Thế Ký 2:16), Sa-tan đã đổi lại thành: *"Có thật Đức Chúa Trời đã dặn các ngươi **không được ăn trái các cây** trong vườn sao?"* (Sáng Thế Ký 3:1).
- Trong Sáng Thế Ký 3:4-5, Sa-tan đã gieo sự đối nghịch với lời Chúa vào lòng con người, kích động cái *"Tôi"* tham vọng muốn được như Đức Chúa Trời, biết điều thiện và điều ác, và làm lu mờ phán lệnh của Chúa rằng *"chắc chắn con sẽ chết."*

---

98 Paul Molmar, Thomas F. Torrance – Theologian of the Trinity (New York, Routledge, 2009), 32.

99 St. Augustine, The City of God, page xiv.

- Sa-tan đã làm Ê-va suy nghĩ, hướng nhìn trái cấm, *"thấy coi bộ ăn ngon, lại đẹp mắt và quý, vì làm cho mình khôn ngoan, thì hái và ăn và trao cho chồng đang đứng bên cạnh; chồng cũng ăn nữa."*

Sau khi ăn trái cấm, mắt 2 người mở ra và nhận biết mình trần truồng. Lời Chúa đã ứng nghiệm, *"ngày nào con ăn trái đó, chắc chắn con sẽ chết."* Những gì tuyệt mỹ nhất, cùng với những đặc ân mà Đức Chúa Trời ban cho A-đam và Ê-va đã chết. Nhận biết mình *"trần truồng"* là một sự đau đớn từ tâm linh đến thể xác, khi con người làm chết đi sự thánh khiết, cùng với kiến thức Thiên phú để biết Chân Lý; con người đã mất đi sự hồn nhiên, cao đẹp vượt xa những tham muốn của thân thể mà Chúa đã tạo dựng trong hình ảnh của chính Ngài. Hậu quả là A-đam và Ê-va kết lá cây vả làm khố che thân. Sau khi Chúa quở trách Sa-tan (vì đã mưu mô lừa dối Ê-va), Ê-va và A-đam, Ngài lấy da thú kết thành chiếc áo dài cho vợ chồng họ, rồi mặc vào cho. Chúa đuổi loài người khỏi Ê-đen. ***Những đặc ân, phước hạnh của một người con của Đức Chúa Trời (son of God) trong A-đam đã chết.*** *"Như trong A-đam, mọi người (tất cả) đều chết"* (I Cô-rinh-tô 15:22).

Nhận thức thứ nhất của cá nhân tôi về sự sa ngã của A-đam và Ê-va trong buổi ban đầu:

Ngay từ ban đầu, 2 người hoàn hảo sống trong môi trường tuyệt hảo, nhưng lại đánh mất tặng phẩm sự sống đời đời từ cây Sự Sống trong vườn địa đàng Ê-đen.

Yếu Tố Gây Ra Sự Vô Tín Của Dân Do Thái Đối Với Chúa Giê-su Christ

Tôi thường hỏi: *"Tại sao tuyển dân khước từ Đức Giê-su Christ?"* Nguyên nhân chính mà tuyển dân, đặc biệt là tầng lớp giáo phẩm đã không những chống đối Chúa Giê-su, mà còn đóng đinh Ngài trên thập tự, là vì không nhìn biết được sự huyền nhiệm tối hậu của Thiên Quốc – ***Giê-su là Đấng Christ*** (I Cô-rinh-tô 2:8). Yếu tố nào đã làm cho giới lãnh đạo Do Thái mù mờ và không nhìn biết được Chân Lý trong Đức Giê-su Christ? Lý do Tin Lành bị che khuất đối với những người hư mất là vì *"Thần của đời nầy làm mù lòa tâm trí họ, để họ không thấy ánh sáng Tin Lành vinh quang của Đấng Christ, là hình ảnh của Đức Chúa Trời"* (II Cô-rinh-tô 4:4). Những mưu kế của Sa-tan là gì mà làm mù mắt tuyển dân? Kinh Thánh bày tỏ rằng, những người lãnh đạo trong hàng giáo phẩm đã áp đặt ***những truyền thống, luật lệ và lễ nghi/giáo điều từ loài người*** lên trên Lời Hằng Sống. Lý do mà các vị giáo phẩm làm như vậy là vì cái "tôi" đến từ những đố kỵ, ganh ghét, quyền lợi, và bè phái! Chính những điều này (những điều đến từ cái "tôi") trong lòng họ đã làm *tối* mắt thuộc linh trong họ. Họ đã mù đến nỗi không thấy Đền Thánh đã trở thành hang trộm cướp.[100] Cả 4 sách Tin Lành (Ma-thi-ơ 21:12; Mác 11; Lu-ca 19 và Giăng

[100] Đây là những đoạn Kinh Văn để dẫn chứng cho quan điểm trên:

2) ghi lại Đức Chúa Giê-su đi vào đền thờ Đức Chúa Trời, đuổi hết những kẻ bán, người mua, lật bàn của những kẻ đổi tiền và ghế của những người bán bồ câu. Ngài phán: *"Có lời chép: 'Nhà Ta sẽ được gọi là nhà cầu nguyện,' nhưng các ngươi biến nơi ấy thành hang trộm cướp."* Trong 3 năm thi hành chức vụ, Chúa Giê-su đã quở trách nhóm người lãnh đạo tôn giáo nhiều lần, nhiều cách, và Ngài đã rất thẳng thắng gọi họ là *"những kẻ đạo đức giả!"* Những lãnh đạo tôn giáo đã đặt truyền thống loài người lên trên Lời Đức Chúa Trời; đặt đền thánh (tòa nhà) trên cả sự giáo huấn của Chúa; tìm kiếm sự công chính bằng công đức riêng. Niềm kiêu hãnh công chính của sức riêng đã làm những người này đui mù thuộc linh. Sa-tan – thần của đời này đã kích động cái *"Tôi"* công chính của hàng giáo phẩm. Do đó, họ đã đóng đinh Đức Giê-su Christ, Con Đức Chúa Trời. Phao-lô viết, *"Còn dân Y-sơ-ra-ên đã cố dựa vào luật pháp để tìm kiếm sự công chính thì không làm trọn được luật pháp. Tại sao? Vì họ không tìm kiếm bằng đức tin mà bằng việc làm. Họ đã vấp phải Hòn Đá ngăn trở"* (Rô-ma 9:30-32).

Lời Chúa dạy, ai tìm kiếm Chúa hết lòng thì sẽ gặp Ngài. Cũng thế ấy, chúng ta sẽ khám phá ra sự huyền nhiệm của Thiên Quốc khi tìm kiếm với tất cả tấm lòng, và Thánh Linh sẽ bày tỏ cho chúng ta. Còn với những người có tư tưởng chống đối, thù nghịch, thì Thiên Quốc vẫn còn giấu kín với họ. Chúa Giê-su phán: *"Các ngươi lắng nghe, nhưng không hiểu; đưa*

Ma-thi-ơ 23:1-39; Mác 7:1-37; Lu-ca 11: 37-54; 18:9-14; Rô-ma 9:31.

mắt nhìn mà chẳng thấy gì. Vì lòng dân nầy chai lì; tai đã nặng, mắt đã nhắm, sợ rằng mắt thấy được, tai nghe được, lòng hiểu được, họ tự hối cải và Ta sẽ chữa lành chăng" (Ma-thi-ơ 13: 14-15).

Nhận thức thứ nhì của cá nhân tôi về sự sa ngã của dân Do Thái:

Sau khi được Đức Chúa Trời đưa vào Đất Hứa, được ban cho Kinh Thánh (Cựu Ước) để kính sợ Chúa và nhìn biết Đấng Thánh, hầu hết tuyển dân đã đánh mất tặng phẩm sự sống đời đời khi khước từ Chúa Giê-su Christ và đóng đinh Ngài trên cây thập tự.

Vì Đâu Hội Thánh Làm Đau Lòng Đức Thánh Linh?

A-đam và Ê-va được ban cho quyền tự do để tận hưởng sự sống đời đời với Đức Chúa Trời, nhưng họ đã sa ngã bởi cái *"Tôi"* đến từ sự cám dỗ của Sa-tan. Tuyển dân đã chứng kiến biết bao dấu kỳ phép lạ mà Đức Chúa Trời đã bày tỏ qua Đức Chúa Giê-su Christ, nhưng họ đã để cho cái *"Tôi"* của sự công chính xác thịt làm mù lòng. Chúa Giê-su phán với họ: *"Ta đây, Đấng được Cha biệt ra thánh và sai đến thế gian, tại sao các ngươi lại bảo Ta phạm thượng khi Ta nói: 'Ta là Con Đức Chúa Trời?'... Còn nếu Ta làm thì dù các ngươi không tin Ta, hãy tin các công việc của Ta, để các ngươi có thể biết và hiểu rằng Cha ở trong Ta và Ta ở trong Cha"* (Giăng 10:36-38).

Thế còn Hội Thánh thì sao? A-đam đã làm tổn thương Đức Chúa Cha (Sáng Thế Ký 3:9), tuyển dân đã đóng đinh Đức Chúa Con, Hội Thánh làm đau lòng Đức Thánh Linh. Hội Thánh đã làm đau lòng Đức Thánh Linh trong cách ăn ở và lối sống Đạo. Phao-lô đã liệt kê những lối sống làm đau lòng Chúa Thánh Linh trong Ê-phê-sô chương 4:

- Sống theo ý tưởng hư không của ***mình.***
- Tâm trí tối tăm.
- Sự ngu muội ngự trị trong lòng.
- Tấm lòng chai lì.
- Mất ý thức.
- Buông mình trong trụy lạc.
- Tham muốn làm mọi thứ ô uế.
- Giả dối.
- Căm giận.
- Trộm cắp.
- Lời nói độc ác.
- Cay đắng.
- Phẫn nộ.
- Tức giận.
- La lối.
- Lăng mạ.
- Những điều hiểm độc.

Những lối sống *"làm đau lòng Đức Thánh Linh"* được Phao-lô tóm gọn lại thành một cụm từ: *"Lối sống cũ theo cái 'Tôi' ngày trước" ("the* ***old self")*** (Ê-phê-sô 4:22). Đây là cách Sa-tan đã và đang hủy hoại con cái Chúa bằng sự kích động cái *"Tôi"* ngày trước trong chúng ta. Khi con cái Chúa sống theo con người cũ, thì đã tạo cơ hội cho ma quỷ hủy diệt họ (Ê-phê-sô 4:27). Phao-lô đã ân cần nhắc nhở Hội hãy *"nhờ Thánh Linh đổi mới tâm trí và hãy mặc lấy người mới, là người đã được tạo dựng theo hình ảnh của Đức Chúa Trời trong chân lý công chính và thánh khiết"* (Ê-phê-sô 4:24). Nhưng, lịch sử Hội cho thấy, đã có không ít con cái Chúa thay vì bước đi trong Thánh Linh, thì lại bước theo những dục vọng của xác thịt (Ga-la-ti 5:16-21). Do đó, trong mối thông công của Hội đã đón lấy những hậu quả tai hại như *"thù oán, gây gổ, ghen ghét, giận dữ, ích kỷ, bất bình và phe đảng..."* Chúng ta thừa biết đối với những ai làm những việc như thế, không những làm ô danh Chúa, ***mà còn không hưởng được Vương Quốc Đức Chúa Trời!*** (Ga-la-ti 5:21). Đây là cách gián tiếp làm cho Hội đánh mất Thiên Quốc khi *"phân 5 xẻ 7."* Timothy George, trong bài viết đăng trên *"Christianity Today"* đã viết: *"Khi Chúa Giê-su nói: 'Ta sẽ xây dựng Hội Thánh Ta trên Đá nầy, các cửa âm phủ không thắng được Hội đó,' có phải Chúa đã có ý định cho con cái Ngài về sau nầy phân chia ra làm 37,000 hệ phái cạnh tranh với nhau không?"*[101] Nếu 1 nhà phân rẽ thì không thể đứng vững; bất cứ vương quốc nào chia rẽ, sẽ bị diệt vong.

[101] Timothy George, Is Christ Divided (posted on website of "Christianitytoday.com" April 12, 2006).

Đức Chúa Giê-su phán: *"Vương quốc nào tự chia rẽ sẽ bị sụp đổ, một thành hay một nhà nào tự chia rẽ sẽ không đứng vững"* (Ma-thi-ơ 12:25; Mác 3:25-26). Hội không những mất quyền năng của Thiên Quốc, mà còn đánh mất Thiên Quốc trong mối bất đồng và bất hòa giữa vòng anh chị em với nhau.

Nhận thức thứ ba của cá nhân tôi về sự sa ngã của Hội Thánh.

Hội Thánh là dòng giống được chọn lựa, là dân tộc thánh, được ban cho Thánh Linh cùng những ân tứ. Nhưng, Hội lại làm đau lòng Đức Thánh Linh – Đấng ban cho quyền năng và sự sống.

Để đúc kết, chúng ta thấy mưu mô và cạm bẫy của Sa-tan cám dỗ loài người rất rõ ràng. Tuy có nhiều phương diện khác nữa để lý giải sự sa ngã của A-đam, dân Do Thái và Hội Thánh trong đời sống vâng phục Đức Chúa Trời Ba Ngôi, nhưng điểm trọng yếu mà tôi muốn trình bày ra đây, ấy là Sa-tan luôn tấn công vào cái *"Tôi"* và kích động lòng tham muốn ngoài phạm vi Lời Chúa.

Cả 3 đối tượng: A-đam, tuyển dân Do Thái và Hội Thánh, đã sa ngã một cách *"rập khuôn." "Khuôn"* nầy đến từ đâu? Như đã trình bày về xuất xứ của Sa-tan trong Chương 5, sự sa ngã nầy xuất phát từ Lucifer, một Sao Mai đã để lại cái *"TÔI"* quá lớn, vì thế mà y đã trở thành Sa-tan. Sa-tan đã không đứng trong vị trí mà Đức Chúa Trời đặt để, nhưng lại tham muốn ngồi ngang hàng với Đấng Thánh. Sa-tan cũng kéo theo *"các thiên sứ không giữ vị trí, từ bỏ chỗ riêng của mình"* (Giu-đe 1:6). Khi loài người hư mất trong tội lỗi, chúng ta có thể nhìn thấy sự sa ngã của loài người phản ảnh sự tham vọng điên cuồng của Sa-tan – linh cám dỗ (Ma-thi-ơ 4:1-3).

Hội có đang đánh mất Thiên Quốc không? Trước hết, chúng ta cần biết, Thiên Quốc để dành 7,000 người (dân Ngài) chẳng hề quỳ gối trước Ba-anh, và môi họ chưa hôn nó (II Các Vua 19:18). Đây là niềm tin lạc quan rằng, Chúa lúc nào cũng có những người trung tín và vâng phục hết lòng trong mọi khi, mọi thời đại. Phần đông còn lại trong dân sự Chúa là nhóm người tôi muốn đề cập đến. Số đông nầy có thật kinh nghiệm được quyền năng từ Thiên Quốc, hay đã đánh mất quyền năng ấy? Tôi rất thích và đồng ý với cách lý giải của giáo sư E. Stanley Jones, *"Đành rằng, Hội Thánh nói chung không thật sự đánh mất Thiên Quốc trong đời sống thuộc linh, nhưng chúng ta đã để Thiên Quốc ra bên lề cuộc sống. Điều chúng ta đánh mất ấy là* ***sự vâng phục tuyệt đối*** *vào chương trình cứu chuộc của Đức Chúa Trời. Đây là chứng bệnh trọng yếu của thời đại."*[102] Chúa không bao giờ đón nhận sự nửa vời hay hâm hẩm (Khải Huyền 3:15-16). Vì vậy, sự hời hợt của Hội đối với Thiên Quốc cũng có nghĩa là chúng ta đang đánh mất Thiên Quốc. ***E rằng, loài người đã và đang đánh mất Thiên Quốc từ thuở A-đam cho tới nay.*** Nhà Thần học Joachim Jeremias phân

[102] E. Stanley Jones, The Unshakable Kingdom and the Unchanging Person (USA: McNett Press, 1972), 21-22.

tích và diễn giải sự liên hệ mật thiết của Thiên Quốc được bày tỏ qua Đức Chúa Trời Ba Ngôi như sau:

- *"Hình ảnh đầu tiên của Thiên Quốc là Thiên Quốc của Đức Chúa Cha. Sự Chủ Tể của Chúa trên con cái Ngài được bày tỏ qua Luật Pháp và lòng kính sợ vào Luật Pháp của Lời Ngài."*
- *"Hình ảnh thứ 2 của Thiên Quốc là Thiên Quốc của Đức Chúa Con, và sự cứu chuộc khỏi tội lỗi qua huyết báu Đức Chúa Con. Qua mối thông công ở trong Đấng làm Con, kẻ tin trở thành con cái Đức Chúa Trời, thay vì là đầy tớ."*
- *"Hình ảnh thứ 3 của Thiên Quốc là Thiên Quốc của Đức Thánh Linh. Đây là sự sanh lại của người tin qua quyền năng của Đức Thánh Linh. Qua sự ngự trị và mối thông công trong quyền năng Đức Thánh Linh, con cái Chúa sẽ trở nên bạn hữu của Chúa. Không còn phải dạy nhau về chân lý nữa vì mọi người đều nhận biết chân lý thánh qua sự ngự trị của Đức Thánh Linh trong lòng. Đây là 'ngày của Chúa,' ấy đó là ngày yên nghỉ đời đời, ngày của sự tự do."*[103]

Như đã trình về 3 sự nhận thức trong sự sa ngã của A-đam, dân Do Thái và Hội Thánh, phần đông con dân Chúa đã đánh mất sự vinh hiển của

---

[103] Những điều nầy được học giả Jurgen Moltmann ghi lại trong sách: The Trinity and the Kingdom (First Fortress Edition, 1993), 204.

Đức Chúa Trời (sự tể trị/Thiên Quốc trên đời sống mình) từ thế hệ nầy qua thế hệ kia. Hội phải tỉnh thức và nhìn nhận sự lạc lối, sa ngã của mình trước khi quá muộn. *"Vậy nên, ai tưởng mình đứng, hãy giữ kẻo ngã"* (I Cô-rinh-tô 10:12).

A-đam và Ê-va từ ban đầu đã bội nghịch Đức Chúa Cha. Phần đông tuyển dân Do Thái từ thế kỷ đầu cho đến nay vẫn khước từ Đức Chúa Con. Hội Thánh từ khi được thành lập cho tới nay vẫn cứ làm đau lòng Đức Thánh Linh trong cách ăn, nết ở của mình.

"Khốn cho tôi, ai sẽ giải cứu tôi khỏi thân thể hay chết nầy? Cảm tạ Đức Chúa Trời, nhờ Đức Chúa Giê-su Christ, là Chúa chúng ta!" (Rô-ma 7:24-25).

Kẻ Thù Đang Ở Trong Lòng Ngươi Đó

Không phải lúc nào chúng ta cũng đổ thừa hay đổ lỗi cho Sa-tan, *"kẻ cám dỗ"* về những sa ngã trong đời sống. Chúa ban cho chúng ta quyền tự do chọn lựa sự sống hay sự chết. Môi-se bảo dân sự: *"Hôm nay, tôi xin trời và đất làm chứng rằng tôi đã đặt trước mặt sự sống và sự chết, phước lành và sự nguyền rủa. Vậy* ***hãy chọn*** *sự sống để anh em và dòng dõi anh em được sống. Hãy yêu mến Giê-hô-va Đức Chúa Trời, vâng theo tiếng phán Ngài và* ***gắn bó với Ngài****, vì Ngài là sự sống của anh em"* (Phục Truyền 30:19-20). *"Vì Đức Chúa Trời sẽ đem ra xét xử mọi việc, kể cả những việc giấu kín, dù thiện hay ác"* (Truyền Đạo 12:14). Đó là Tòa Án

Tối Cao cuối cùng mà mọi người đều đứng hầu trước Đấng Christ và chịu trách nhiệm cho điều mình đã làm lúc còn trong thân xác (II Cô-rinh-tô 5:10).

Đành rằng Kẻ Thù chính yếu của nhân loại là Sa-tan. Nhưng, ***Sa-tan không có quyền gì trên chúng ta nếu chúng ta không mở những cánh cửa để nó xâm nhập vào tâm trí, thân thể và cuộc đời mình.*** Điều tôi muốn nói ra đây là: *Có một **"kẻ thù"** ở trong lòng chúng ta, ấy là **"xác thịt của chính mình."*** Chúng ta cùng xem Kinh Thánh dạy gì về bản ngã *"xác thịt"/"the flesh."*

- Chúa Giê-su nói, *"xác thịt"* là yếu điểm (yếu đuối) của chúng ta (Ma-thi-ơ 26:41). *"Xác thịt"* làm cho con người suy yếu, bất vâng phục và thù nghịch với Đức Chúa Trời (Rô-ma 8:1-8).
- Giăng quả quyết *"xác thịt"* luôn ham muốn những gì của thế gian (I Giăng 2:16).
- Phao-lô dặn không được sống theo *"xác thịt"* vì *"xác thịt"* luôn có những dục vọng trái ngược với Thánh Linh (Ga-la-ti 5:16-21).

Công việc của xác thịt gây ra những sự *"gian dâm, ô uế, buông tuồng, thờ hình tượng... và những việc tương tự"* (Ga-la-ti 5:19-21). *"Xác thịt"* chính là ***"kẻ thù bên trong"*** của mỗi người! Đức Chúa Giê-su phán: *"Điều gì ra từ con người mới làm ô uế. **Vì từ bên trong lòng,** từ lòng người mà sinh ra những ác ý như tà dâm, trộm cướp, giết người, ngoại tình, tham lam, độc ác, dối trá, phóng túng, ganh tị, vu khống, kiêu ngạo, ngông* *cuồng. Tất cả những điều xấu ấy* ***xuất phát từ bên trong lòng*** *và làm cho con người ô uế"* (Mác 7:20-23). Sa-tan luôn cám dỗ loài người qua cánh cửa *"xác thịt."* Qua *"xác thịt,"* tội lỗi vào lòng con người. Và, tiền công của tội lỗi là sự chết, kẻ thù sau cùng của con người. ***Cũng chính bởi lối sống theo xác thịt, Kinh Thánh đã gọi chúng ta là những "kẻ thù" của Đức Chúa Trời*** (Rô-ma 5:10).

Đau lòng thay, nhiều con cái Chúa tuy đã được sanh lại, được làm nên mới, được quyền làm con Đức Chúa Trời, được ban cho Đức Thánh Linh, nhưng lại thờ ơ, ỷ lại và không cảnh giác, nên đã chuốc lấy sa ngã. Khi làm theo xác thịt, Cơ Đốc Nhân sống và để cho kẻ thù tràn vào lòng, cướp đi những gì quý giá nhất, hủy hoại những gì thiêng liêng nhất, thánh khiết nhất mà Đức Giê-su Christ ban cho. Kẻ thù nầy không ở xa chúng ta. ***Kẻ thù đang ở trong lòng chúng ta đó!***

Rất nhiều con cái Chúa sống như *người chết di động,* vì *"xác thịt"* đang cướp đi, thiêu đốt và làm nghẹt ngòi hạt giống Thiên Quốc trong lòng. Hãy cầu nguyện cho nhau, nâng đỡ và khích lệ nhau. Phao-lô dạy qua Tiệc Thánh, *"Mỗi lần anh em ăn bánh nầy (hình ảnh cho thân thể Chúa), uống chén nầy (giao ước mới trong huyết Chúa)... phải tự xét lại chính mình rồi mới ăn bánh, uống chén ấy. Vì người nào không phân biệt thân Chúa mà ăn bánh, uống chén ấy tức là ăn uống sự phán xét cho chính mình.* ***Vì lý do đó mà trong anh em có nhiều người đau yếu, bệnh tật và có lắm kẻ ngủ (kẻ chết)"*** (I Cô-rinh-tô 11:25-30).

Tôi mượn *"Truyền thuyết Mỵ Châu – Trọng Thủy"* làm ví dụ minh họa về sự ngây ngơ, thờ ơ và ỷ lại trong con cái Chúa đến mức đã để cho Kẻ Thù bước vào, xâm nhập gia đình và hủy diệt Thiên Quốc trong đời sống.

Tóm tắt truyền thuyết *"Mỵ Châu – Trọng Thủy:"*

- Sau khi An Dương Vương (An Dương Thục Phán) xây thành Cổ Loa, thần Kim Quy có ban tặng một cái móng của mình để làm nỏ (cung thần) để giữ thành. An Dương Vương rất quý nỏ thần, vì mỗi lần bắn ra có hàng nghìn mũi tên tiêu diệt ngoại xâm. Vua gìn giữ nó như một báu vật, treo gần chỗ mình nằm.
- Kẻ thù của An Dương Vương là Triệu Đà, muốn xâm chiếm nước Âu Lạc, nhưng vì An Dương Vương có nỏ thần, nên dù đã kéo quân xâm chiếm đôi lần nhưng không tài nào thắng nổi. Do đó, kẻ thù bàn mưu, tính kế sẽ dùng *"mỹ nam kế."* Nhiệm vụ được giao cho con trai mình là Trọng Thủy; vờ kết hôn với Mỵ Châu, kết tình thông gia giữa 2 nước, với thâm ý là cướp nỏ thần và hủy diệt Âu Lạc Vương.
- Con gái An Dương Vương là công chúa Mỵ Châu, sắc nước nghiêng thành. Khi Triệu Đà bày tỏ sự cầu thân và muốn kết tình thông gia cho bình yên bờ cõi, thì An Dương Vương xiêu lòng, gả con gái cho Trọng Thủy.
- Trọng Thủy khi về ở chung với Mỵ Châu, đã biết được bí quyết của nỏ thần, từ hình dạng đến chỗ cất giữ, nên đã trộm lấy và thay vào chiếc nỏ giả.

- Đánh cắp được nỏ thần, Triệu Đà liền cất quân đánh Âu Lạc. An Dương Vương cậy có nỏ thần nên không phòng bị, khi kẻ thù đến gần thì mới vỡ lẽ nỏ thần đã bị *"đổi thật thay hư."* An Dương Vương lên ngựa chở con gái mình là công chúa Mỵ Châu chạy thoát. Vì vẫn còn thương Trọng Thủy, nên Mỵ Châu đã bứt lông ngỗng từ chiếc áo của mình và rải ra để làm dấu cho Trọng Thủy tìm đến với nàng.
- Khi 2 cha con chạy đến gần bờ biển, thì giặc cũng đã đuổi kịp ở phía sau. Vua cầu khẩn thần Kim Quy một lần nữa, thần xuất hiện và bảo: ***"Giặc ở sau lưng nhà ngươi đó."*** An Dương Vương thức tỉnh, nhận ra sự tình nên rút gươm chém Mỵ Châu, rồi nhảy xuống biển tự vận.

Nguyện Hội Thánh thức tỉnh và nhận biết ***kẻ thù đang ở trong mỗi chúng ta.*** Hãy cậy ơn Chúa, chúng ta phải tuốt ***Gươm của Thánh Linh, là Lời Đức Chúa Trời, mà đánh trận tốt lành.*** *"Vậy, hãy thuận phục Đức Chúa Trời, hãy kháng cự ma quỷ thì nó sẽ chạy trốn anh em. Hãy đến gần Đức Chúa Trời thì Ngài sẽ đến gần anh em"* (Gia-cơ 4:7). Khi sống trong Đấng Christ và tăng trưởng trong Chúa mỗi ngày, điều nầy đồng nghĩa là chúng ta ***chết trong xác thịt mỗi ngày.*** Phao-lô chia xẻ kinh nghiệm theo Chúa là *"đối diện với sự chết mỗi ngày"* (I Cô-rinh-tô 15:31). Nguyện con dân Chúa biết cách quản trị *"kẻ thù xác thịt"* của chính mình.

"Hỡi người đang ngủ, hãy thức dậy, hãy vùng dậy từ giữa những người chết, thì Đấng Christ sẽ chiếu sáng ngươi" (Ê-phê-sô 5:14).

Chương 6

Đức Chúa Trời Hủy Diệt Đại Dịch Tội Lỗi

Học giả Ray E. Baughman nói: *"Tội lỗi đã gây ra sự xáo trộn Thiên Quốc."*[104] Trong Chương 6, chúng ta sẽ nhận thấy rằng tội lỗi chính là đại dịch đầu tiên và kinh khủng nhất từ trước tới nay, tiêu diệt không những con người, mà đến cả môi trường sống xung quanh. Kế tiếp, chúng ta quan sát cách Sa-tan ảnh hưởng, và vận hành trong xác thịt qua *"điệp viên"* đang *"nằm vùng"* trong xác thịt chúng ta – sự ***Kiêu ngạo***; chúng ta cũng nhìn xem cách Chúa phẫu thuật *"ung thư tội lỗi"* trong lòng người. Cuối cùng, cậy ơn Chúa, tôi sẽ đúc kết Tình Yêu Đức Chúa Trời qua bức ảnh *"nghệ thuật"* để minh họa tình yêu tuyệt mỹ của Chúa, giúp con cái Chúa nhận thức sự đối nghịch giữa 2 vương quốc (Thiên Quốc và vương quốc *"xác thịt")*. Sau đây là nội dung của Chương 6:

- Đại Dịch Tội Lỗi.
- Vi Khuẩn *"Kiêu Ngạo"* – điệp viên của Sa-tan.
- Đức Chúa Trời Giải Phẫu *"Ung Thư Tội Lỗi."*
- Đức Chúa Trời hủy diệt đại dịch tội lỗi.

---

[104] Ray E. Baughman, The Kingdom Víualized, (USA: The Moody Bible Institute of Chicago, 1972), 63.

- Vaccine/Kháng Thể Cấp Bách Nhất và Tối Hậu Nhất cho Nhân Loại.

Đại Dịch Tội Lỗi

Nhìn trên mọi phương diện, từ thuộc linh đến thuộc thể, tội lỗi đến từ A-đam và Ê-va đích thực là cơn *"đại dịch"/"pandemic"* đầu tiên và dữ tợn nhất đã gây ra tất cả những lầm than, cùng những đại dịch khác nữa trên thế giới. Cũng chính vì *"đại dịch tội lỗi"* mà mọi người đều phải chết. Đây là bản án chung cuộc cho nhân loại. Ngay từ ban đầu, từ môi trường *"sinh sôi nẩy nở"* (Sáng Thế Ký 1:20-24; 2: 4-17), nhưng khi *"tội lỗi"* vào lòng Ê-va và A-đam, môi trường đã trở nên *"bị nguyền rủa... Đất sẽ sinh gai góc và cây tật lê"* (Sáng Thế Ký 3:17-18). Các học giả Kinh Thánh bình luận về sự lây lan của tội lỗi từ A-đam tới hậu tự như vầy: *"Từ vườn Ê-đen tới tháp Ba-bên..., tội lỗi đã gia tăng, chất chồng như núi... 1 hành động từ sự bất vâng phục Đức Chúa Trời dẫn đến giết người, sự giết chóc vô tâm, tham dục không đáy, sự hư nát và bạo loạn, cuối cùng là sự suy sụp của cả nhân loại."*[105] Chính Đức Chúa Trời khi nhìn thấy sự gian ác của loài người lan tràn trên mặt đất, thì phán: *"Ta sẽ xóa sạch khỏi mặt đất loài*

[105] Raymond B. Dillard & Tremper Longman III, An Introduction to the Old Testament (Michigan: Zondervan Publishing House, 1994), 52.

người mà Ta đã tạo dựng, từ loài người cho đến loài súc vật, loài bò sát, loài chim trời, vì Ta lấy làm tiếc đã dựng nên chúng" (Sáng Thế Ký 6:7).

Thảm khốc gây ra bởi tội lỗi là khôn lường. Có thể nói, viết thêm một lời về tội lỗi cũng đã là dư, mà có viết cả nghìn nghìn câu cũng vẫn còn thiếu. Trong Sáng Thế Ký chương 10, sau khi Đức Chúa Trời đã chọn Nô-ê để bắt đầu lại một dòng dõi mới cho nhân loại, thay vì vâng theo ý Chúa, thì Nim-rốt (dòng dõi Nô-ê) lại tiếp tục làm đau lòng Chúa bằng cách xây vương quốc của chính mình (Sáng Thế Ký 10:8-10). Tháp Ba-bên được xây lên không phải vì đầu phục Chúa (hay cho sự vinh hiển của Chúa), mà là cho *"thanh danh"* và *"tên tuổi"* của con người (Sáng Thế Ký 11:4). Ray Baughman đúc kết về sự sa ngã từ A-đam tới những hậu tự như sau: *"Qua tội lỗi từ A-đam, loài người trở nên ích kỷ, xấu xa và hư mất. Họ thường làm tổn thương nhau, đánh nhau và giết hại nhau."*[106] Nhà Thần học George Ladd kết luận: *"Tội lỗi trước tiên hết là sự bất kính (với Đức Chúa Trời), rồi sau đó mới là những bại hoại của đạo đức."*[107]

Nếu làm một thống kê để ghi chép lại số tử vong gây ra từ đại dịch *"tội lỗi"* (the Sin Pandemic) thì phải đếm từ người chết đầu tiên trên thế giới cho tới bây giờ, và tiếp tục đếm cho tới khi không còn ai chết nữa. Như

---

[106] Ray E. Bauhghman, The Kingdom Visualized, (USA: the Moody Bible Institute of Chicago, 1972), 17.

[107] George E. Ladd, The Gospel of the Kingdom (Division of Christian Education, National Council of Church, 1952), 30.

Kinh Thánh chép: *"Cho nên, như bởi một người (A-đam) mà tội lỗi đã vào trong thế gian, và bởi tội lỗi mà có sự chết, thì sự chết đã lan tràn đến mọi người vì mọi người đều đã phạm tội"* (Rô-ma 5:12). Chúng ta cùng tìm hiểu thể loại *"vi khuẩn"* từ đại dịch tội lỗi là gì, và cách mà những vi khuẩn của tội lỗi hoành hành và làm hư hại con người ra sao?

Vi Khuẩn *"Kiêu Ngạo"/"Pride"* – Điệp Viên Từ Bên Trong

Từ ban đầu, Sa-tan kích động cái *"Tôi"* xác thịt, bằng cách gieo vào lòng họ sự tham muốn dẫn đến hành động bất vâng phục Chúa. Kinh Thánh định nghĩa tội lỗi là sự đánh mất/lạc mất mục tiêu (của Đức Chúa Trời)/ *"missing the mark." "Còn ai phạm tội là hành động trái luật pháp; vì tội là trái luật pháp"* (I Giăng 3:4). Vậy, khi chúng ta đặt *"tội lỗi"* lên *"kính hiển vi"* để xem loại vi khuẩn gì đã làm cho con người vượt ra ngoài phạm vi lời Chúa? *"Vi khuẩn"* tội lỗi là gì mà gây ra những bất biến, làm cho loài người không thể tăng trưởng theo những định luật hoàn hảo của Chúa? *"Luật pháp của Đức Giê-hô-va là trọn ven (hoàn hảo), bổ dưỡng cho linh hồn"* (Thi Thiên 19:7). Chúng ta cùng tìm xem các giáo sư, học giả nói gì về những chất tố (vi khuẩn) tội lỗi.

- Karl Barth (1886-1968), trong quyển *"Church Dogmatics,"* đã mô tả tội lỗi như là *"sự kiêu ngạo/kiêu hãnh."* Barth giải thích *"sự kiêu ngạo"* chính là sự đối nghịch với phẩm chất ***nhu mì*** và ***khiêm***

nhường của Đức Giê-su Christ. Theo Barth, *"sự kiêu hãnh"* không những là hình ảnh đầu tiên của tội lỗi, mà nó còn là cơ bản của tất cả hình thức bất kính (ungodliness).

- Giáo sư Kevin Lowery nói về bản chất tội lỗi theo quan điểm của nhà Thần học Barth: *"Như Đấng Christ đã trở nên vâng phục bao nhiêu, thì loài người lại tỏ ra bất vâng phục bấy nhiêu... Sự kiêu ngạo không những là một dạng của tội lỗi, mà nó chính là nguyên hình hài của tội lỗi."*[108]
- Giáo sư C.S Lewis đặt tên cho sự kiêu ngạo như là một thứ *"tội lỗi vĩ đại" ("great sin").* Ông viết: *"Theo sự dạy dỗ của Cơ Đốc Giáo, bản chất tồi tàn và hiểm độc nhất là sự kiêu ngạo."* Cũng như Barth, C.S. Lewis nhìn nhận, kiêu ngạo là gốc rễ của tất cả những hình thức xấu xa và độc ác. Kiêu ngạo xuất phát từ Sa-tan và phản ảnh bản chất Sa-tan. C.S Lewis viết: *"Những gian dâm, ô uế, giận dữ, say sưa, cùng tất cả những điều tương tự chỉ là những điều nhỏ khi so sánh với kiêu ngạo. Bởi vì kiêu ngạo mà Sa-tan đã trở thành Sa-tan. Kiêu ngạo dẫn đến những sự chống nghịch lại Đức Chúa Trời. Kiêu ngạo tham muốn quyền lực. Chính vì kiêu*

108 Kevin Twain Lowery, Karl Barth's View of the Humanity of Chrisit as Explained in His Church Dogmatics, Faculty Schoolarship Theology 29 (Olivet Nazarene University, 1992), 12.

ngạo đã gây ra những lầm than trong gia đình, quốc gia và trên cả thế giới."[109]

Phao-lô dạy rằng, do bởi kiêu ngạo, loài người rơi vào án phạt dành cho ma quỷ (I Ti-mô-thê 3:6). Kiêu ngạo là kẻ thù bên trong mỗi người. Châm Ngôn chép: *"Sự kiêu ngạo đi trước sự hủy diệt, và tính tự cao đi trước sự sa ngã"* (Châm Ngôn 16:18). Trong Đa-ni-ên 4, Đa-ni-ên khuyên vua Nê-bu-cát-nết-sa hãy từ bỏ tội lỗi (đến từ kiêu ngạo) mà tìm kiếm sự công chính. Vua đã học bài học đau thương; vì vậy, chính vua cũng nhìn nhận: *"Kẻ nào bước đi cách kiêu ngạo, thì Ngài (Đức Chúa Trời) có thể hạ kẻ ấy xuống"* (Đa-ni-ên 4:37).

Đúc kết lại, *"vi khuẩn"* của tội lỗi là kiêu ngạo. Tôi gọi kiêu ngạo như một *"điệp viên"* của Sa-tan (vì bản tính nầy phản ảnh bản chất Sa-tan). Bởi kiêu ngạo, loài người đã để cái *"Tôi"* làm cho mình trở nên tối tăm và tồi tàn. Cái *"tội"* của con người là khi đặt cái *"Tôi"* làm trung tâm trong đời sống. Người Tây Phương có câu: *"Người nào để cái 'Tôi' mình quá lớn, thì không còn chỗ cho bất cứ ai nữa trong đời mình."*

Bởi tội lỗi, chúng ta sống xa cách Chúa và trở nên thù nghịch (kẻ thù) với Ngài trong những ý tưởng và hành động. Nhưng qua tình yêu, Đức Chúa Trời đã hòa giải nhân loại qua sự chết của Con Ngài, là Đức Chúa

---

[109] C.S. Lewis, the The Complete C.S. Lewis Signature Classic (San Francisco: Harper), 20-21.

Giê-su Christ, để làm cho chúng ta thánh sạch, không tì vết, không chỗ chê trách được trước mặt Ngài (Cô-lô-se 1:21-22). Vậy, làm thế nào Đức Chúa Trời *"phẫu thuật"* ung thư tội lỗi trong lòng người?

Đức Chúa Trời Phẫu thuật Tội Lỗi

Để đem loài người trở lại với những gì cao đẹp, thánh khiết, yêu thương và vâng phục như buổi đầu tạo dựng, đây không những là điều bất khả cho loài người, mà còn trái ngược với thế giới kể từ khi tội lỗi xâm nhập vào A-đam. Khi tội lỗi xâm nhập vào A-đam, loài người trở nên ích kỷ, ganh ghét và tranh giành những lợi lộc cho riêng mình. Các nhà khoa học thời đại này đã khám phá ra một loại gen (gene) không những có trong thú vật, mà cũng có trong cơ thể loài người. Gen đó là *"Selfish Gene"/"Gen Ích Kỷ."* Nhà sinh vật học Richard Dawkins, tác giả quyển *"The Selfish Gene,"* gọi thái độ sống ích kỷ này trong con người là *"sự tàn bạo của quy luật ích kỷ trong vũ trụ"/"the gene's law of universal ruthless selfishness."*[110] (Sự ích kỷ nhẫn tâm là gene - luật chung của nhân loại.)

Kinh Thánh cho biết, bệnh hoạn, xấu xa trong lòng người ngày càng trầm trọng. *"Lòng người ta là dối trá hơn muôn vật và rất là xấu xa. Ai có thể biết được?"* (Giê-rê-mi 17:9). Đây là lý do tại sao Chúa phải ra tay để

[110] Richard Dawkins, The Selfish Gene, new edition (New York: Oxford University Press, 1989), 3.

cứu con người khỏi tội lỗi. Đức Chúa Trời là tình yêu và thánh khiết, nếu Ngài không hủy diệt tội lỗi, Ngài không phải là Đức Chúa Trời của tình yêu, thánh khiết và công chính. T.F. Torrance giải thích về bản thể thánh khiết của Chúa khi nhìn thấy tội lỗi trong trần gian: *"Tội lỗi là 1 cuộc tấn công vào bản tính tốt đẹp của Đức Chúa Trời. Vì Chúa là Đức Chúa Trời, Ngài phải ngăn chặn tội lỗi... Chúa không phải là Đức Chúa Trời nếu Ngài ngó lơ tội lỗi."*[111]

Cách Đức Chúa Trời Cắt Bì Trái Tim và Làm Cho Nên Mới

Đức Chúa Giê-su phán: *"Nếu mắt bên phải khiến con phạm tội, hãy móc và ném nó đi! Vì thà con mất một phần thân thể còn hơn là cả thân thể bị ném vào hỏa ngục"* (Ma-thi-ơ 5:29). Đây là sự dạy dỗ mang tính ngụ ý. Chúa muốn chúng ta nhận biết được thảm họa của tội lỗi là ***sự chết,*** vì vậy, Ngài muốn chúng ta làm mọi điều có thể, ngay cả khi chúng ta phải trải qua những đau đớn để tìm đến với sự sống mà Ngài ban cho. Tôi còn nhớ 1 giáo sư tại Chủng viện Southwestern Baptist Theological Seminary bảo chúng tôi: *"Chúng ta phải đối xử tàn bạo với tội lỗi cũng như tội lỗi đã đối xử tàn bạo với chúng ta."* Khi trái tim của con người bệnh hoạn và

---

[111] Paul D. Molmar, Thomas F. Torrance – The Theologian of Trinity (New York: Routledge, 2009), 165.

xấu xa, Đức Chúa Trời đã thực hiện ca giải phẫu *"cắt bì"* tấm lòng như thế nào? Môi-se đã viết: *"Giê-hô-va Đức Chúa Trời sẽ cắt bì tấm lòng anh em và tấm lòng của dòng dõi anh em, để anh em hết lòng hết linh hồn kính mến Giê-hô-va Đức Chúa Trời mình và nhờ đó mà anh em được sống"* (Phục Truyền 30 6; Rô-ma 2:9). Phao-lô giải thích sự cắt bì ***thật*** trong đời sống thuộc linh, tức là sự ***cất khỏi bản tính xác thịt (cái "TÔI")*** trong con người. *"Trong Ngài (Đấng Christ), anh em cũng cắt bì, không phải do tay người thực hiện, nhưng là sự cắt bì bởi Đấng Christ, tức là sự* ***lột bỏ bản tính xác thịt của chúng ta"*** (Cô-lô-se 2:11).

Một lần kia, khi suy gẫm lời Chúa trong Ê-xê-chi-ên 36:22-32, tôi có một cảm nhận, nếu giải thích cách Đức Chúa Trời cắt bì tấm lòng chúng ta để làm cho trái tim chúng ta được nên mới, thì đoạn Kinh Văn này mang những chi tiết súc tích nhất để mô tả ca giải phẫu quan trọng nhất của mọi thời đại trong lịch sử nhân loại. Tôi kết hợp đoạn Kinh Thánh E-xê-chi-ên 36:25-27 với những chi tiết khác trong Kinh Thánh để mô tả ca *"giải phẫu tim"* mà Đức Chúa Trời thực hiện trên tín hữu.

"Ta sẽ rưới nước tinh sạch trên các ngươi và các ngươi sẽ trở nên sạch; Ta sẽ tẩy sạch hết mọi sự ô uế và mọi thần tượng của các ngươi. Ta sẽ ban lòng mới cho các ngươi và đặt Thần mới trong các ngươi. Ta sẽ cất lòng bằng đá khỏi xác thịt các ngươi và ban cho các ngươi lòng bằng thịt. Ta sẽ đặt Thần Ta trong các ngươi và khiến các ngươi noi theo luật lệ Ta, thì các ngươi sẽ giữ mệnh lệnh Ta và làm theo" (Ê-xê 36:25-27).

Đây là *"mơ tưởng"* cộng thêm chút *"suy diễn"* (fantasy and imagination) của tôi trong lúc tương giao và suy gẫm lời Chúa về tiến trình giải phẫu, để biến đổi ***con tim tội lỗi*** thành ***trái tim thánh khiết.***

Hãy cho tôi giải thích đôi điều trong trí tưởng tượng và *"sáng tạo"* (bởi Ân Điển) để minh họa cách Chúa biến hóa *"con tim tội nhân"* thành *"trái tim thánh nhân."* Sự minh họa nầy dễ nhận ra hơn trong bản tiếng Anh, vì tôi dùng những từ ngữ có sự trùng hợp cách tự nhiên đến thú vị. Cho phép tôi kết hợp 2 ngôn ngữ Anh – Việt để minh họa:

- **Sin** – Tội Lỗi: Chữ cái ***"I"*** nằm ở trung tâm chữ *"S**I**N,"* giống như cái *"Tôi"* (của sự *"kiêu ngạo")* khi đặt ở trung tâm *"vũ trụ"* lòng, thì con người thành ra tội nhân. Tôi đã dẫn chứng Kinh Thánh và lý giải cái *"TÔI"/"I"* của bản ngã xác thịt như *"kẻ thù bên trong"* của mỗi chúng ta ở Chương 5.
- **Son** – Con (con cái Đức Chúa Trời): Chữ cái ***"O"*** nằm ở trung tâm chữ *"SON."* Chữ *"O"* viết tắt của từ ***"O**bedience"* – *"Vâng Lời"/"Vâng Phục."* Vâng lời là tất cả những gì Đức Chúa Trời đòi hỏi ở con cái Ngài. *"Vậy bây giờ, nếu các con thật lòng **Vâng lời (Obey)** Ta và giữ giao ước Ta, thì trong tất cả các dân tộc, các con sẽ là tài sản riêng (His own Treasure/Kho báu biệt riêng của Đức Chúa Trời) của Ta; dù cả thế gian đều thuộc về Ta. **Các con sẽ trở thành một vương quốc thầy tế lễ và 1 dân tộc thánh cho Ta"*** (Xuất Ai-cập 19:5-6).

Hai từ ngữ chính mà tôi sử dụng để minh họa cho ca *"giải phẫu tim:"* **SIN** (tội lỗi) và **SON** (con cái Đức Chúa Trời).

- 2 từ ngữ *"SIN"* – *"SON"* có chung 2 chữ cái bên ngoài (S–N) và chỉ khác chữ cái ở ngay trung tâm: S<u>I</u>N và S<u>O</u>N.
- Vậy, nếu cất chữ *"I"* ra khỏi *"SIN"* và thay bằng chữ *"O"* thì không còn *"SIN"* nữa, mà sẽ trở thành *"SON."*

Như đã trình bày trong những phần trước, chữ *"I"* tượng trưng cho cái *"TÔI,"* gây ra nhiều tham muốn trái ngược với Linh Đức Chúa Trời. Chữ *"I"* (cái *"Tôi")* chính là *"kẻ thù đang ở trong lòng mỗi chúng ta."*

Còn chữ *"O"* là viết tắt cho từ ngữ *"Obedience"*/Vâng Lời/Vâng Phục. Vâng lời là tất cả những gì Đức Chúa Trời đòi hỏi ở chúng ta. Sự vâng lời chính là luật Thiên Đàng mà tất cả mọi thành viên trong Thiên Quốc phải tuân theo thánh ý Ngài một cách tuyệt đối.

Tôi ví sánh đời sống theo Chúa, hay còn gọi là hành trình Thiên Quốc, như những cuộc vật lộn/tranh chiến ***hàng ngày*** giữa 2 chữ *"I"* và *"O."* Chọn vâng lời Chúa *("O"),* hay chọn làm theo bản ngã xác thịt *("I")?* Phao-lô phơi bày cuộc vật lộn giữa 2 thế lực *"I"* và *"O"* thế nầy: *"Chúng ta biết rằng luật pháp là thiêng liêng; nhưng tôi là **người xác thịt đã bị bán cho tội lỗi**. Tôi không hiểu điều mình làm. Vì tôi không làm điều mình muốn mà lại làm điều mình ghét... Bởi vậy, tôi khám phá ra luật nầy: 'Khi tôi muốn làm điều thiện thì điều ác bám theo tôi.' Vì trong thâm tâm, tôi* *rất vui thích luật pháp của Đức Chúa Trời, nhưng tôi cảm biết trong chi thể tôi có một luật khác giao chiến với luật trong tâm trí tôi, bắt tôi phải làm nô lệ cho luật của tội lỗi,* ***là luật ở trong chi thể tôi.*** *Khốn cho tôi! Ai sẽ giải cứu tôi khỏi thân thể hay chết nầy?"* (Rô-ma 7:14-24).

Cùng theo dõi tiến trình giải phẫu, cất bỏ cái *"Tôi"/"I"* của S **I** N (tội lỗi) trong lòng tội nhân, và thay vào cái **"*O*"** (Vâng Phục) mà Đức Chúa Trời thực hiện qua Đức Chúa Giê-su Christ để biến **tội nhân** thành **thánh nhân.**

- Đức Chúa Trời đưa chúng ta tới *"Phòng cao giải phẫu"* (Công Vụ 1:13) theo thời điểm được ấn định. *"Đức Chúa Trời thu lại con cái tản lạc của Ngài về lại vùng đất riêng của mình"* (Ê-xê-chi-ên 36:24).
- Chúa khiến cho con người ngủ mê (Sáng Thế Ký 2:21) (gây mê trước khi giải phẫu), rồi sau đó dùng nước tinh khiết (nước thánh) rửa phần ngực cho sạch sẽ *("Rưới nước tinh sạch").*
- Đức Chúa Trời dùng 1 thanh gươm sắc bén 2 lưỡi (Khải Huyền 1:16) cắt xuyên thấu vào hồn với linh, khớp với tủy (Hê-bơ-rơ 4:12) vào tim của người.
- Kế tiếp, Chúa dùng kẹp gắp bằng vàng tinh khiết từ bàn thờ Thánh (Ê-sai 6:6) gắp chữ *"I"* (cái *"TÔI")* của *"S I N"* ra khỏi lòng người. Đức Chúa Trời thay vào chữ *"O"* của chính Con Một của Ngài, là Đức Chúa Giê-su Christ. Khi chữ *"I"* được cất khỏi S I N

và thay vào chữ *"O,"* tội nhân trở thành *"S O N"* (con cái Đức Chúa Trời) – thánh nhân.

- Sau khi gắp chữ *"I"* (cái *"TÔI")* khỏi lòng người, Ngài đem cái *"Tôi"* tội lỗi của nhân loại đặt trên thân thể của Đấng Christ; và Đức Chúa Trời đóng đinh *"tội lỗi"* xác thịt trên thân thể vô tội của Đấng Christ vào thập tự giá nơi đồi Gô-gô-tha. *"Ngài đã hủy bỏ giấy nợ chống lại chúng ta với những luật lệ ràng buộc chúng ta. Ngài loại bỏ bằng cách* ***đóng đinh nó vào thập tự giá"*** (Cô-lô-se 2:14). *"Đức Chúa Trời đã làm cho Đấng (Christ) không hề biết tội lỗi trở nên tội lỗi vì chúng ta, để trong Đấng ấy chúng ta được trở nên công chính trước mặt Đức Chúa Trời"* (II Cô-rinh-tô 5:21).
- Sau khi ca giải phẫu được hoàn tất trọn vẹn, con người thức dậy, tỉnh ngộ và tự nhủ: *"Tôi sẽ đứng dậy trở về với Cha và thưa: 'Cha ơi, con đã phạm tội với Trời và với Cha, không xứng đáng gọi là con của Cha nữa. Xin Cha xem con như người làm thuê của Cha vậy.'"* (Lu-ca 15:17-19). Khi người Cha thấy con trở về thì động lòng thương xót, chạy ra ôm lấy cổ con mà hôn. Cha bảo các đầy tớ: *"Hãy mau lấy áo tốt nhất mặc cho nó, đeo nhẫn vào tay, mang giày vào chân. Hãy bắt con bê mập làm thịt. Chúng ta hãy ăn mừng! Vì con Ta đây đã* ***chết*** *mà bây giờ lại được* ***sống,*** *đã* ***mất*** *mà bây giờ* ***tìm lại được"*** (Lu-ca 15:20-24).
- Khi con người nhận thức tội lỗi mình và tiếp nhận Đấng Christ, tức là Danh Ngài, thì Ngài ban cho họ quyền trở nên con cái Đức Chúa Trời, là những người được sinh ra không phải bởi khí huyết,

hoặc bởi ước muốn xác thịt, hoặc bởi ý người, nhưng bởi Đức Chúa Trời (Giăng 1:12-13).

- Thật vậy, Đức Chúa Trời ban lòng mới cho người đón nhận Danh Ngài, đặt Thần mới trong họ, và Ngài khiến họ noi theo luật pháp, gìn giữ và làm theo mệnh lệnh của Chúa (Ê-xê-chi-ên 36:26-28).

Qua sự cảm nhận riêng của mình đến từ lời Kinh Thánh, ấy là cách Đức Chúa Trời đã *"cắt bì"/"giải phẫu"* trái tim con người, để cứu họ ra khỏi mọi ô uế và thần tượng trong lòng. Phao-lô đã bày tỏ: *"Chúng ta biết rằng,* ***con người cũ*** *của chúng ta đã bị đóng đinh vào thập tự giá với Ngài, để con người tội lỗi bị tiêu diệt, và chúng ta không còn làm nô lệ cho tội lỗi nữa. Vì ai đã chết thì được giải thoát khỏi tội lỗi. Nhưng nếu chúng ta đã cùng chết với Đấng Christ thì chúng ta tin rằng mình cũng sống với Ngài"* (Rô-ma 6:6-8).

Đức Chúa Trời Hủy Diệt Đại Dịch Tội Lỗi

Trước khi trình bày nội dung *"Đức Chúa Trời Hủy Diệt Đại Dịch Tội Lỗi,"* tôi có đôi dòng vắn tắt về ý tưởng trong sự trình bày nội dung trọng thể nầy.

Sau gần 10 năm dạy Toán, tôi gần như cảm nhận và hấp thụ được sức hấp dẫn và lôi cuốn của Toán, đặc biệt là trong môn Giải Tích (Calculus). Càng nghiên cứu Giải Tích nhằm đem đến những giải nghĩa, áp dụng, cùng những khám phá mới mẻ cho lớp, tôi càng thấy sự bao la, mênh mông của những *"con số"* mà đặc biệt là những nguyên tắc và những định lý của Giải Tích. Các khoa học gia dùng Giải Tích để *"giải mã"* những sự mầu nhiệm trong luật thiên nhiên của vũ trụ mà Đức Chúa Trời đặt để trong nó. Một trong những ứng dụng vĩ đại tuyệt vời, theo cách nhìn của tôi, mà Giải Tích đem đến là: Có thể giải đáp, đúc kết và ***ngắm nhìn điểm đến (kết quả)*** của những đa thức (hay bất cứ những bài toán nào dưới mọi hình thức) từ đơn giản đến phức tạp với những ẩn số chạy dài đến vô tận, hay khi đối diện với những trường hợp bất thể xác định. ***Có lẽ chính điều nầy làm cho tôi đam mê Toán Học nhiều nhất vì tư tưởng được trao dồi và được huấn luyện để tìm ra (và để nhìn thấy) điểm đến của hành trình "đời đời" trong Chúa Giê-su Christ.***

Xin thưa, tôi không phải là người *"học xa hiểu rộng,"* mà chỉ là người đam mê tìm kiếm Thiên Quốc theo lời Chúa Giê-su dạy bảo. Tôi chỉ vận dụng những gì Thánh Linh ban cho để cố gắng làm sao trình bày những điều trọng tâm nhất mà Đức Chúa Giê-su muốn Hội Thánh nắm vững. Tôi chỉ làm một điều, ấy là trình bày những gì trọng tâm nhất trong Kinh Thánh bằng cách thức đơn giản nhất, dễ hiểu nhất, để mong mọi người nhận thấy và đáp lại Tình Yêu Cao Cả của Đức Chúa Trời.

Mô Hình Trong Chương Trình Thiên Quốc

Có một hình ảnh (đúng hơn là một chức vị/a title) được ẩn dấu trong Đấng Christ, qua đó, những ai tin danh Ngài thì Đức Chúa Trời ban cho cách nhưng không. Chức vị nầy là một mô hình/khuôn mẫu (the pattern) được lập đi lập lại hàng nghìn lần trong Kinh Thánh qua nhiều bối cảnh khác nhau. Xin thưa, chức vị nầy chính là Con (Son) đến từ Linh làm **CON (SON)** của Đức Giê-su Christ. *"Ngay cả **trước khi sáng thế,** Đức Chúa Trời đã chọn chúng ta trong Đấng Christ... Đức Chúa Trời đã định cho chúng ta **được làm con nuôi** (**sons** through adoption) của Ngài bởi Đức Chúa Giê-su Christ, theo mục đích tốt đẹp của ý muốn Ngài, để ca ngợi ân điển vinh quang mà Ngài đã ban tặng cho chúng ta trong **CON/SON** yêu dấu của Ngài"* (Ê-phê-sô 1: 4-6). Trong Toán học, khi xác định được mô hình của bất kỳ dãy số nào (Series/Sequences), chúng ta có thể viết ra phương trình của chúng, để từ đó, có thể tìm thấy điểm đến (limit), hay tổng (the sum) của những dãy số ấy khi chúng tiến đến vô cực (hay vô tận).

Chúa ban cho A-đam chức vị làm con/son của Đức Chúa Trời. Từ ***"son"*** được sử dụng **3,601 lần** trong Kinh Thánh. Chức vị ***"son"*** là một mục đích tối hậu, cao cả và tốt đẹp nhất được bày tỏ qua mô hình *"Son"* xuyên suốt Kinh Thánh! *"Son"* mang ý nghĩa *"con trai và con gái"* của Thiên Quốc theo cách bày tỏ trong Kinh Thánh như Ma-thi-ơ 13:38a. Đức Chúa Trời nhiều lần gọi tuyển dân là *"son"* (gồm trai lẫn gái như trong Giê-rê-mi 3:19; 31:20; Thi Thiên 82:6). *"Son"* là chức vị cao quý nhất mà mỗi Cơ Đốc Nhân nhận được từ Chúa. Chức vị ***"Son"*** đã bị đánh mất (hư mất) bởi ***"sin"*** (tội lỗi) của A-đam (từ ***"sin"*** được dùng **766 lần).** Nhưng qua Đấng Christ, (the ***SON of God,)*** chúng ta lại được thừa hưởng (hồi phục quyền làm con cái của Đức Chúa Trời/children of God) và đón nhận vào lòng Linh làm **CON** của Đức Giê-su Christ, để chúng ta được gọi Đức Chúa Trời là *"CHA"* (Rô-ma 8:15; Ga-la-ti 4:6). Đức Chúa Giê-su phán với Xa-chê rằng: *"Hôm nay sự cứu rỗi đã vào nhà này, vì người này cũng là con/son của Áp-ra-ham. Bởi Con Người đã đến để tìm và cứu kẻ bị hư mất"* (Lu-ca 19:9).

Bởi ân điển, tôi đúc kết toàn bộ chương trình của Đức Chúa Trời dành cho con người từ Sáng Thế tới Khải Huyền bằng *"Mô Hình"/"Pattern"* qua 3 từ ngữ (thực ra chỉ là 2): ***"Son Sin Son."***

Sự huyền bí của Thiên Quốc, chương trình của Chúa dành cho nhân loại được khải thị và gói ghém trong mô hình: "Son *Sin Son."* Từ ngữ *"Son"* đầu tiên trong mô hình "***Son*** Sin Son" tượng trưng cho chức vị (cùng tất cả những đặc ân) mà Chúa đã ban cho A-đam. Nhưng khi *"Sin"* (từ ngữ kế tiếp trong mô hình *"Son **Sin** Son")* xâm nhập vào A-đam, mọi điều trong A-đam đều chết. Nhưng, *"vì Đức Chúa Trời yêu thương thế gian, đến nỗi đã ban CON (SON) Một của Ngài, hầu cho hễ ai tin CON ấy không bị hư mất mà được sự sống đời đời"* (Giăng 3:16). Từ ngữ *"Son"* sau cùng *"Son Sin **Son**"* là chức vị được phục hồi qua huyết của Đức Giê-su Christ, và bởi Linh làm CON của Ngài, chúng ta được ban cho quyền làm *"Con"/"Son"* của Đức Chúa Trời đời đời.

Khi duyệt lại xuyên suốt toàn Kinh Thánh để nhận biết chương trình của Thiên Quốc dành cho loài người, chúng ta có thể thu gọn lại trong mô hình: ***"Son Sin Son."*** Sự vinh hiển của Đức Chúa Trời trong mô hình *"Son Sin Son"* là khi chúng ta đều có đồng tâm tình và trở nên giống như Đức Giê-su Christ, Con Một của Đức Chúa Trời (Phi-líp 2), như buổi ban đầu Đức Chúa Trời đã tạo nên loài người. Chúa phán: *"Chúng Ta hãy tạo nên loài người* ***theo hình ảnh Chúng Ta và giống như Chúng Ta****... Ngài sáng tạo người nam và người nữ"* (Sáng Thế Ký 1:26-27). Sau đây là vài dẫn chứng Kinh Thánh để minh họa nội dung chính yếu trong chương trình cứu chuộc của Đức Chúa Trời cho con người qua mô hình ***"Son Sin Son."***

- Sáng Thế Ký 3:15: *"Ta sẽ làm cho ngươi (Sa-tan) và người nữ, dòng dõi ngươi và Dòng Dõi người nữ (her Seed, the SON of God) thù nghịch nhau. Người (the* ***SON*** *of God) sẽ đạp đầu ngươi (Sa-tan), còn ngươi sẽ cắn gót chân Người (the* ***SON****)."* Đây là lời tiên tri đầu tiên về chương chương trình cứu chuộc của Đức Chúa Trời cho nhân loại, là nền tảng cho tất cả mọi lời tiên tri về sau. Các nhà giải kinh nhận thức rằng *"Dòng Dõi người nữ"* (her Seed) chính là Đấng Christ, (**SON**)/CON Đức Chúa Trời Hằng Sống. Hình ảnh *"Sa-tan cắn gót chân Đấng Christ* ***(SON)"*** là cách Đấng Christ chịu chết trên thập tự vì cớ **Sin** (Tội Lỗi) kể từ A-đam (**son** of God) đến toàn thể hậu thế. Chúng ta thấy mô hình ***"Son Sin Son"*** tiềm ẩn ngay trong lời tiên tri đầu tiên.
- Dân Số Ký 21:6-9 (và Giăng 3:14-15): Chúa phán với Môi-se: *"Hãy làm một* ***con rắn lửa rồi treo nó trên một cây sào****. Ai bị rắn cắn mà nhìn nó thì sẽ được sống."* Chúa Giê-su phán: *"Như Môi-se treo con rắn lên trong hoang mạc thể nào thì CON NGƯỜI* ***(SON)*** *cũng bị treo lên thể ấy, để ai tin đến Ngài* ***(SON)*** *đều được*

sự sống đời đời." Vì tội lỗi/**(sin)** của dân Do Thái (và cả nhân loại), cho nên Đấng Christ **(SON)** đã chết trên thập tự giá để đổi sự chết và ban cho sự sống đời đời, tức là được làm con cái/**(son)** của Đức Chúa Trời.[112]

- Ê-sai 53: 5,11 *"Nhưng Người **(SON)** đã vì tội lỗi/**(sin)** chúng ta mà bị vết... Vì Ngài (SON) đã đổ mạng sống mình cho đến chết... đã mang lấy tội lỗi/**(sin)** nhiều người. Sau khi đã dâng mạng làm tế lễ chuộc tội, Ngài (SON) sẽ thấy **dòng dõi mình** (His offsprings/ **Sons & daughters** of God)... Đầy Tớ của Ta (SON) sẽ lấy sự hiểu biết mình làm cho nhiều người **được xưng công chính** (becoming Sons of God)."* Toàn bộ Ê-sai 53 có thể đúc kết bằng mô hình: ***"Son Sin Son."***
- Có thể nói, các sách trong Tân Ước được đong đầy bằng hình ảnh Đức Giê-su Christ **(SON)** chết cho Tội Lỗi/**(Sin)** chúng ta để phục hồi chúng ta làm con/**(son)** của Đức Chúa Trời. Martin Luther nói, nếu phải chọn một câu để đúc kết toàn nội dung Kinh Thánh, thì Giăng 3:16 chính là câu ấy. Cùng xem mô hình *"Son Sin Son"* trong Giăng 3:16, *"Vì Đức Chúa Trời yêu thương thế gian đến nỗi đã ban CON **(SON)** Một của Ngài, hầu cho hễ ai tin CON ấy*

[112] Xin lưu ý: Tôi dùng từ ngữ "SON" (all capital/chữ hoa) để nói đến Linh làm CON của Đấng Christ. Còn từ ngữ "son" là để chỉ đến chúng ta, *"Con cái của Đức Chúa Trời"* qua bởi Linh làm CON của Đấng Christ vào tấm lòng chúng ta.

không bị hư mất *(bởi Tội Lỗi/Sin) mà được sự* ***sống đời đời*** *(làm con/son của Đức Chúa Trời)."*

- Phi-líp 2:1-11 và Hê-bơ-rơ 2 bày tỏ sâu đậm về Đấng Christ, (SON of God,) đã xuống thế làm người và chết để đền Tội/(Sin) cho loài người. Qua sự chết của Đấng Christ (SON), người tin nhận Danh Ngài được ban cho quyền làm con/(son – anh em của Đấng Christ)!
- Trong Rô-ma 8, Phao-lô mô tả cách chi tiết *"sự sống mới trong Thánh Linh"* với niềm hy vọng của tín hữu và tình yêu của Đức Chúa Trời trong Đức Chúa Giê-su Christ, chúng ta thấy trọng tâm sự dạy dỗ được phản ảnh qua mô hình **"Son Sin Son."**
- Trong Khải Huyền 21, chính Chúa đã hứa sẽ hồi phục lại đặc ân và chức vị làm con/(son) cho kẻ trung tín và gắn bó vì danh của Ngài. Chức vị *"Son"* là điểm đến (là mục đích tối hậu) trong chương trình đời đời của Thiên Quốc cho con người. Chúng ta sẽ mãi mãi tăng trưởng và trở nên giống Chúa Giê-su từng mỗi phút giây. Chúng ta không bao giờ đạt đến sự hoàn hảo như là Chúa Giê-su, mà chỉ trở nên giống Ngài càng hơn. Cũng như trong Toán học, biểu đồ đời sống của chúng ta sẽ mãi mãi tiếp cận Chúa (như đường tiệm cận/asymptote) nhưng không thể nào là Chúa. Chúa phán: *"Xong rồi! Ta là An-pha và Ô-mê-ga, là Khởi Nguyên và Tận Cùng. Người nào khát, Ta sẽ cho uống nước miễn phí từ nguồn nước sự sống. Người nào thắng sẽ nhận được những điều nầy làm cơ nghiệp; Ta sẽ làm Đức Chúa Trời người và người sẽ làm* ***con/(son)*** *Ta"* (Khải Huyền 21:6-7).

Tặng Phẩm Đức Chúa Trời Ban Cho Nhân Loại

Từ nhỏ đến nay, tôi chưa bao giờ có một hình vẽ nào bởi chính mình để dám *"khoe"* với ai (huống hồ là đem giới thiệu với một cộng đồng lớn). Cho đến khi tôi thấy được một ý nghĩ, như luồng điện chạy xuyên qua tâm hồn từ mô hình ***"Son Sin Son,"*** thì ý tưởng ***"hội họa"*** bất ngờ trỗi lên trong tôi. Tôi đã đọc rất nhiều sách về Thiên Quốc, và sách nào cũng có những sự dạy dỗ thật thấu đáo. Tôi đã ngẫm nghĩ nhiều lần, *"Làm sao để cô đọng 'tất cả' những gì Kinh Thánh dạy về Thiên Quốc để trình bày với mọi người?"* Một lần kia, trong cuộc phỏng vấn trên đài Radio, vị mục sư đã yêu cầu giáo sư E. Stanley Jones: *"Tại sao giáo sư không mật mã hóa (codify) tất cả định luật của Thiên Quốc! Những định luật Thiên Quốc sao mà mờ ảo quá. Nếu Thiên Quốc là câu trả lời hoàn hảo nhất cho tất cả những gì nhân loại cần, như Kinh Thánh nói và giáo sư cũng nói, thì (định luật Thiên Quốc) phải được đúc ra thành một hình ảnh (form) để chúng ta nhìn thấy và vâng theo."* Câu hỏi nầy đã thúc giục tôi suy gẫm, mong tìm ra cách đặc biệt để trình bày Thiên Quốc cách súc tích nhất, gọn gàng nhất và *"đẹp mắt nhất."*

Mô hình ***"Son Sin Son"*** đem đến cho tôi một cái khung, để phác họa một *"bức tranh đầu đời"* dâng lên Chúa, và sau đó là để trình làng cho quý vị. Tôi đặt tên cho bức tranh nầy là: ***"Tặng Phẩm Đức Chúa Trời Cho Nhân Loại."*** Dưới đây là *"cái khung"* từ mô hình *"Son – Sin – Son."*

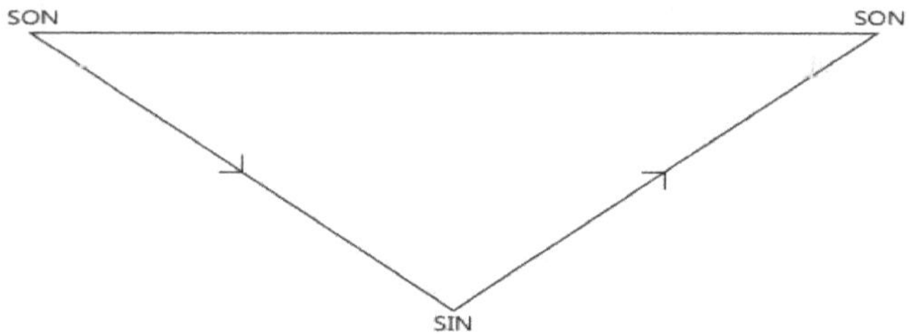

Trong Chương 5, hành trình theo Chúa là sự tranh chiến của 2 chữ *"I"* (cái *"TÔI")* và *"O"* (Vâng Lời Đức Chúa Trời). Một lần nữa, tôi sẽ kết hợp 2 ngôn ngữ Anh – Việt để *"làm sáng tỏ"* định luật Thiên Quốc. Sau đây là vài ghi chú hướng dẫn để quý độc giả dễ hiểu hơn.

- Hầu hết mọi người đều am hiểu 26 chữ cái trong Anh Ngữ (a,b,c…). Như đã biết, từ chữ *"I"* đến chữ *"O"* có tất cả là 7 chữ cái là **i j k l m n o.**
- Mỗi 1 chữ cái trong dãy 7 chữ từ *"I"* tới *"O"* như những **bức thang** để chúng ta (những tội nhân) có thể tiến đến sự vâng phục trọn vẹn trong Chúa Giê-su *("O:"* Obedience/Vâng Phục), và mỗi chữ cái là ẩn ý, qua cách viết tắt của từng ý nghĩa Thần học một cách tự nhiên và đầy ấn tượng. Sau đây là ý nghĩa cho từng chữ được viết tắt qua mỗi chữ cái, cùng với số lần được sử dụng trong Kinh Thánh.

i = idol – thần tượng, cái *"TÔI"* (224 lần).

j = Jesus – Chúa Giê-su (975 lần).

k = Kingdom – Vương Quốc (Đức Chúa Trời) (400 lần).

l = Love – Tình Yêu (545 lần).

m = Mercy – Lòng Chúa Thương Xót (358 lần).

n = New – Mới (1298 lần).

o = Obedience – Vâng Lời/Vâng Phục (184 lần).

- Cùng 1 dãy 7 chữ nầy, nhưng khi đi ngược lại, thì là hình ảnh sa ngã (bức thang đi xuống) từ *"O"* (Vâng Lời) tới *"I"* (cái *"TÔI"* bội nghịch) như A-đam và Ê-va (cùng hậu tự) đã và đang sa ngã: **o n m l k j i.**

- Mỗi 1 chữ cái trong dãy 7 chữ từ *"O"* đi ngược lại tới *"I"* như những bức thang đi xuống (sa ngã), và mỗi chữ mang 1 ý nghĩa Thần học rất tự nhiên và đầy ấn tượng. Sau đây là ý nghĩa cho từng chữ, cùng với số lần được Kinh Thánh sử dụng.

o = Obedience – Vâng Lời/Vâng Phục (184 lần).

n = Name – Thanh danh/Tên tuổi cho chính mình (1,112 lần).

m = Mammon – Tiền tài/Vật chất (149 lần).

l = Lust – Tham dục/Dục vọng (42 lần).

k = Knowledge – Kiến thức đời nầy (166 lần).

j = Jezebel – Giê-sa-bên (I Các Vua 19:1-2; Khải Huyền 2:20).

i = Idol – thần tượng, cái *"TÔI"* (224 lần).

Sau khi giải thích từng ý nghĩa của từng dãy chữ từ *"I"* tới *"O"* và ngược lại từ *"O"* tới *"I,"* bây giờ tôi sẽ đem vào trong mô hình: ***"Son Sin Son"*** để chúng ta thấy sự đối lập của 2 vương quốc trong 1 trái tim!

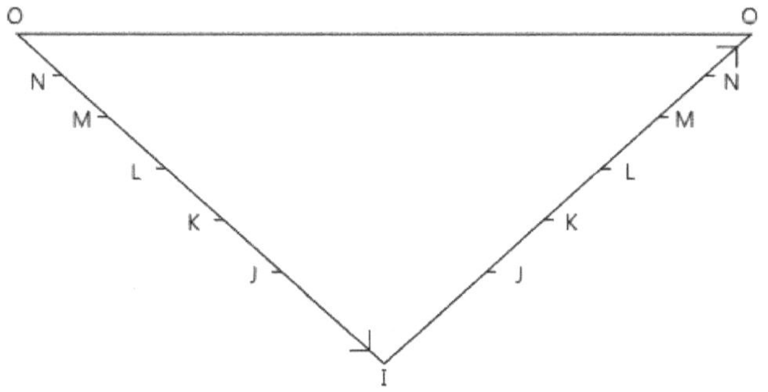

Trong bức tranh *"trái tim"* (hình bên dưới), có 1 hình tam giác. Cạnh bên trái của tam giác là hình ảnh sa ngã (bức thang đi xuống) từ *"O"* tới *"I"* (SON – SIN) mà A-đam và hậu tự đã bội nghịch Đức Chúa Trời và đi theo những tham vọng như: Thanh danh/Tên tuổi cho cái *"TÔI"* (Name), Tiền tài/Vật chất (Mammon), Dục vọng (Lust), Kiến thức đời nầy (Knowledge), Kẻ tiêu diệt tiên tri của Đức Chúa Trời (Jezebel), và cuối cùng là cái *"TÔI,"* là *"thần tượng"* của chính mình.

Đường thẳng đứng giữa tam giác tượng trưng cho thập giá của Chúa Giê-su khi Chúa cất lấy tội lỗi (cái *"TÔI" – "I")* của con người và đóng đinh vào thập tự giá để làm nhịp cầu hòa giải giữa Trời và người (cho kẻ tin được phục hồi chức vị làm con/son). *"Như trong (the first) A-đam mọi người đều chết; cũng vậy, trong Đấng Christ (Second A-đam), mọi người đều sống lại"* (I Cô-rinh-tô 15:22).

Cạnh tam giác bên phải là bước thang đi lên từ *"I"* tới *"O."* Bước đầu tiên để cái *"TÔI"* được cất khỏi tội nhân, và được xưng công chính trước Chúa, thì con người phải tin nhận Giê-su Christ làm Cứu Chúa của mình. Vì chỉ bởi sự sanh lại qua huyết của Giê-su Christ, thì tội nhân được vào Vương Quốc Đức Chúa Trời (Kingdom of God). Tình Yêu (Love) và Lòng Thương Xót (Mercy) của Đức Chúa Trời tuôn vào lòng người và làm cho mọi sự đều trở nên Mới (New). *"Vậy, nếu ai ở trong Đấng Christ, người ấy là tạo vật mới (new)"* (II Cô-rinh-tô 5:17). Chỉ bởi Tình Yêu của Đức Chúa Trời ban vào lòng, thì chúng ta mới vâng lời Ngài. Chúa Giê-su phán: *"Nếu ai yêu mến Ta thì Vâng giữ (Obey) Lời Ta"* (Giăng 14:23).

Bên dưới là bức tranh bày tỏ sự huyền nhiệm của Thiên Quốc cho loài người. Hình ảnh thập tự giá của Chúa Giê-su là nhịp cầu nối lại những gì đã chết trong A-đam đầu tiên và được phục hồi qua *A-đam Thứ Hai* (Đấng Christ). 2 cạnh của tam giác tượng trưng cho 2 vương quốc đối nhau: 1 bên là vương quốc xác thịt (bên trái) dẫn đến sự chết; 1 bên là Thiên Quốc (bên phải) dẫn đến sự sống đời đời khi được làm con của Đức Chúa Trời.

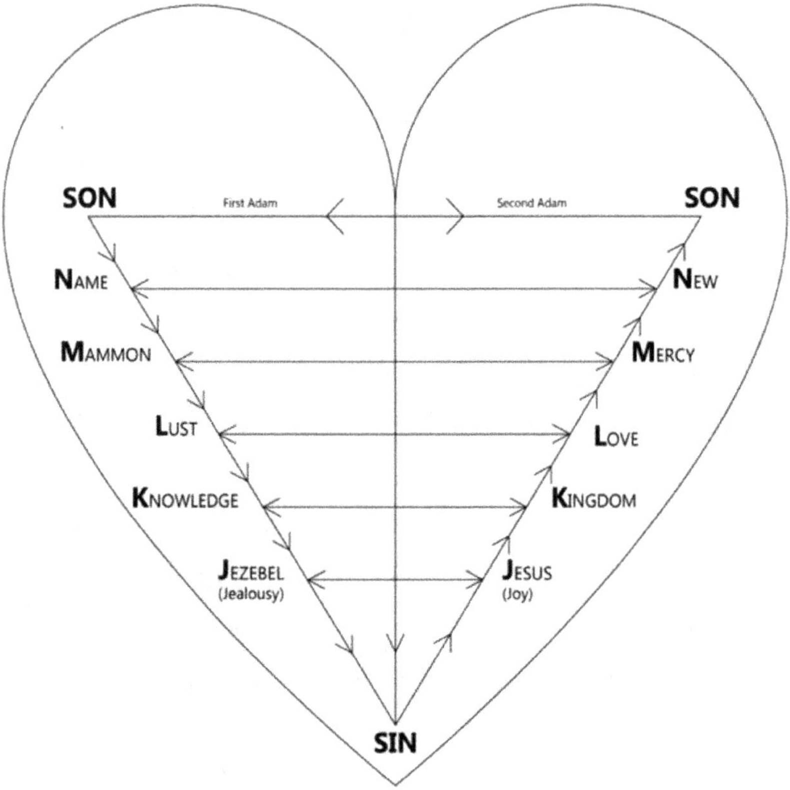

Tôi đã *"phác họa"* bức tranh nầy và nhờ cháu Chris Đặng vẽ lại trên computer.

Huyết Chúa Giê-su Christ – VACCINE (Thuốc Kháng Thể) Cấp Bách Nhất Và Tối Hậu Nhất Cho Nhân Loại

Để đúc kết Chương 6, tôi xin nhấn mạnh lại những điều như sau:

- Nhu cầu giải quyết *"tội lỗi"* là vấn đề cấp bách nhất và tối ưu quan trọng nhất trong mọi thời đại nhằm khôi phục lại chức vị con người với mục đích ban đầu Đức Chúa Trời tạo dựng.
- Để cắt bỏ tội lỗi khỏi lòng người và biến hóa tội nhân thành con cái Đức Chúa Trời, Đấng Christ đã dâng thân thể không tì không vết của Ngài làm của lễ chuộc tội cho con người.
- Đại dịch *"Tội Lỗi"* (từ A-đam) đã bị thống trị bởi Ân Điển vô lượng của Đức Chúa Trời trong Đức Chúa Giê-su Christ. Như *"sự chết đã ngự trị từ A-đam đến Môi-se, cả trên những người không phạm cùng một tội với A-đam... Nếu chỉ vì tội của một người, mà qua người đó sự chết đã thống trị thể nào, thì cũng chỉ nhờ một Người là Đức Chúa Giê-su Christ, mà những ai nhận ân điển và quà tặng công chính cách dồi dào, sẽ càng thống trị trong sự sống thể ấy"* (Rô-ma 5:14-17).
- Trước khi Sáng Thế, Đức Chúa Trời đã dự bị một VACCINE/Chất Kháng Thể (để hủy diệt tội lỗi trong lòng người) được ví như là Loại Máu ***"O"*** (the ***"O"*** blood type- Obedience/Vâng Lời) từ trong Đức Giê-su Christ. *"Nhưng bởi **huyết báu** của Đấng Christ, như huyết của Chiên Con không khuyết tật, không tì vết, đã định sẵn*

trước khi tạo dựng vũ trụ" (I Phi-e-rơ 1:19-20; Khải Huyền 13:8; Rô-ma 8:29; Ê-phê-sô 1:3-5). Máu ***"O"*** của Đấng Christ là dòng máu **Mới**, là Máu Vô Nhiễm (sinless blood), là Máu Vâng Phục/Obedience (blameless), và là dòng Máu dẫn đến sự trường sinh bất tử cho mọi kẻ tin nhận Danh Ngài!

Qua Đấng Giê-su Christ, Đức Chúa Trời làm Mới lại muôn phần, bắt đầu là sự bất vâng phục của A-đam. Loài người không thể tự mình từ bỏ cái *"TÔI"/"I"* trong xác thịt tội lỗi, mà chỉ qua bởi sự đón nhận và gìn giữ Linh làm CON/(SON) của Đấng Christ vào trong lòng mình. *"Vậy bây giờ, những ai ở trong Đấng Christ Giê-su sẽ không bị kết tội nữa; vì luật của Thánh Linh sự sống trong Đấng Christ Giê-su giải phóng tôi (chúng ta) khỏi luật của tội lỗi và sự chết"* (Rô-ma 8:1-2). Giáo sư E. Stanley Jones nhìn nhận, để Đức Chúa Trời thực sự ngự trị/thống trị trong lòng chúng ta, chúng ta phải đầu phục(surrender) 7 vương quốc trong đời sống. 7 vương quốc ấy là:

(1) Vương quốc của Chủng Tộc (Race).
(2) Vương quốc của chủ nghĩa Quốc Gia (Nationalism).
(3) Vương quốc của Tôn Giáo (Religions).
(4) Vương quốc của Tầng Lớp/Giai Cấp (Class).
(5) Vương quốc của Tiền Tài (Money).
(6) Vương quốc của Gia Đình (Family).

(7) Vương quốc của cái *"TÔI"/"I"* (Self).[113]

Trong 7 vương quốc *"xác thịt"* nầy, theo giáo sư Stanley Jones, vương quốc cái *"TÔI"/"I"/"Self"* là điều khó đầu phục nhất. Có lẽ vì *"Giang sơn dễ đổi –* ***Bản tánh khó dời."*** Nhưng, điều gì con người làm không được thì Đức Chúa Trời làm cho. Điều Đức Chúa Trời đòi hỏi ở chúng ta là kính sợ Chúa, vâng lời Ngài và mỗi ngày bước đi trong Thánh Linh.

Đức Chúa Giê-su phán: ***"Nếu ai muốn theo Ta, thì phải từ bỏ chính mình, và vác thập tự giá mình (mỗi ngày) mà theo Ta"*** (Ma-thi-ơ 16:24; Lu-ca 9:23).

---

[113] E. Stanley Jones, Is the Kingdom of God Realism? (New York: Cokesbury Press), 186

Chương 7 – Chương Kết

Chìa Khóa Vương Quốc Thiên Đàng

Trong Chương cuối này, chúng ta cùng nghiên cứu và tìm hiểu sự dạy dỗ huyền nhiệm về *"Chìa Khóa Vương Quốc,"* qua đó, tôi sẽ tổng kết toàn bộ nội dung của sách. Sau đây là nội dung của Chương 7:

- *"Chìa Khóa Vương Quốc Thiên Đàng"* là gì?
- *"Chìa Khóa Vương Quốc Thiên Đàng"* được ban cho *"những"* ai?
- Làm thế nào để sử dụng *"Chìa Khóa Thiên Đàng?"*

Tôi đặc biệt dành chủ đề *"Chìa Khóa Thiên Đàng"* ở Chương kết, vì đây là mục đích tối hậu tại sao Chúa Giê-su Christ đã dựng nên Hội Thánh. Khi thấu hiểu được tầm quan trọng về ý nghĩa, hình ảnh và sự ứng dụng của *"Chìa Khóa Vương Quốc Thiên Đàng,"* mối liên hệ của tín hữu với Đức Chúa Trời Ba Ngôi sẽ tăng trưởng bội phần, như lời Chúa phán: *"Đây là giao ước Ta sẽ lập với nhà Y-sơ-ra-ên: Sau những ngày đó, Ta sẽ đặt luật pháp Ta* ***trong trí họ****, và ghi tạc* ***vào lòng họ****. Ta sẽ làm Đức Chúa Trời họ, và họ sẽ làm dân Ta. Họ sẽ không phải dạy bảo chúng và anh em mình rằng: 'Hãy nhận biết Chúa.'* ***Vì tất cả đều sẽ biết Ta, từ người nhỏ nhất cho đến người lớn nhất"*** (Hê-bơ-rơ 8:10-11). Nội dung chính của Chương 7 là diễn giải và minh họa (dựa trên Kinh Thánh) rằng, hình ảnh và ý nghĩa của *"Chìa Khóa Vương Quốc Thiên Đàng"* chính là sự nhận biết **Ngôi Lời Hằng Sống** mà Đức Chúa Trời hứa ban cho nhân loại từ buổi sáng thế.

Chìa Khóa Vương Quốc Thiên Đàng Là Gì?

Kinh Thánh không nói rõ *"Chìa Khóa Vương Quốc Thiên Đàng"* là gì, và ***khi nào*** Chúa Giê-su Christ trao cho Phi-e-rơ *"chìa khóa Thiên Đàng."* Bởi vậy có thể hiểu rằng, đây là sự dạy dỗ mang tính ẩn ý. Trong Cựu Ước, Đức Chúa Trời hứa: *"Trong ngày đó Ta sẽ... lấy* ***uy quyền*** *của ngươi trao vào tay người... Ta sẽ đặt* ***chìa khóa nhà Đa-vít trên vai người*** *(Ê-li-a-kim, con trai Hinh-kia). Người mở thì không ai đóng được, và đóng thì không ai mở được"* (Ê-sai 22:22). Đây là **lời hứa** của Đức Chúa Trời, *"sẽ"* đặt chìa khóa nhà Đa-vít trên vai Ê-li-a-kim. Sự dạy dỗ mang tính ẩn ý qua hình ảnh *"chìa khóa nhà Đa-vít* ***đặt trên vai"*** để nói đến sự ban cho *"quyền hành/uy quyền."* *"Đôi vai"* là hình ảnh của sự mang lấy hay gánh lấy *"đặc ân"* và lẫn cả *"trách nhiệm"* (như quyền cai trị đặt trên đôi vai Đấng Christ, Ê-sai 9:5). Một hình ảnh về sự dạy dỗ quan trong nữa trong Tân Ước về *"chìa khóa,"* đó là ***"Đấng Christ*** *cầm* ***chìa khóa*** *của sự chết và âm phủ"* (Khải Huyền 1:18). Điều nầy nói lên Đấng Christ có quyền trên mọi sự, kể cả sự chết và âm phủ cũng phục dưới quyền tể trị của Ngài (Thi Thiên 110:1).

Để hiểu rõ ý nghĩa chính yếu của sự ban cho *"Chìa Khóa Thiên Đàng"* chúng ta phải nghiên cứu trong bối cảnh nào, và tại sao Chúa hứa ban cho Phi-e-rơ *"Chìa Khóa Thiên Đàng."* Ma-thi-ơ 16:13, Chúa Giê-su trò chuyện với các môn đồ: *"Còn các con thì nói Ta là ai?"* Si-môn Phi-e-rơ thưa: ***"Thầy là Đấng Christ, Con Đức Chúa Trời hằng sống."*** Như trình bày trong những chương trước, một trong những trọng điểm sách Ma-thi-ơ là bày tỏ Đức Giê-su là Đấng Christ (và là Vua) cho tuyển dân. Cũng chính từ sự tuyên xưng đó, *"Đức Giê-su là Đấng Christ"* *(sự huyền nhiệm tối hậu của Thiên Quốc),* nên Chúa Giê-su tuyên bố Ngài sẽ xây dựng Hội Thánh trên Vầng Đá,[114] và Chúa sẽ ban chìa khóa Thiên Đàng cho ông. Phước cho Phi-e-rơ, vì Cha trên trời đã khải thị cho ông **biết Đức Giê-su là ai, bản thể thiêng liêng của Ngài như thế nào.** Chính vì cớ ấy, Phi-e-rơ đã được Chúa hứa ban cho chìa khóa Thiên Đàng. Đây là **mấu chốt** tại sao Chúa Giê-su hứa ban *"Chìa Khóa Thiên Đàng."* Nhìn biết ***Đức Giê-su là Đấng Christ*** chính là **tâm điểm** và **khởi điểm** cho mọi sự phải lẽ trong chương trình Thiên Quốc. Nói cách khác, *"Chìa Khóa Vương Quốc Thiên Đàng"* ***chính là nhận biết "Bản Thể" của Đức Giê-su;*** Ngài là Đấng Christ, Đấng mà Đức Chúa Trời hứa ban cho nhân loại ngay cả trước khi vũ trụ được tạo dựng. Châm Ngôn 9:10 dạy: *"Sự kính sợ Đức Giê-hô-va, ấy là khởi đầu sự khôn ngoan,* ***sự nhận biết Đấng Thánh, đó là sự thông sáng."*** Sự thông sáng về Đức Giê-su Christ là *"Chìa Khóa Vương Quốc Thiên Đàng."* Như đã trình bày, Sáng Thế Ký 3:15 đã được ví như lời tiên tri mẹ mà Đức Chúa Trời đã hứa ban cho nhân loại. Sang đến Tân Ước, lời hứa của Đức Chúa Trời đã được ứng nghiệm và hoàn thành qua chính **Ngôi Lời** (Đức Giê-su Christ). Bởi nhận biết Đức Giê-su là Đấng Christ, chúng ta được ban cho *"Chìa Khóa Vương Quốc Thiên Đàng"* để thông sáng mọi sự. Trong Ma-thi-ơ 16:19, Ngài hứa sẽ ban cho (những

---

[114] Lưu ý rằng, Chúa gọi Phi-e-rơ là "Petros" (viên đá); nhưng Hội Thánh thì được xây dựng trên "Petra" (Vầng Đá) cũng như trong Ma-thi-ơ 7:24.

chiếc) chìa khóa, cũng có nghĩa rằng, còn những điều khác về Đấng Christ mà về sau các môn đồ mới hiểu được, đặc biệt là khi Đức Thánh Linh giáng lâm, thì *"chìa khóa"* của sự hiểu biết về những mầu nhiệm Vương Quốc Thiên Đàng càng được làm sáng tỏ.

Trong ẩn dụ về người chủ vườn nho trong Ma-thi-ơ 13:33-46, Đức Chúa Giê-su phán với các thầy tế lễ cả và các trưởng lão: *"Vậy nên, Ta nói với các ngươi, **Vương Quốc Đức Chúa Trời sẽ bị cất khỏi các ngươi và ban cho một dân sẽ đem kết quả về cho Vương Quốc ấy.**"* Lý do Chúa phán như vậy là vì họ đã không những loại *"Hòn Đá Góc Nhà"* (tức là chẳng nhìn biết Ngài là Đấng Christ, Con Đức Chúa Trời hằng sống), mà còn âm mưu giết *"Con Trai của Người Chủ"* (Đức Chúa Trời) như trong ngụ ý của ẩn dụ. *"Các thầy tế lễ cả và người Pha-ri-si nghe những ẩn dụ nầy thì nhận biết Chúa Giê-su đang nói về chính họ."* (Ma-thi-ơ 21:45). **"Chìa khóa" để vào Vương Quốc Thiên Đàng là nhận biết Giê-su là Đấng Christ.** *"Chìa Khóa Thiên Đàng"* không phải làm bằng gỗ, sắt, đồng, vàng hay bất cứ vật thể gì trong trần thế, mà *"Chìa Khóa Thiên Đàng"* là Thiên Thức để khai trí và cởi mở tâm linh để nhận biết Đức Giê-su là Đấng Christ. Kinh Thánh dạy, *"Sự hiểu biết Con Đức Chúa Trời" ("the knowledge of the Son of God")* không những là cánh cửa đưa chúng ta vào Thiên Quốc, mà còn để gây dựng con cái Ngài đạt đến tầm vóc đầy trọn của Đấng Christ (Ê-phê-sô 4:13). Đấng Christ chính là sự hiểu biết phong phú và chắc chắn để nhận biết sự mầu nhiệm của Đức Chúa Trời (Cô-lô-se 2:2). Bởi sự bất tín của dân Do Thái, nên Vương Quốc Thiên Đàng vốn đã được hứa ban cho họ đã bị cất khỏi. Chúa đã cảnh báo dân Do Thái: *"Ta* *bảo cho các ngươi biết: Từ Đông phương, Tây phương sẽ có nhiều người đến ngồi cùng bàn với Áp-ra-ham, Y-sác và Gia-cốp trong Vương Quốc Thiên Đàng. Nhưng* ***các con của Vương Quốc Thiên Đàng*** *(nhóm dân Do Thái khước từ Chúa Giê-su Christ) lại bị ném ra chỗ tối tăm bên ngoài, nơi sẽ có than khóc và nghiến răng."* Một lần nữa, Kinh Thánh bày tỏ rằng, sự tin nhận Đức Giê-su Christ sẽ là *"chìa khóa"* để mở cổng Thiên Đàng cho mọi người tin.

Một minh họa nữa để chứng minh tri thức nhận biết bản thể của Đức Giê-su Christ là *"chìa khóa"* của Vương Quốc, được Lu-ca ghi lại trong chương 11:52. Chúa Giê-su phán với người Pha-ri-si: *"Khốn cho các ngươi là các luật gia! Vì các người đã nắm giữ* ***chìa khóa của tri thức,*** *chính các ngươi không vào nhưng lại ngăn trở những người khác muốn vào!"* Sở dĩ người Pha-ri-si không vào Thiên Quốc được là vì họ chống đối và phủ nhận ***"Đức Giê-su là Đấng Christ"*** *("Chìa khóa của tri thức"* để được vào Thiên Quốc). Còn những ai muốn tin nhận Đức Giê-su là Đấng Christ (để được vào Thiên Quốc), thì lại bị họ bắt bớ, buộc tội và ngay cả dứt phép thông công. Kinh Thánh cho thấy những điều đó xảy đến cho các môn đồ và những người theo Chúa thời bấy giờ.

Tôi xin nhấn mạnh một lần nữa rằng, trong Đức Giê-su Christ, Đức Chúa Trời đã gói gọn tất cả những gì huyền nhiệm nhất, tuyệt hảo nhất và giá trị nhất để ban cho con người. Có thể ví sánh như vầy: *Cựu Ước như là một Kho Báu được niêm phong* (Đa-ni-ên 12:4), *Tân Ước là Kho Báu được mở ra bằng sự khải thị trong Đức Giê-su Christ* (Khải Huyền 5:5). *"Ngài*

(Đức Chúa Trời) đã không tiếc chính Con mình, nhưng vì tất cả chúng ta mà phó Con ấy cho, thì Ngài lại không ban mọi sự cùng với Con ấy cho chúng ta sao?" (Rô-ma 8:32). Đức Giê-su Christ chính là **Con Đường** đưa chúng ta đến với Đức Chúa Cha. Đức Giê-su Christ chính là ***"Chìa Khóa"*** mở cổng Thiên Đàng cho chúng ta: *"Ta là **Cửa** của chiên... Ta là cánh cửa, nếu ai do Ta mà vào thì được cứu rỗi"* (Giăng 10:7-10).

Chìa Khóa Vương Quốc Thiên Đàng Được Ban Cho Ai?

Phi-e-rơ là người đầu tiên được Đức Chúa Giê-su Christ hứa giao chìa khóa, vì ông đã tuyên xưng *"Đức Giê-su là Đấng Christ, Con Đức Chúa Trời hằng sống."* Ma-thi-ơ trích dẫn thêm, ngay sau lời tuyên xưng của Phi-e-rơ, Chúa Giê xu *"nghiêm cấm **các môn đồ** nói cho ai biết Ngài là Đấng Christ"* (Ma-thi-ơ 16:20). Điều nầy cũng có nghĩa là*"các môn đồ"* kia cũng nhận biết Ngài là Đấng Christ như chính Phi-e-rơ. Nói cách khác, người nào nhận biết Đức Giê-su là Đấng Christ (bởi sự soi sáng của Đức Thánh Linh) và bước theo Ngài thì *"Chìa Khóa Vương Quốc Thiên Đàng"* cũng được ban cho kẻ ấy. Đức Chúa Giê-su Christ hứa ban cho Phi-e-rơ *"Chìa Khóa Thiên Đàng"* trong Ma-thi-ơ 16:19, và Chúa cũng hứa ban cho các môn đệ khác cùng những lời như Chúa đã phán với ông. *"Thật, Ta bảo **các con,** hễ điều gì **các con** buộc ở dưới đất cũng sẽ bị buộc ở trên trời; và điều gì **các con** mở ở dưới đất cũng sẽ được mở ở trên trời"* (Ma-thi-ơ 18:18). Từ *"buộc"* và *"mở"* có nghĩa là *"ngăn cấm"* (prohibit) và *"cho phép"* (permit). Đây quả thật là đặc ân, vinh dự cho Hội Thánh – *"Kho Báu Kín Dấu"* của Đức Chúa Trời – khi được ban cho *"uy quyền"* vĩ đại như thế để đóng, hoặc mở cổng Thiên Đàng cho những ai tin nhận Đấng Christ. Suy gẫm kỹ lưỡng về sự dạy dỗ *"hễ điều gì các con buộc ở dưới đất cũng sẽ bị buộc ở trên trời; và điều gì các con mở ở dưới đất cũng sẽ được mở ở trên trời,"* chúng ta thấy rằng, không phải Phi-e-rơ, cũng như những môn đồ kia, muốn làm điều gì ở dưới đất cũng đều được chấp nhận ở trên trời. Nhưng ngược lại, điều dạy dỗ về sự ban cho *"Chìa Khóa Thiên Đàng"* là các môn đồ phải làm mọi **điều đúng theo những gì ở trên trời (làm theo ý của Đức Chúa Trời).** Chính Chúa Giê-su dạy: *"Lạy Cha chúng con ở trên trời; Danh Cha được tôn thánh; Vương Quốc Cha được đến,* ***Ý Cha được nên, ở đất như ở trời!"*** (Ma-thi-ơ 6:9-10).

"Chìa Khóa" còn là biểu tượng của *"uy quyền"* mà Chúa hứa cho những người gắn bó với Ngài. Sau khi tra cứu thêm những sách Giải Kinh, hầu hết các học giả đều nhìn nhận, hình ảnh *"Chìa Khóa Vương Quốc Thiên Đàng"* là biểu tượng của ***"uy quyền"/"authority"*** (hay *"năng quyền"/"Power").*[115] Khi hiểu được ẩn ý qua sự dạy dỗ *"ban cho Chìa*

---

[115] Sau đây là 1 danh sách của các học giả nhìn nhận rằng "chìa khóa" là hình ảnh (symbol) của "Uy quyền"/ "Authority".

- Morris, L. (1992), The Gospel according to Matthew (pp. 425-527). Grand Rapids, MI; Leicester, England W.B. Eerdmans; Inter-Varsity Press

Khóa Thiên Đàng" là nói đến sự ban cho *"uy quyền"/"thẩm quyền,"* chúng ta sẽ thấy lời Chúa Giê-su hứa trong Ma-thi-ơ 16:19 đã được bọc lộ và hoàn thành qua những đoạn Kinh Văn tiêu biểu sau:

- Ma-thi-ơ 10:1 (Mác 6:7; Lu-ca 9:1): *"Đức Chúa Giê-su gọi 12 môn đồ đến, ban **thẩm quyền/(authority)** để đuổi các uế linh và chữa lành mọi bệnh tật, yếu đau."*
- Mác 3:15: *"Ngài (Chúa Giê-su) lập 12 người, gọi là sứ đồ để ở với Ngài, sai họ đi truyền giảng, và ban cho họ **thẩm quyền** đuổi quỷ."*

- Blomberg, C. (1992). Matthew (Vol.22, pp. 254-256). Nashville: Broadman & Holman Publishers.
- France, R.T. (1985). Matthew :an introduction and commentary (Vol. 1, p.259). Downers Grove, IL: InterVarsity Press.
- Weber, S.K. (2000). Matthew (Vol. 1, pp.252-253). Nashville, TN: Broadman & Holman Publishers.
- Newman, B.M., & Stine, P.C (1992). A Handbook on the Gospel of Matthew (pp. 524-525). New York: United Bible Societies.
- Green, M. (2001). The Message of Matthew: the Kingdom of heaven (pp. 179-181). Leicester, England; Downers Grove, IL: InterVarsity Press.
- Barbieri, L. A., Jr. (1985). Matthew. In J.F. Walvood & R. B. Zuck (Eds.), The Bible Knowledge Commentary: An Exposition of the Scriptures (Vol. 2, p. 58). Wheaton, IL: Victor Books.

- Lu-ca 10:19: *"Nầy Ta ban cho các con (70 người)* ***thẩm quyền*** *để giày đạp rắn, bò cạp và mọi quyền lực của kẻ thù dưới chân."*
- Ma-thi-ơ 28:18-20: Đức Chúa Giê-su phán với các môn đồ: ***"Tất cả thẩm quyền*** *trên trời dưới đất đã giao cho Ta. Vậy, hãy đi khiến muôn dân trở nên môn đồ Ta; Hãy nhân danh Đức Chúa Cha, Đức Chúa Con và Đức Thánh Linh làm báp-tem cho họ và dạy họ giữ mọi điều Ta đã truyền cho các con. Và nầy, Ta luôn ở với các con cho đến tận thế."*
- Khải Huyền 2:26: *"Người nào thắng và giữ các công việc của Ta cho đến cuối cùng, thì Ta sẽ ban cho người ấy* ***thẩm quyền*** *trên các nước."*

Hãy cùng tôi suy xét câu hỏi: *"Chìa Khóa Thiên Đàng được ban cho những ai?"* Trước hết, Chúa ban cho Phi-e-rơ, kế tiếp, Ngài ban cho các môn đồ kia nữa. Khi Hội được hình thành, *"Chìa Khóa Thiên Đàng"* được ban cho những con người trung tín và gắn bó với Chúa, để thi hành Đại Mạng Lệnh. Đây là kiểu mẫu/mô hình mà Đức Chúa Trời làm lớn mạnh Vương Quốc Ngài trên đất. Cũng như cách Ngài tạo dựng A-đam, ban phước cho ông và hậu tự, Chúa đã bắt đầu với A-đam, ban phước cho A-đam: *"Hãy sinh sản, gia tăng gấp bội và làm cho đầy dẫy đất; hãy làm cho đất phục tùng, hãy quản trị loài cá dưới biển, loài chim trên trời và mọi loài bò sát trên mặt đất"* (Sáng Thế Ký 1:28). Kế tiếp, Chúa cũng ban phước cho Nô-ê và các con trai ông: *"Hãy sinh sản, gia tăng gấp bội, và làm cho đầy dẫy đất..."* (Sáng Thế Ký 9:1-3). Sau đó, Chúa kêu gọi Áp-ra-ham và ban phước cho ông để trở thành 1 dân lớn (Sáng Thế Ký 12:1-

3), dòng dõi Áp-ra-ham sẽ nhiều như các ngôi sao trên trời (Sáng Thế Ký 15:5-6). Sau Áp-ra-ham, Chúa cũng hứa với I-sác: *"Ta sẽ làm cho dòng dõi con nhiều như sao trên trời..."* (Sáng Thế Ký 26:4-5). Sau I-sác, Chúa ban phước cho Gia-cốp: *"Ta là Đức Chúa Trời Toàn Năng; hãy sinh sản và gia tăng gấp bội. 1 dân tộc rồi 1 cộng đồng nhiều dân tộc sẽ ra từ con"* (Sáng Thế Ký 35:11). Tuyển dân từ một cộng đồng nhỏ khi sang Ai Cập, Chúa đã làm cho họ *"sinh sôi nảy nở rất nhanh; dân số gia tăng, lan tràn khắp xứ và trở nên vô cùng hùng mạnh"* (Xuất Ai-cập 1:7).

Cũng tương tự như cách Đức Chúa Trời ban các phước hạnh, đặc ân và uy quyền cho A-đam cùng những hậu tự về sau, Đức Chúa Giê-su đã ban cho Phi-e-rơ, các môn đồ và Hội Thánh *"Chìa Khóa Vương Quốc Thiên Đàng."* Thế nên có thể nói, Chúa Giê-su ban *"Chìa Khóa Thiên Đàng"* cho Hội Thánh của Ngài. Tuy nhiên, không phải ai là thành viên của Hội thì đều được ban cho chìa khóa cả, mà chỉ những hội viên **gắn bó** với Chúa và **giữ các công việc của Ngài đến cùng**.

Làm Thế Nào Để Sử Dụng Chìa Khóa Vương Quốc Thiên Đàng

Biết cách sử dụng *"Chìa Khóa Vương Quốc Thiên Đàng"* là điều tối quan trọng trong đời sống ở mọi thời điểm. Con cái Chúa cần nhận thức rằng, được ban cho chìa khóa Thiên Đàng và làm thế nào để sử dụng chìa khóa ấy là 2 điều khác nhau. Nhận biết *Đức Giê-su là Đấng Christ* và làm *sáng Danh Chúa* là 2 điều không phải lúc nào cũng song hành. Mọi sự đều cần yếu tố thời gian để nẩy mầm, tăng trưởng và kết quả. Khi Chúa kêu gọi ai đó, Ngài bày tỏ chính bản thể Ngài cho họ, và giao trách nhiệm để thi hành mạng lệnh, đều có một khoảng thời gian ở giữa những giai đoạn này. Vì ngay từ đầu, Đức Chúa Giê-su đã biết ai là người có lòng với Ngài, ai không tin và ai là kẻ phản Ngài: *"Vì vậy, Ta đã bảo các con rằng, nếu Cha không ban cho thì không ai có thể đến cùng Ta"* (Giăng 6:64-65). Chúng ta cùng duyệt lại một vài nhân vật Cựu Ước để thấy rõ mô hình của Đức Chúa Trời qua sự kêu gọi và chuẩn bị người thi hành mạng lệnh Ngài (hay những người được Chúa giao cho *"Chìa Khóa Thiên Đàng").*

- Nô-ê – Từ lúc Chúa kêu gọi ông đóng tàu (Sáng Thế Ký 6) cho đến khi hoàn tất đúng như lời Chúa phán, có thể đã 120 năm.
- Áp-ra-ham – Từ lúc Chúa kêu gọi đi theo Ngài (Sáng Thế Ký 12) cho tới khi Áp-ra-ham thật sự trưởng thành trong đức tin (qua sự bày tỏ bằng hành động sẵn lòng dâng Y-sác như Chúa thử thách ông trong Sáng Thế Ký 22) đã là hơn 30 năm.
- Giô-sép – Từ lúc Chúa ban cho giấc mơ sẽ làm người lãnh đạo cả nhà cha mình (Gia-cốp) trong Sáng 37 tới khi giấc mơ được hoàn thành đã là 22 năm.
- Môi-se – Từ lúc Chúa chọn Môi-se làm người đại diện Chúa dẫn dân Do Thái ra khỏi nhà nô lệ Ai Cập, đã có những khoảng thời gian là 40 năm.

Những sự tương tự trên cho khoảng thời gian rèn luyện (tuy không cùng một khoảng thời gian nhất định như nhau) khi Đức Chúa Trời kêu gọi người hầu việc Ngài qua từng thời đại, chúng ta cũng thấy trong Giô-suê, Sa-mu-ên, Đa-vít, Ê-xơ-tê, v.v..

Môn đồ Chúa Giê-su cũng vậy, họ đã theo Chúa khoảng 3 năm, sau đó, họ kinh nghiệm sự giáng lâm và sự đầy dẫy Đức Thánh Linh suốt những đoạn đường đời. Tất cả 12 sứ đồ (trừ Giu-đa Ích-ca-ri-ốt) đều đã tận hiến đời sống và làm sáng Danh Chúa. Tất cả đều đã nhận biết Đức Giê-su Christ (cùng những huyền nhiệm của Thiên Quốc) khi Đức Thánh Linh đầy dẫy lòng họ, và họ đã làm trọn sứ mạng *"hễ điều gì các con buộc ở dưới đất cũng sẽ bị buộc ở trên trời; và điều gì các con mở ở dưới đất cũng sẽ được mở ở trên trời."* Theo truyền thuyết, tất cả các sứ đồ đều xả thân, hy sinh tánh mạng để truyền rao Tin Lành của Vương Quốc Thiên Đàng (duy chỉ có sứ đồ Giăng sau khi bị đày ra đảo Pát-mô và bởi phép lạ của Chúa, Giăng được giải thoát để dẫn dắt bầy chiên của Chúa và ông chết trong tuổi già).

Để biết cách sử dụng Chìa Khóa Thiên Đàng, tất cả những người phục vụ Chúa từ Cựu tới Tân Ước đều cùng một nhận thức chung: **Đầu Phục Chúa** một cách tuyệt đối, kể cả việc hy sinh chính bản thân mình. Đây là điểm chung của tất cả những người mà Chúa đã không hổ thẹn xưng mình là Đức Chúa Trời của họ (Hê-bơ-rơ 11). Họ thật sự tin cậy và phó thác mọi sự trong cánh tay toàn năng của Ngài.

Khi phân tích kỹ lưỡng về đời sống tăng trưởng trong Chúa, nhìn biết Chúa, tin Chúa là bắt đầu hành trình Vương Quốc. Phó thác và đầu phục Chúa qua hành động (việc làm) luôn cần yếu tố thời gian để đức tin được tăng trưởng và để trở nên bậc thành nhân trong Chúa (Ê-phê-sô 4:13-16), một đại sứ cho Thiên Quốc (II Cô-rinh-tô 5:20). Đây là điều trọng đại. Hội không thiếu những người nhìn biết Chúa, tin vào sự cứu rỗi Chúa ban. Nhưng Hội thiếu những người phó thác và đầu phục Chúa, được bày tỏ qua việc làm và hành động cụ thể mỗi ngày. Xét cách kỹ lưỡng, thì đây là điều làm cho Hội thiếu năng lực, sức mạnh, *"quyền năng"* bùng nổ của Thiên Quốc. Hội đã không nhìn thế cuộc và thời cuộc qua cách nhìn hay là viễn cảnh từ sự tể trị (ngự trị) của Đức Chúa Trời Ba Ngôi. Cho nên, Hội đã đánh mất quyền năng của Vương Quốc. Hội đã được kêu gọi, được thiết lập, được ban cho *"Chìa Khóa Thiên Đàng,"* nhưng, Hội không bước đi một cách hết lòng trong Đức Thánh Linh; Hội làm buồn lòng Đức Thánh Linh trong lối sống của mình. Bởi thế, quyền năng Thiên Quốc không thể bùng nổ như đúng chức năng mà Chúa đã đặt để trong Hội rằng, *"Các cửa âm phủ không thắng được Hội đó"* (Ma-thi-ơ 16:18).

Làm sao chúng ta có thể khơi dậy tiềm năng bùng nổ của Thiên Quốc trong Hội Thánh? *"Nếu dân Ta, là dân được gọi bằng danh Ta, hạ mình xuống cầu nguyện, tìm kiếm mặt Ta và từ bỏ con đường gian ác, thì từ trên trời Ta sẽ lắng nghe, tha thứ tội lỗi họ và chữa lành đất nước họ. Từ nay, mắt Ta sẽ đoái xem, tai Ta sẽ lắng nghe lời cầu nguyện tại nơi này (Đền Thánh)"* (II Sử Ký 7:14-15). Sự ăn năn thống hối của con cái Chúa luôn là chìa khóa để Chúa Thánh Linh làm mới lại, sống động trong hành trình theo Chúa Giê-su Christ. Chúa yêu thích và tìm kiếm những con người ***thờ phượng bằng tâm linh và tấm lòng*** chân thành qua sự ***nhận biết Chân Lý.*** Khi dân Chúa thờ phượng Ngài bằng tâm linh và chân lý, chúng ta luôn tìm thấy chính mình tan vỡ trước sự Thánh Khiết, Uy Nghi và Vinh Hiển của Đức Chúa Trời Ba Ngôi. Tế lễ mà chúng ta dâng lên Chúa ấy chính là tấm lòng tan vỡ, ăn năn và thống hối. Chỉ khi tan vỡ trước Chúa, chúng ta mới thật sự đầu phục và tận hiến đời sống mình cho Chúa. Ấy đích thật là của tế lễ Chúa đẹp lòng. *"Sinh tế đẹp lòng Đức Chúa Trời, ấy là tâm linh đau thương; Đức Chúa Trời ôi! Lòng đau thương thống hối Chúa không khinh dễ đâu"* (Thi Thiên 51:17). *"Người công chính kêu cầu, Đức Giê-hô-va lắng nghe và giải cứu người khỏi mọi gian truân. Đức Giê-hô-va ở gần những người có lòng đau thương và cứu vớt kẻ nào có tâm hồn thống hối"* (Thi Thiên 34:17-18). Chúa không những ở gần với những ai có lòng đau thương không thôi, mà Ngài còn ngự trị trong lòng và bày tỏ quyền năng Siêu Việt của Ngài qua đời sống họ. *"Đấng cao cả, Đấng được tôn cao, ngự nơi đời đời vô cùng, Danh Ngài là Thánh; Đấng ấy phán: 'Ta ngự trong nơi cao và thánh,* ***nhưng cũng ở với người ăn năn đau đớn và tâm linh khiêm nhường,*** *để làm tươi tỉnh tâm linh của người khiêm nhường, và làm tươi tỉnh tấm lòng người ăn năn đau đớn'"* (Ê-sai 57:15). Thật vậy, tấm lòng ăn năn và tan vỡ trước Chúa luôn là điều thiết yếu và cấp bách trong mọi thời đại, mọi lúc, mọi khi và cho mọi đời sống theo Chúa. Vì chính từ sự ăn năn, tan vỡ trước Chúa, quyền năng Thiên Quốc sẽ bùng nổ trong đời sống họ! Con dân Chúa sẽ kinh nghiệm quyền năng bùng nổ của Thiên Quốc không do năng lực hay là quyền hành của bất cứ ai, mà ấy là bởi Đức Thánh Linh vận hành trong sự đầu phục và tận hiến của tôi tớ Chúa. Đức Giê-hô-va phán, *"Ấy chẳng phải bởi quyền thế, cũng chẳng phải bởi năng lực, nhưng bởi Thần Ta (Đức Chúa Trời)"* (Xa-cha-ri 4:6).

Khi Đức Chúa Giê-su khởi sự rao giảng, Ngài đã phán với tuyển dân: *"Các ngươi **hãy ăn năn**, vì Vương Quốc Thiên Đàng đã đến gần"* (Ma-thi-ơ 4:17). Chúng ta cũng có thể cảm nhận được điều Chúa Giê-su phán với Hội Thánh hôm nay cũng tương tự như thế, vì *"Đức Chúa Giê-su Christ hôm qua, ngày nay và cho đến đời đời không hề thay đổi"* (Hê-bơ-rơ 13:8). Lời Ngài dạy cũng chẳng hề dời đổi. *"Trước khi trời đất qua đi thì một chấm, một nét trong luật pháp cũng không thể qua đi được, cho đến lúc mọi sự được hoàn tất"* (Ma-thi-ơ 5:18). Càng quan trọng dường bao về lời phán của Chúa Giê-su, *"Nhưng trước hết, hãy tìm kiếm Vương Quốc Đức Chúa Trời và sự công chính Ngài"* (Ma-thi-ơ 6:33) là một Định Luật của Thiên Quốc. *"Tìm kiếm Vương Quốc Đức Chúa Trời và sự công chính Ngài"* là một Định Luật **trước hết** và **trên hết.** Để Hội kinh nghiệm sự bùng nổ của Thiên Quốc, nếu nhìn trong sức người, thì đây là điều *"xa vời."* Nhưng, nếu nhìn bằng viễn cảnh từ sự ngự trị của Chúa trên đời sống của mỗi con dân Chúa, mà cụ thể là khi Hội biết *"đánh hạ các lý luận và mọi sự kiêu căng chống lại sự hiểu biết Đức Chúa Trời, và buộc mọi ý tưởng phải thuận phục Đấng Christ"* (II Cô-rinh-tô 10:5), thì sự bùng nổ của Thiên Quốc đang ở rất gần. Quyền năng bùng nổ của Thiên Quốc trong Hội Thánh từ thời đại này qua thời đại kia không *"quá khó khăn hay nằm ngoài tầm tay của anh em. Điều đó không phải ở trên trời để anh em thắc* *mắc: 'Ai sẽ lên trời đem nó xuống để chúng tôi nghe và làm theo?' Nó cũng không ở bên kia biển để anh em phải hỏi: 'Ai sẽ đi qua bên kia biển đem nó về để chúng tôi nghe và làm theo?' Nhưng lời nầy rất gần anh em, ở trong miệng và trong lòng anh em để anh em làm theo"* (Phục Truyền 30:11-14). Hôm nay, lời đó cũng chính là sự ăn năn từ đáy lòng của con dân Chúa trong Hội Thánh! Đó cũng là lời của Đức Tin được bày tỏ cụ thể qua tấm lòng ăn năn, thống hối của con dân Chúa. Nhà giáo dục John Milton đã viết, *"Điểm đến sau cùng của mọi học vấn là để sửa lại sự đổ nát từ tổ tiên ban đầu (A-đam và Ê-va) của chúng ta."* Làm thế nào để Hội có thể sửa đổi lại sự đổ nát điêu tàn trong thế gian? Chính Đức Chúa Trời Ba Ngôi đã, đang và sẽ luôn làm thành điều đó khi con cái Ngài hết lòng ăn năn thống hối và tan vỡ trước mặt Ngài.

> *"Có tiếng người kêu lên trong hoang mạc: 'Hãy dọn đường cho Chúa, Làm thẳng các lối Ngài.' Mọi thung lũng phải lấp cho đầy, mọi núi đồi phải ban cho thấp; đường cong quẹo phải sửa cho ngay, lối gập ghềnh phải làm cho phẳng; và cả nhân loại sẽ thấy ơn cứu rỗi của Đức Chúa Trời"* (Lu-ca 3:4-6).

Tuyển dân khi bị lưu đày, tản lạc khắp xứ, qua sự ăn năn thật lòng với Đức Chúa Trời, Ngài đã giải cứu và đã sử dụng những tấm lòng tan vỡ của những người tận hiến cho Danh Ngài để làm bùng nổ quyền năng Vương Quốc đến cùng cả trái đất. Hội Thánh từ ban đầu cũng được thành hình từ tấm lòng cầu nguyện và nhóm hiệp trong Chúa Giê-su Christ. Cùng duyệt lại vài hình ảnh đáng noi gương, qua đó, chúng ta sẽ thấy Thiên Quốc được bùng nổ qua đời sống ăn năn, đầu phục và tận hiến vì Danh Chúa.

- Sam-sôn ăn năn, kêu cầu Đức Giê-hô-va để được sức thiêng từ Chúa. Quyền năng bùng nổ từ Thiên Quốc đã được thực thi khi Sam-sôn cố hết sức xô 2 cây cột đền (của kẻ thù) và đền sụp đổ, đè chết các thủ lĩnh và tất cả dân chúng (dân ngoại đang trêu trò phỉ báng Sam-sôn).
- Mạc-đô-chê, Ê-xơ-tê và cả dân sự kiêng ăn và cầu nguyện, quyền năng Thiên Quốc bùng nổ và giải cứu dân Ngài khỏi thảm cảnh tiêu diệt mà kẻ thù đã toan tính (Ê-xơ-tê).
- Khi Đa-ni-ên cầu nguyện xưng nhận tội lỗi của mình và cũng như tội lỗi dân Y-sơ-ra-ên, Chúa ban cho ông khải tượng về sự hiện đến của Đấng Christ và quyền năng bùng nổ của Thiên Quốc trong thế gian (Đa-ni-ên 9).
- Giô-na tan vỡ và cầu nguyện ăn năn từ trong bụng cá (Giô-na 2). Ông đi vào thành và công bố: *"Còn 40 ngày nữa, Ni-ni-ve sẽ bị sụp đổ!"* Khi vua Ni-ni-ve nghe vậy thì đứng dậy khỏi ngai, lột áo bào, quấn vải sô và ngồi trong tro. Kết quả là 120 nghìn người, cùng với rất nhiều súc vật đã được cứu sống.
- Khi các môn đồ và những người theo Chúa Giê-su đều đồng tâm hiệp ý với nhau cầu nguyện và nhóm họp tại 1 chỗ (phòng cao), *"Thình lình, có tiếng động từ trời đến như tiếng gió thổi ào ào, đầy khắp nhà môn đồ ngồi."* Kết quả là 3,000 người được cứu, Hội

Thánh được thành lập và Tin Lành được giảng ra từ Giê-ru-sa-lem đến cùng cả trái đất.

Thật vậy, khi Đức Chúa Giê-su phán, *"Vì Vương Quốc Đức Chúa Trời ở trong các ngươi,"* chúng ta cũng có thể nhận thức rằng, quyền năng bùng nổ của Thiên Quốc cũng được ban cho trong mỗi người theo Chúa. *"Đức Chúa Trời là Đấng* ***hành động trong chúng ta bằng quyền năng Ngài****, có thể làm trổi hơn bội phần mọi điều chúng ta cầu xin hoặc suy tưởng"* (Ê-phê-sô 3:20). Quyền năng bùng nổ của Thiên Quốc thật ở rất gần với Hội Thánh, quyền năng ấy đang tiềm ẩn trong mỗi con dân Chúa, quyền năng ấy đang ở giữa họ. Chiếc chìa khóa để bày tỏ quyền năng bùng nổ của Vương Quốc Thiên Đàng chính là một tấm lòng ăn năn, thống hối và một tâm tình đầu phục Chúa trong mọi sự.

Tổng Kết Chương 7

Sự Bùng Nổ Của Đức Tin Hạt Cải

Để tóm lược Chương 7 và tổng kết toàn bộ sách, có thể thu gom lại như sau. Qua sự trợ giúp và khai sáng của Đức Thánh Linh, con dân Chúa nhận biết: *"Chìa Khóa Vương Quốc Thiên Đàng"* chính là nhìn biết Đấng Thánh – Đức Chúa Giê-su là Đấng Christ – mà Đức Chúa Trời đã chuẩn bị trước khi sáng thế (Sáng Thế Ký 3:15; Thi Thiên 78:2; Ma-thi-ơ 13:34-35; I Phi-e-rơ 1:19-20; Ê-phê-sô 1:3-5; Khải Huyền 13:8). Trong Đức Chúa Giê-su Christ, mọi sự huyền nhiệm của Thiên Quốc được bày tỏ, mọi lời tiên tri được hoàn thành, cùng với mọi phước lành từ Thiên Đàng được ban cho người tin. Tất cả những lời tiên tri trong Cựu Ước là để chỉ về Đấng Christ sẽ hiện đến. Tất cả những sự dạy dỗ trong Tân Ước là sự bày tỏ rằng, ***Đức Giê-su là Đấng Christ.***

Khoảng không gian và thời gian giữa đôi bờ Cựu và Tân Ước là 420 năm. Tuyển dân sống trong thế kỷ đầu tiên và những thế kỷ trước đó đã đang trông đợi, cầu xin, khẩn nài sự hiện đến của Đấng Christ để giải cứu họ ra khỏi sự thống trị của La Mã. Thương thay, vì *"Ý tưởng của Ta (Chúa) không phải là ý tưởng các ngươi, đường lối các ngươi chẳng phải là đường lối Ta. Vì các tầng trời cao hơn đất bao nhiêu, thì đường lối Ta cao hơn đường lối các ngươi, ý tưởng Ta cao hơn ý tưởng các ngươi cũng bấy nhiêu"* (Ê-sai 55:8-9), tuyển dân (và cả giới lãnh đạo thời bấy giờ) đã phủ nhận Giê-su là Đấng Christ, và họ đã đóng đinh Ngài trên thập tự.

Tuyển dân đã *"xin"* được ban cho Đấng Christ, nhưng họ đã không nhìn biết được Ngài là ai.

Trải qua nhiều thời đại, từ khi Tân Ước được hình thành và in ấn khắp nơi trên thế giới, đã có biết bao người tin nhận Danh Giê-su Christ và được Đức Chúa Trời ban cho quyền làm con của Ngài. Tuy nhiên, trong đoàn dân đông tin nhận Chúa từ thế kỷ đầu tiên tới thế kỷ 21, chỉ có những ai hạ mình, tìm kiếm và khám phá sự mầu nhiệm tối hậu của Thiên Quốc. Những người nghe Đạo, hiểu và kết quả *"1 thành 100, 1 thành 60, 1 thành 30"* là những người hết lòng tìm kiếm, khám phá và nhận biết được Thiên phẩm tuyệt mỹ mà Đức Chúa Trời gói gọn trong Đức Giê-su Christ. Phần nhiều những người ấy *"đều chết trong đức tin, chưa nhận lãnh những điều đã hứa cho mình; chỉ trông thấy và chào mừng những điều ấy từ đằng xa, xưng mình là kiều dân và lữ khách trên đất,.. Họ mong ước 1 quê hương tốt hơn, tức là quê hương trên trời, nên Đức Chúa Trời không hổ thẹn mà xưng mình là Đức Chúa Trời của họ, và Ngài đã chuẩn bị cho họ 1 thành"* (Hê-bơ-rơ 11:13-16). Sự khác biệt giữa nhóm người nầy và đoàn dân đông tin Chúa là gì?

Đức Chúa Giê-su phán, *"Hãy xin, sẽ được; hãy tìm, sẽ gặp; hãy gõ, cửa sẽ mở cho các con. Vì hễ ai xin thì được; ai tìm thì gặp; và ai gõ thì cửa sẽ được mở"* (Ma-thi-ơ 7:7-8). Đoàn dân đông tin nhận Chúa Giê-su Christ làm Cứu Chúa của mình qua mọi thời đại, đều được Đức Chúa Trời ban cho khi họ *"xin"* Ngài. Nhưng trong đoàn dân đông đó cũng có những người không những *"xin"* Chúa, mà họ còn *"tìm kiếm"* Thiên Quốc cách hết lòng để thấu hiểu sự ban cho trong Đấng Christ là vĩ đại và bao la dường bao. Bởi thế, khi hiểu được chân giá trị của Thiên Quốc qua sự cảm động của Đức Thánh Linh, họ từ bỏ mọi sự và vác thập giá mà theo Chúa. Theo Chúa không phải là ép mình, cũng không phải mất mát, mà là *"nhận lãnh"* như Phao-lô đã kinh nghiệm: *"Vì đối với tôi, sống là Đấng Christ, còn chết là ích lợi"* (Phi-líp 1:21). Đức tin của số người nầy được đi kèm với hành động. Họ không những chỉ *"xin,"* nhưng họ còn *"tìm"* và họ bước tới để *"gõ"* cửa lòng của Chúa, để dâng đời sống mình cho Ngài. Họ là những người mà Đức Chúa Giê-su phán: *"Hễ điều gì các con buộc ở dưới đất cũng sẽ bị buộc ở trên trời; và điều gì các con mở ở dưới đất cũng sẽ được mở ở trên trời"* (Ma-thi-ơ 18:18).

Là giáo viên Toán, tôi nhìn thấy trong các học trò có nhiều mức độ tiếp nhận và hiểu biết bài học khác nhau. Có em chỉ muốn hiểu vừa đủ để biết cách làm bài tập. Một số em thì cố gắng làm thêm những bài toán tương tự để chuẩn bị cho kỳ thi tốt hơn. Còn số em khác thì không những hiểu bài, nhưng còn muốn tìm kiếm, nghiên cứu và chứng minh được nguyên tắc Toán học mà thầy vừa dạy để giải những bài toán hóc búa hơn. Đây là những em thật sự đam mê Toán, những sinh viên ưu tú mà bất cứ thầy cô nào cũng muốn có trong lớp. Những học trò nầy là những *"kho báu kín giấu"* của thầy cô. Chúng là những nhà Toán học, khoa học gia tương lai sẽ khám phá và sáng tạo những điều mới mẻ cho thế giới. Đối với những sinh viên ưu tú nầy, chúng học không chỉ để biết, học để cho có học, mà học là để nghiên cứu, khám phá và phát minh nhiều điều hữu dụng cho thế giới. Tôi có thể ví dụ như vầy. Ai cũng học và biết công thức vật lý nổi tiếng của Albert Einstein: $\mathbf{E = mc^2}$ nhưng, rất ít người am hiểm và có thể biết cách áp dụng công thức đó để có thể làm nên một sự *"bùng nổ."* Đức tin trong Chúa Giê-su Christ cũng giống như công thức $\mathbf{E = mc^2}$

Để có sự *"bùng nổ,"* con dân Chúa phải đầu phục và phó thác mọi sự cho Đức Chúa Trời. Tổ phụ Áp-ra-ham đã đầu phục Chúa và phó thác mọi sự (kể cả con duy nhất của mình). Đức tin của Áp-ra-ham đã lan rộng, *"bùng nổ"* khắp cả thế gian. Hậu tự ông đông như sao trời, cát biển. Khi hoàng hậu Ê-xơ-tê sẵn sàng đầu phục Chúa và liều mình bước vào nội điện khi chưa có lệnh vua, Chúa đã dùng đức tin của Ê-xơ-tê giải cứu dân Ngài. Khi 3 thanh niên Hê-bơ-rơ sẵn sàng đầu phục Chúa, không quỳ lạy trước bất cứ hình tượng nào; đức tin họ bùng nổ và làm cho vua Nê-bu-cát-nết-sa kinh ngạc, vua ban hành lệnh cho cả xứ: *"Không ai được xúc phạm Đức Chúa Trời."* Sự vâng phục và phó thác mọi sự cho Đức Chúa Trời là yếu tố then chốt để Thiên Quốc lớn mạnh, *"bùng nổ"* trong thế gian. Hình ảnh cụ thể nhất bày tỏ sự bùng nổ Thiên Quốc chính là Con Một của Ngài trên thập tự giá hơn 2,000 năm trước. Đức Chúa Giê-su cầu nguyện với Cha rằng: *"Cha ơi! Nếu chén nầy không thể cất đi được mà con phải uống, thì xin ý Cha được nên"* (Ma-thi-ơ 26:42). Sự vâng phục của Đức Chúa Giê-su khi Ngài phó thác mọi sự vào tay Đức Chúa Trời trên thập tự giá, Đức Chúa Trời đã làm rúng động, bùng nổ Vương Quốc Ngài khắp cả trái đất!

Qua sự tin nhận và phó thác đời sống để theo Đức Giê-su Christ, chúng ta không những được Chúa phục hồi chức vị làm con (con trai và con gái) của Đức Chúa Trời, mà còn được thừa hưởng Thiên Đàng chuẩn bị sẵn cho con cái Ngài từ khi tạo dựng trời đất. Qua sự nhận biết *"Chìa Khóa Thiên Đàng,"* những ai hết lòng gắn bó và gìn giữ mạng lệnh Chúa sẽ trở nên *"kho báu kín giấu"* của Ngài trong trần thế, được ban cho quyền năng để chiến thắng các thế lực mờ tối của thế gian. Cũng bởi *"kho báu kín giấu"* của Đức Chúa Trời – Hội Thánh thật của Chúa – Thiên Quốc lan tràn và bùng nổ khắp đất vì *"các cửa âm phủ không thắng được Hội đó."* Do đó, qua Ân Điển, *Hội Thánh* của Đức Chúa Giê-su Christ là công cụ Ngài dùng để bày tỏ Hi Vọng nhằm giúp cho mọi người nhận biết Bản Thể của Chúa, chương trình Thiên Quốc và mục đích đời đời cho mọi người tin Danh Giê-su Christ. "*Vì Đức Chúa Trời muốn họ bày tỏ sự phong phú và vinh quang của mầu nhiệm nầy giữa dân ngoại như thế nào, ấy là Đấng Christ ở trong anh em, là niềm Hi Vọng vinh quang*" (Cô-lô-se 1:27).

Lời Kết Của Sách

Hành Trình Trả Lại Con Cá

"Tôi đã xin Đức Giê-hô-va một điều và sẽ tìm kiếm điều ấy. Đó là tôi muốn trọn đời tôi được ở trong nhà Đức Giê-hô-va, để nhìn xem sự tốt đẹp của Đức Giê-hô-va và cầu hỏi trong đền của Ngài" (Thi Thiên 27:4).

Khi gia đình bắt đầu hành trình tìm đến nước Mỹ, chúng tôi đã vượt qua Thái Bình Dương. Tất cả đều ao ước tìm thấy và gặt hái điều lòng mình khao khát. Riêng cá nhân tôi, trước khi phi cơ cất cánh tại phi trường Tân Sơn Nhất để bay sang Mỹ đoàn tụ với Ba và anh cả, tôi đã có lời cầu xin với Ơn Trên rằng, *"Xin cho con tìm được 'Con Cá' để có thể làm no đủ những kẻ đói lòng như bà lão năm nào, mà con đã đánh cắp từ vũng bùn đói khổ."*

Lời mời của Đức Chúa Trời cho nhân loại, *"Hỡi tất cả những ai đang khát, hãy đến nguồn nước! Người nào không có tiền bạc, hãy đến mua mà ăn! Hãy đến mua rượu và sữa mà không cần tiền, không đòi giá"* (Ê-sai 55:1; Ma-thi-ơ 11:28). Tôi đã đến với Chúa Giê-su Christ và Ngài đã ban cho *"Con Cá"* diệu kỳ ấy. Cũng chính từ lúc tin nhận Danh Chúa Giê-su Christ, đời sống tôi trở thành một hành trình trả lại *"Con Cá"* cho những ai đang đói lòng, khao khát sự Bình An và Hy Vọng, không những ở đời nầy mà cả đời sau. Theo truyền thống Hội Thánh, hình ảnh *"Con Cá"* là biểu tượng của Cơ Đốc Giáo. Càng diệu kỳ hơn, trong *"Con Cá"* của Cơ Đốc Giáo, tôi tìm thấy đồng xu *"vàng"* đủ để trả mọi thuế nợ trần gian. Sung sướng đến ngập tràn nước mắt khi khám phá ra rằng, trong *"Con Cá"* của Cơ Đốc Giáo, tôi đã và đang tìm thấy chính mình, và cũng nhận biết được chính Đức Chúa Trời luôn tìm kiếm tôi như *"kho báu kín giấu"* của Ngài. Đức Chúa Giê-su phán: *"Con hãy ra biển câu cá, bắt lấy con cá nào mắc câu đầu tiên, mở miệng nó ra, sẽ thấy 1 đồng bạc. Hãy lấy đồng bạc ấy đóng thuế cho Ta với con!"* (Ma-thi-ơ 17:27). Tôi cảm nhận được rằng, khi Vương Quốc Đức Chúa Trời đi vào trong lòng người, nó không những làm cho tình yêu quê hương càng sâu đậm, mà tình đồng loại nẩy nở, khép lại những khoảng cách của màu da, chủng tộc và cả tôn giáo. Vương Quốc Chúa cởi mở trong tôi một tình yêu không biên giới.

Hành trình trả lại *"Con Cá"* chính thức bắt đầu từ khi tôi tin nhận Chúa Giê-su làm Cứu Chúa đời sống mình. Tôi đã bắt đầu chia sẻ niềm vui cứu rỗi với mọi người xung quanh mỗi ngày.

Khi tôi vừa tốt nghiệp Cao học từ Chủng Viện Southwestern Baptist Seminary vào tháng 5, năm 2003, phần thưởng tốt nghiệp là lời mời tham gia và đóng góp vào phái đoàn Giáo dục và Y khoa để sang thị trấn Kandahar, Afghanistan phục vụ trong khoảng 2 tuần. Từ chuyến đi Afghanistan, Chúa đã nới rộng bờ cõi Thiên Quốc trong tầm nhìn của tôi. Tất cả mọi người đều cần có Chúa trong tấm lòng bất kể tôn giáo, chủng tộc hoặc giai cấp. Tôi tiếp xúc với các cấp lãnh đạo Afghanistan, trao đổi với các sinh viên đại học và thăm viếng các em trẻ nghèo khó trong các vùng thôn quê sa mạc. Sự sống tại Kandahar hết sức khó khăn và mong manh, không những đối với người địa phương mà còn cho bất cứ những ai đặt chân tới Kandahar. Sự chết và nguy hiểm đến từ mọi phía.

Sau chuyến đi Afghanistan, tôi được mời tham gia vào phái đoàn mục sư Mỹ đi đến Ai Cập trong chuyến công du và tìm hiểu *"sông Nile"* và *"sa-mạc Sinai,"* nơi Môi-se đã từng lớn lên và thi hành chức vụ thánh Chúa ban. Vài năm sau chuyến đi Ai Cập, tôi tổ chức và phối hợp một nhóm y khoa trở lại Ai Cập để phục vụ các bệnh nhân tại thành phố Cai-rô, thủ đô Ai Cập. Từ những công tác thiện nguyện đó, các cơ quan Tin Lành tại Mỹ mời tôi trong những mục vụ như *"Global Consultant"* và giám đốc cho một số cơ quan phi chính phủ trong và ngoài tiểu bang Texas. Tháng 6, năm 2007, cơ quan tôn giáo của Washington D.C mời tôi tham gia buổi tiếp xúc với Chủ tịch Việt Nam Nguyễn Minh Triết tại Washington D.C về vấn đề nhân quyền và tự do tôn giáo tại Việt Nam. Kế đó, văn phòng tôn giáo Washington D.C mời tôi tham gia phái đoàn Giáo dục để tìm hiểu vấn đề nhân quyền và tự do tôn giáo tại Việt Nam. Trong chuyến công tác ấy, tôi lại được diện kiến với Chủ tịch Nguyễn Minh Triết tại Hà Nội, Việt Nam một lần nữa. Tôi còn nhớ một trong những lời phát biểu của mình trong lần gặp thứ nhì với Chủ tịch Việt Nam rằng: *"Có 3 điều người Việt luôn khắc ghi: Thiên Thời - Địa Lợi - Nhân Hòa. Hơn bao giờ hết, chúng ta cần tiếp tục phát huy và đẩy mạnh tình 'Nhân Hòa' cho nhau để xứng hiệp với 'Thiên Thời và Địa Lợi' mà dân tộc Việt Nam đang được ban cho."* Vị Chủ tịch đáp lời tôi bằng nụ cười tươi và ông cũng khẽ gật đầu đồng ý. Đài Truyền Hình Việt Nam cũng đã phát sóng lại buổi họp vào tối hôm ấy.

Những năm sau, văn phòng cựu Ngoại trưởng Hillary Clinton gửi điện thư mời Buckner International để giúp cho vấn đề *"adoptions"*/con nuôi tại Việt Nam đang bị đình trệ. Tôi được cử để đi cùng với vị phó Chủ tịch của Buckner International. Bởi ơn của Đức Chúa Trời, chúng tôi đã hoàn thành điều văn phòng tôn giáo tại Washington D.C. giao phó để giúp đỡ các trẻ mồ côi tại Bạc Liêu, Việt Nam. Bên cạnh những chuyến công tác của văn phòng tôn giáo Washington D.C, tôi cũng đã tham gia một số chuyến đi thiện nguyện để giúp đỡ các trẻ mồ côi và người già yếu trong các Cô Nhi Viện và các Viện Dưỡng Lão tại Việt Nam. Vào năm 2010, một nhóm đông Cô Nhi Việt Nam được cơ quan Buckner International bảo trợ hơn 35 năm trước (khi họ mới được đưa sang Mỹ) đã mời tôi hướng dẫn một chuyến hồi hương tại Việt Nam để gặp lại người thân và cũng để giúp đỡ những Cô Nhi Viện tại Việt Nam. Chuyến hồi hương của những cựu Cô Nhi Việt đã đem đến những sự chú ý đặc biệt trong giới báo chí Dallas, Texas và tại Việt Nam. Trong chuyến hồi hương của các cựu Cô Nhi Việt, tôi đã chứng kiến những khoảnh khắc khi họ gặp lại người thân sau 35 năm xa cách. Thật không thể diễn tả hết bằng lời! Cha gặp lại con; anh chị em ôm hôn nhau trong nỗi niềm *"vui sao nước mắt lại trào."* Tuy những đóng góp trong các chuyến công tác kể trên không lớn lao gì, nhưng với cá nhân tôi, ấy là những phút giây nhiệm mầu, thiêng liêng và thỏa lòng. Đức Chúa Trời luôn thành tín và Ngài đáp lời những gì lòng mình khao khát.

Mỗi lần tôi làm chứng và chia sẻ hành trình *"trả lại Con Cá,"* đặc biệt là khi kể về tuổi thơ khi mình đánh cắp con cá của bà lão nghèo khổ năm xưa, người nghe thường hỏi: *"Thế Phúc Ánh có tìm lại được bà lão để trả lại cho bà con cá ấy chăng?"* Tôi chỉ biết trả lời đơn sơ rằng, *"Nếu biết được bà vẫn còn sống và ở đâu thì hay biết mấy"*. Một lần kia, trong chuyến công tác thiện nguyện tại Việt Nam cùng với phái đoàn Hội Thánh Northwood, sau khi hoàn tất mọi việc, người trưởng nhóm bảo tôi hãy dành đôi ngày để đưa anh ấy về tham quan nơi tôi sinh sống và lớn lên ở Việt Nam, đặc biệt là vùng nông thôn Vàm Xã Xĩ. Tôi gọi điện thoại về Mỹ cho Mẹ và thưa rằng, tôi sẽ trở lại thăm Vàm Xã Xĩ để xem Mẹ có cần giúp đỡ ai đó không. Mẹ bảo trên đường về Vàm Xã Xĩ, hãy ghé qua Châu Đốc để chào thăm và tặng quà cho người bạn học của Mẹ gần 50 năm về trước.

Chúng tôi bay từ Hà Nội vào Sài Gòn và đón xe đò để đi xuống Châu Đốc. Bạn của Mẹ bây giờ là một tu sĩ phật giáo, tuổi đã ngoài 65. Bà đã quy y và tu tại gia từ khi chồng bà tử trận trong cuộc chiến giữa 2 miền Nam Bắc. Khi cùng người bạn Mỹ bước vào nhà bà, tôi có cám giác như trở lại thời thơ ấu khi còn sống chung với bà nội. Bà nội tôi cũng quy y và tu tại gia. Chiếc áo cà sa bà mặc trên người, mùi trầm hương cùng những khung cảnh trang trí trong nhà làm tôi nhớ lại tuổi thơ bên Nội. Trong buổi đầu trò chuyện, bà hỏi tôi duyên cớ nào đưa tôi về lại quê nhà. Tôi kể cho bà ký ức tuổi thơ và kỷ niệm khó quên khi đánh cắp con cá của bà lão nghèo tại Vàm Xã Xĩ. Bà chăm chú lắng nghe tôi kể hành trình tìm Chân Lý. Trước khi xế chiều, bà có nhã ý đưa tôi đi tham quan các khu phố xung quanh chỗ bà ở để nhìn lại quê hương trước khi dùng buổi cơm chiều tại nhà bà. Tôi nhìn xung quanh thành phố Châu Đốc, có rất nhiều ngôi chùa từ nhỏ tới lớn. Bỗng từ một gốc phố, tôi nhìn thấy một thập tự giá cao hiện diện giữa phố. Tôi xin bà cho tôi vào thăm chỗ ấy. Bà bảo đó là ngôi nhà thờ Công Giáo duy nhất tại nơi đây. Khi xe tới nhà thờ, tôi xin người gác cổng cho chúng tôi vào tham quan. Khi bước vào cổng, tôi quay lại thì thấy bà vẫn còn đứng bên ngoài chờ chúng tôi. Tôi vội bước tới với bà và mời bà vào. Bà khẽ cười và nói, *"Trong đời bác, bác chưa từng bước vào Nhà Thờ lần nào cả. Vả lại, bác đang khoác trên người chiếc áo tu, e rằng không phù hợp để đi vào Nhà Thờ."* Lòng tôi thật sự cảm động, nên liền thưa, *"Con tin Đức Chúa Trời không khước từ một ai đặt chân tới Nhà Ngài để tìm Chân Lý. Cho phép con được dìu bước bác bước vào bên trong."* Vì đôi chân bà không được khỏe, nên tôi đi bên cạnh dìu bước bà. Bên trong nhà thờ, có rất nhiều bức tranh vẽ cuộc đời Chúa Giê-su từ khi giáng thế tới khi thăng thiên. Ánh mắt của bà như muốn tìm hiểu về cuộc đời của Chúa Giê-su và tại sao Ngài phải chết trên cây thập tự. Tôi cậy ơn Chúa giải thích cho bà và những người xung quanh về ý nghĩa của từng bức tranh về cuộc đời của Chúa Giê-su. Sau buổi cơm chiều, bà hỏi, *"Con đã tìm được sự bình an thật trong lòng chưa?"* Câu hỏi của bà làm tôi nhớ lại câu hỏi năm xưa: "*Con đã tìm thấy con cá chưa?*" Tôi cảm động thưa rằng, vì đã tìm thấy và kinh nghiệm sự Bình An nên giờ đây tôi trở thành người truyền rao sự Bình An đó cho những ai đang tìm kiếm. Bà hỏi tôi sự bình an đó đến từ đâu và làm sao biết được đó là sự bình an thật? Tôi thưa với bà, *"Sự Bình An đó đến từ Đức Chúa Giê-su. Chính Ngài là Chúa Bình An. Chúa đã chết và đã sống lại để minh chứng rằng sự Bình An Chúa ban chẳng phải như thế gian hay vật chất đem đến. Lòng chúng ta chớ bối rối và cũng đừng sợ hãi, vì Chúa đã đắc thắng tử thần. Ai tin nhận Danh Ngài thì tội lỗi được tha và được Ngài ban cho quyền làm con cái trong Vương Quốc đời đời."* Chúa phán, *"Hỡi những ai mệt mỏi và gánh nặng, hãy đến với Ta, Ta sẽ cho các ngươi được an nghỉ"* (Ma-thi-ơ 11:28). Bà suy nghĩ đôi chút rồi hỏi: *"Làm sao có thể đón nhận sự bình an như Chúa phán?"* Tôi thưa, *"Bất cứ ai mở lòng tin nhận Danh Chúa Giê-su làm Cứu Chúa cho mình thì tội lỗi được tha, linh hồn được cứu và sự Bình An của Ngài sẽ ngự vào lòng người ấy."* Buổi chiều hôm đó, bà cùng những họ hàng trong gia đình đã mở lòng đón nhận Danh Chúa Giê-su làm Cứu Chúa. Buổi sáng hôm sau, tôi nhìn thấy nụ cười tươi trên khuôn mặt bà cùng với ánh mắt đầy hy vọng cho đời sau. Bà bảo tôi, *"Chưa bao giờ bác thấy bình an và phước hạnh như buổi sáng hôm nay!"* Lòng tôi ngợi khen Chúa và thầm nghĩ, *"Sự cứu rỗi đã vào lòng người nầy, vì bà cũng là con cái của Áp-ra-ham."* Niềm vui nầy làm cho tôi có cảm giác Chúa đã cho tôi trả lại con cá cho bà lão năm xưa. Đêm hôm đó, trong tâm hồn, tôi dường như nghe tiếng Chúa phán: *"Vì Ta đói, các con đã cho Ta ăn; Ta khát, các con cho Ta uống; Ta là khách lạ, các con tiếp rước Ta; Ta trần truồng, các con mặc cho Ta; Ta ốm đau, các con thăm viếng Ta."* (Ma-thi-ơ 25:35).

Bao Nhiêu Là Đủ Và Công Thức Thuộc Linh

Tôi đặt bút và viết Chương đầu tiên của quyển sách nầy từ mùa Thu năm 2014. Lúc ấy, bệnh dịch Ebola đang lan tràn từ Phi Châu. Vài ngày sau, Ebola đã có mặt tại nơi tôi đang sống, Dallas – Fort Worth, Texas. Hôm nay, khi tôi viết chương kết của sách, thì Covid-19 đã và đang hoành hành trên thế giới, cướp đi hàng triệu sinh mạng.

Thế giới đã và đang chứng kiến những thảm cảnh do Covid-19 gây ra. Đã có những lúc trái đất như nhà mồ tập thể của hàng triệu nạn nhân. Bệnh viện không còn chỗ cho bệnh nhân; số nhân viên y khoa đã cạn sức vì làm việc quá sức; nhiều quốc gia không còn đất chôn nạn nhân; thuốc kháng thể (vaccine) khi nào ra đời để cung cấp đủ cho cả thế giới? *Bao nhiêu là đủ cho tất cả những nhu cầu trên thế giới này?* Đây quả là bài toán khó cho cả thế giới. Không công thức nào trong trần gian có thể giải tỏa được hết mọi vấn nạn của thế giới. Nhưng, vì Đức Chúa Trời yêu thương thế gian, Ngài đã ban cho ***Một Công Thức Thuộc Linh*** để giải đáp ***tất cả*** khổ sở, nan đề cho cuộc sống ở mọi thời đại. Công thức nầy không thuộc thế gian, nhưng được ban cho thế gian để nhờ đó thế gian được cứu. Công thức ấy là **Trong Đấng Christ**!

Nếu liệt kê tất cả những phước hạnh từ *"Công Thức Trong Đấng Christ"* mà Đức Chúa Trời ban cho loài người, chúng ta sẽ không thể hiểu hết được, hoặc có đủ giấy mực để ghi chép hết những việc Chúa làm.

Qua Kinh Thánh, chúng ta có thể nắm vững *"Công Thức Trong Đấng Christ,"* Chúa đã ban cho *"mọi phước hạnh thuộc linh ở các nơi trên trời để chúng ta được thánh hóa và không chỗ chê trách trước mặt Ngài, để ca ngợi ân điển vinh quang mà Ngài đã ban tặng cho chúng ta trong Con yêu dấu của Ngài!"* (Ê-phê-sô 1:3-6). Tôi nói thêm rằng, *"Trong Đấng Christ,"* mọi người tin nhận Danh Ngài sẽ được làm nên mới; mọi sự đều trở nên mới, bao gồm cả trời mới và đất mới đang chờ đón chúng ta. *"Trong Đấng Christ,"* chúng ta không chỉ là những người đắc thắng tử thần (kẻ thù sau cùng của loài người), mà còn là những chứng nhân, đại sứ cho Thiên Quốc trường tồn và vĩnh cửu của Đức Chúa Trời trong trần gian nầy. ***"Trong Đấng Christ"*** là sự mầu nhiệm mà Đức Chúa Cha đã chuẩn bị sẵn cho loài người trong Con Ngài là Đức Giê-su Christ. Đây là tiến trình đời đời mà loài người được thừa hưởng trong Vương Quốc Đức Chúa Trời (Ma-thi-ơ 25:34). Chính Đức Chúa Trời là Đấng cưu mang viễn cảnh ***"Trong Đấng Christ"*** khi Ngài tạo dựng loài người. Đức Chúa Trời phán, *"Chúng Ta hãy tạo nên loài người theo hình ảnh Chúng Ta và giống như Chúng Ta"* (Sáng Thế Ký 1:26). Điểm khởi đầu của tiến trình *"Trong Đấng Christ"* là sự tạo dựng con người theo hình ảnh của Đấng Christ. Kết điểm của viễn cảnh *"Trong Đấng Christ"* là loài người trở nên giống Đấng Christ trong mọi cách ăn ở. *"Vì chúng ta là công trình của tay Ngài, được tạo dựng trong Đấng Christ Giê-su để thực hiện những việc lành mà Đức Chúa Trời đã chuẩn bị từ trước để chúng ta làm theo"* (Ê-phê-sô 2:10). Giữa khởi điểm và kết điểm tồn tại một tiến trình, mà bất cứ người nào ở trong Đấng Christ cũng đều được trải qua. Để nhân cách hóa tiến trình tăng trưởng *"Trong Đấng Christ"* và cũng để đo lường mức độ niềm tin, chúng ta có thể ví sánh qua những mối quan hệ giữa Chúa và dân sự được sắp xếp theo tuần tự như sau.

- **Đấng Cứu Chuộc Nhân Loại.** Khi tin Chúa cũng là lúc hình ảnh chúng ta được sanh lại, được tái tạo bởi huyết Chúa Giê-su. *"Nhưng bất cứ ai tiếp nhận Ngài, tức là tin danh Ngài, thì Ngài ban cho họ quyền trở nên con của Đức Chúa Trời, là những người được sinh ra không phải bởi khi huyết, hoặc bởi ước muốn xác thịt, hoặc bởi ý người, nhưng bởi Đức Chúa Trời"* (Giăng 1:12-13). Khi sự sống của Chúa và tình yêu của Ngài vào trong lòng, chúng ta bắt đầu tiến trình lớn lên trong Chúa. *"Khi còn là con trẻ, tôi nói như con trẻ, suy nghĩ như con trẻ, lý luận như con trẻ, nhưng khi đã trưởng thành, tôi bỏ những điều thuộc về con trẻ"* (1 Côr 13:11).
- **Đức Chúa Trời (Người Chủ) và đầy tớ**. Đức Chúa Trời, qua nhiều lần, nhiều cách, đã gọi tuyển dân là đầy tớ của Ngài. *"Vì con dân Y-sơ-ra-ên là đầy tớ của Ta, những người mà Ta đã đem ra khỏi Ai Cập. Ta là Giê-hô-va Đức Chúa Trời của các con"* (Lê-vi 25:55). Chúa Giê-su phán, *"Ta không còn gọi các con là đầy tớ nữa, vì đầy tớ không biết điều chủ làm"* (Giăng 15:15a).
- **Vua và thần dân**. *"Nhưng chúng ta là công dân trên trời; từ nơi ấy, chúng ta trông đợi Chúa và Cứu Chúa là Đức Chúa Giê-su Christ"* (Phi-líp 3:20; Ê-phê-sô 2:19).
- **Thầy (Chúa) và trò (môn đồ)** (4 sách Phúc Âm).

- **Bạn hữu của Đức Chúa Trời**. Xin cho tôi giải thích đôi điều về mối liên hệ hết sức vinh hạnh nầy. **Chỉ có Chúa** mới ban cho những ai mà Ngài âu yếm gọi là *"bạn hữu của Ngài"* mà thôi. Không ai có thể dám nói mình là *"bạn của Chúa."* Áp-ra-ham và Môi-se được gọi là *"bạn của Đức Chúa Trời"* (Gia-cơ 2:23; Xuất Ai-cập 33:11). Chúa Giê-su gọi các môn đồ là bạn. *"Nhưng Ta gọi các con là bạn hữu, vì Ta đã bày tỏ cho các con biết tất cả những gì Ta đã nghe nơi Cha Ta"* (Giăng 15:15b). Mối liên hệ nầy được ban cho từ Chúa và chỉ để chính Chúa gọi *"chúng ta"* mà thôi.
- **Con cái *trưởng thành* của Đức Chúa Trời**. Đức Chúa Trời đã định sẵn trước khi sáng thế địa vị làm con của Ngài qua bởi Đấng Christ (Ê-phê-sô 1:5). Địa vị *"con cái"* (sons/daughters) mà tôi minh họa ở mức độ nầy là mối liên hệ mật thiết của người đã trưởng thành trong Đấng Christ. Địa vị *"con cái"* nầy là hình ảnh của *"đất tốt"* (hiểu biết sự huyền nhiệm của Thiên Quốc) và là *"kho báu kín giấu"* của Chúa trong trần gian. Chính từ mối liên hệ *"con cái,"* tức là sự trưởng thành và đạt tầm vóc đầy trọn của Đấng Christ (Ê-phê-sô 4:12-13), sẽ là nền tảng cho sự hiệp một trong vòng con dân Chúa qua mọi không gian và thời gian. Chúa Giê-su ngước mắt lên trời và thưa rằng: *"...Cha ơi, Con không chỉ cầu xin cho những người nầy mà thôi, nhưng cũng cho những người nhờ lời họ mà tin Con nữa, để tất cả đều trở nên một; như Cha ở trong Con và Con trong Cha để họ cũng ở trong Chúng Ta, nhờ đó thế gian tin rằng Cha đã sai Con đến"* (Giăng 17:20-21).

- **Nàng Dâu của Đấng Christ**. *"Vì Chồng ngươi là Đấng Tạo Hóa ngươi; Danh Ngài là Đức Giê-hô-va vạn quân. Đấng Cứu Chuộc ngươi là Đấng Thánh của Y-sơ-ra-ên, sẽ được xưng là Đức Chúa Trời của cả trái đất"* (Ê-sai 54:5). *"Sự mầu nhiệm nầy thật cao sâu, tôi muốn nói đến Đấng Christ và Hội Thánh"* (Ê-phê-sô 5:32). *"Chúng ta hãy vui mừng hớn hở, hãy tôn vinh Ngài, vì lễ cưới Chiên Con đã đến và Vợ Ngài đã chuẩn bị mình sẵn sàng"* (Khải Huyền 19:7).

Những mối liên hệ kể trên phản ảnh tiến trình và mức độ niềm tin của tín hữu trong Hội Thánh. Để Hội biểu lộ được điều Kinh Thánh dạy, *"Tại đây không còn phân biệt người Do Thái hay người Hy Lạp, người nô lệ hoặc người tự do, nam giới hay nữ giới,"* tín hữu phải đạt tầm vóc tăng trưởng *"Trong Đấng Christ"* (Ga-la-ti 3:28-29) như những con cái trưởng thành. Tất cả Cơ Đốc Nhân đều ở trong Chúa, nhưng không phải người nào cũng đều là con cái trưởng thành. Phao-lô đã *"than thở"* với Hội Thánh Ga-la-ti: *"Các con của ta ơi, vì các con mà ta lại phải chịu đau đớn của sự sinh đẻ cho đến khi Đấng Christ* ***thành hình trong các con!****"* Càng nhiều Cơ Đốc Nhân thành hình trong Đấng Christ thì Thiên Quốc càng được biểu lộ rõ hơn trên thế giới (Ma-thi-ơ 13:38).

Làm Thế Nào Để Gia Tăng Tiến Trình Hình Thành Trong Đấng Christ?

Tổng kết lại, *"Trong Đấng Christ"* là một công thức thuộc linh giải thích cho chúng ta tiến trình đời đời trong Thiên Quốc. Mối liên hệ mật thiết nhất, sâu đậm nhất, và huyền nhiệm nhất mà tất cả con cái Chúa đều mong đợi: ấy là cả thảy chúng ta đều là Một Nàng Dâu của Đấng Christ trong ngày vinh hiển khi Chúa trở lại thiết lập trời mới và đất mới. *"Trong Đấng Christ"* là một đặc ân Cha ban trong Con Một của Ngài. Tiến trình được tăng trưởng và trở nên giống Đấng Christ là công việc của Đức Thánh Linh. Có lẽ, câu hỏi vĩ đại cho mọi người qua mọi thời đại ấy là: *Làm thế nào để sống như Đấng Christ?*

Sống như Đấng Christ và trở nên giống Ngài trong mọi cách ăn ở chính là chương trình đời đời mà Đức Chúa Trời đã định sẵn cho những ai *"Trong Đấng Christ." "Vì những người Ngài đã biết trước thì Ngài cũng định sẵn cho họ trở nên giống như hình ảnh Con Ngài (Đấng Christ), để Con ấy được làm Con Trưởng giữa nhiều anh em*" (Rô-ma 8:29). Đây là tiến trình mà Kinh Thánh gọi là *"đem nhiều con cái đến vinh quang"* trong Đấng Christ (Hê-bơ-rơ 2:10). *"Còn những người Ngài đã định sẵn thì Ngài cũng đã kêu gọi, những người Ngài đã kêu gọi thì Ngài cũng đã xưng công chính, và những người Ngài đã xưng công chính thì Ngài cũng đã làm cho vinh quang*" (Rô-ma 8:30). Cậy ơn Chúa, tôi xin cô đọng những nền tảng chính yếu để tăng trưởng và trở nên giống Đấng Christ mỗi ngày như sau:

- Học và hiểu tất cả mọi điều mà Đấng Christ đã phán dạy (Giăng 14:26)
- Có được tư tưởng của Đấng Christ (I Cô-rinh-tô 2:16)
- Có đồng một tâm tình như Đấng Christ (Phi-líp 2:5)
- Vâng phục Cha mọi đàng như Đấng Christ (Lu-ca 22:42).

Đấng Christ đã hoàn thành mọi sự Cha giao phó ***bởi Đức Thánh Linh ngự trên và đầy dẫy trong Ngài*** (Lu-ca 4:18, 4:1). Cũng một thể ấy, để tăng trưởng và trở nên giống Đấng Christ mỗi ngày, chúng ta phải bước đi trong sự hướng dẫn Đức Thánh Linh, để chúng ta có thể *"đánh hạ các lý luận và mọi sự kiêu căng chống lại sự hiểu biết Đức Chúa Trời, và buộc mọi ý tưởng phải thuận phục Đấng Christ"* (II Cô-rinh-tô 10:5). Trở nên như Đấng Christ là công việc chẳng phải bởi năng lực hay quyền thế từ người, mà là bởi Thánh Linh của Đức Chúa Trời. Nói cách đơn giản, tư tưởng của Đấng Christ là tư tưởng Thiên Quốc. Tư tưởng ấy không thỏa hiệp với thế gian, không dung túng cho tội lỗi, và không khuất phục trước một thế lực mờ tối nào dưới đất hay trên trời! Với Cơ Đốc Nhân, Phao-lô mô tả tư tưởng Thiên Quốc như vầy: *"Vì đối với tôi, sống là Đấng Christ, còn chết là ích lợi"* (Phi-líp 1:21). Tư tưởng Vương Quốc là tư tưởng của người hiểu và tin chắc vào một tương lai vinh hiển của Đấng Christ (Vua Christ) khi người ấy được dự phần vinh hiển, phán xét và quản trị trong Thiên Quốc. Chính vì lẽ đó, người có tư tương Thiên Quốc là người sống động và sanh bông trái thuộc linh trong mọi hoàn cảnh. Tư tưởng Thiên Quốc là tư tương vượt mọi không gian và thời gian để được ở bên Đấng Christ và chiêm ngưỡng sự vinh hiển của Ngài. Phao-lô bày tỏ, *"Tôi bị giằng co giữa*

2 đàng: Tôi muốn ra đi và về ở với Đấng Christ là điều tốt hơn" (Phi-líp 1:23). Đây là phần thưởng cho những ai trung thành với Chúa cho đến chết. Chúa Giê-su cầu nguyện: *"Cha ơi, Con muốn Con ở đâu thì những người Cha đã ban cho Con cũng ở đó với Con, để họ chiêm ngưỡng vinh quang mà Cha đã ban cho Con"* (Giăng 17:24). Tóm lại, *"Để trở nên như Đấng Christ, chúng ta phải có sự ngự trị và đong đầy của Đức Thánh Linh."* Tôi mượn ý của học giả John Stott để kết luận *làm thế nào để sống như Đấng Christ như sau: "Nếu bảo tôi phải viết những tác phẩm văn chương như William Shakespeare viết, thì đây là điều bất khả thi, ngoại trừ 'tâm linh' của William Shapkespeare vào trong tôi, thì tôi mới có thể viết được những kiệt tác như ông ấy. Nếu bảo tôi phải sống như Đấng Christ đã sống theo như 4 sách Phúc Âm đã ghi lại, thì đây là điều không thể tưởng, ngoài trừ 'Thần Linh' của Đấng Christ ngự vào lòng tôi thì tôi mới có thể thực thi được. Quả thật, điều gì con người làm không được, thì Đức Chúa Trời đã làm cho."* Ngài đã ban Đức Thánh Linh cho mỗi con cái yêu dấu của Ngài. Điều đáng nói là chúng ta có vâng phục và sẵn sàng bước đi trong Đức Thánh Linh mọi lúc và mọi khi hay không.

Tiến trình *"Trong Đấng Christ"* là vô tận. Không ai tự nhận mình toàn hảo rồi cả, nhưng chúng ta hãy làm theo gương của sứ đồ Phao-lô, *"Thưa anh em, tôi không nghĩ rằng mình đã đạt được rồi; nhưng tôi cứ làm một điều: quên đi những gì ở đằng sau, vươn tới những gì ở đằng trước, tôi nhắm mục đích mà theo đuổi để đoạt giải về sự kêu gọi trên cao của Đức Chúa Trời* ***trong Đấng Christ Giê-su****"* (Phi-líp 3:13-14).

Phần thưởng trước mắt mà chúng ta có được trong tiến trình *"Trong Đấng Christ,"* ấy là chúng ta đã đang được Đức Chúa Trời ngự trị, bao phủ và thêm sức mỗi ngày. *Cá nhân tôi đang tiếp tục tìm kiếm, chiêm ngưỡng và kinh nghiệm sự huyền nhiệm "Trong Đấng Christ," nên tôi làm chứng lại và công bố cho anh em Tin Lành của Vương Quốc Đức Chúa Trời.*

"Trong Đấng Christ" là sự mầu nhiệm đã giấu kín trải qua các thời và các thế hệ, nhưng bây giờ được bày tỏ cho Hội Thánh.

"Vì Đức Chúa Trời muốn họ (Hội Thánh) bày tỏ sự phong phú của mầu nhiệm nầy giữa dân ngoại như thế nào, ấy là ***Đấng Christ ở trong anh em, là niềm hi vọng vinh quang.*** *Chính Ngài là Đấng chúng tôi rao giảng"* (Cô-lô-se 1:27). A-men!

Một Số Hình Ảnh Lưu Niệm về Hành Trình *"Trả Lại Con Cá"*

Với Grand Imam tại thủ đô Cai-rô, Ai Cập (người đội mũ trắng)

Với bộ trưởng Giáo Dục tại Cai-rô, Ai Cập (đứng giữa)

Tôi được mời giảng tại Hội Thánh Tin Lành tại Cai-rô, Ai Cập.

Lưu niệm cùng vị mục sư quản nhiệm tại Cai-rô.

Bên Kim Tự Tháp, Ai Cập

Lưu niệm với các trẻ em tại sa-mạc Sinai, Ai Cập

Tôi đứng trên dãy núi tại sa mạc Sinai, nơi Môi-se ban hành luật pháp Đức Chúa Trời cho tuyển dân Do Thái

Lưu niệm cùng những người lính tại Afghanistan

Lưu niệm cùng Đại Sứ Mỹ tại thủ đô Hà Nội, Việt Nam

Tôi (ngồi hàng đầu bên trái) cùng phái đoàn Giáo dục từ Washington D.C. trong buổi họp tại phủ Chủ tịch Nguyễn Minh Triết tại Hà Nội, Việt Nam

Lưu niệm với Ban Lãnh Đạo Hội Thánh Hàn Quốc trong chuyến công tác truyền giảng cho các Hội Thánh Việt Nam tại Hàn Quốc

Tuổi Thơ Bên Cha

Mẹ và tôi trong chuyến về thăm quê hương Vĩnh Long, Việt Nam

Sau đây là phần *"Phụ Lục"* của cá nhân tôi, tóm tắt và sơ lược lại quá trình học hỏi và nghiên cứu *"Vương Quốc Đức Chúa Trời"* từ những học giả khác nhau trong những thế kỷ vừa qua. Những nội dung chính của phần Phụ Lục (Appendix) đã được đề cập trong các chương của sách, nên tôi thiết nghĩ không cần phải diễn dịch sang ngôn ngữ Việt Nam.

Appendix – Phụ Lục

The Survey of Scholarship Upon the Kingdom of God

Just like the search for the *"Theory of Everything,"* known as the Unified Theory in science, the study of the kingdom of God has a profound attraction which has drawn outstanding scientists and well-respected theologians over centuries to search for its essential concept. In my second book, through God's Grace and His Holy Spirit, I will present how *"the kingdom of God"* is truly the theory of everything!

The teaching of the kingdom of God has remained a challenge for many. For Christians and non-Christians alike, the term *"kingdom of God"* continues to be vague and void of a meaningful definition. To fully understand the kingdom of God, we must probe its meaning where the term or definition is not present. Though Bible scholars agree that the kingdom of God is central to the teachings of Jesus, most have different interpretations of its meaning. As a result, throughout the 19th century and, perhaps still today, there are still debates among denominations.

The Debate of the Kingdom and Its Arrival Among Scholars

Here is a summary of my research on the nature, the meaning, and the arrival of the kingdom of God. Included in this section are the scholars who led the charge for the hermeneutical interpretation and the definition of the kingdom of God.

Herman Samuel Reimarus (1694-1768)

Herman Samuel Reimarus was the first to give an historical conception of Jesus' life more than two hundred and fifty years ago. According to Albert Schweitzer, the attempt to form a historical conception of Jesus' life had never been raised by anyone until Reimarus. [116] Schweitzer's claim was questioned by George Buchanan, who wrote that centuries earlier, Tertullian, in the third century, or 240 A.D., mentioned that the kingdom which Jesus proclaimed was identical to that of the Old Testament. Buchanan wrote, *"The kingdom preached by Jesus was the Kingdom of God the Jews expected. Reimarus revived the idea..."* [117]

---

[116] Albert Schweitzer, The Quest of the Historical Jesus (London: Adam and Charles Black, 1910), 13.

[117] George Wesley Buchanan, The Consequences of the Covenant Netherlands: Leiden. E. J. Brill, 1970) 55.

Reimarus, professor of Oriental Languages, was born on the 22nd of December 1694 in Hamburg. In *"The Leading Truths of Natural Religion"* concerning the teaching of Jesus, Reimarus acknowledged a clear sense of His central message, namely the kingdom of God, which was expressed in two phases of identical meaning – *"Repent and believe the Gospel."* Reimarus believed that since *"Neither Jesus nor the Baptist ever explain this expression therefore they must have been content to have it understood in its known and customary sense."* [118] Reimarus found little enlightenment on the meaning of the kingdom of God in the parables. He believed that the key to understanding was to be found in the Jewish writings concerning both the Messiah and the kingdom of God. *"If we could not gather from the writings of the Jews some further information as to what was understood at that time by the Messiah and the Kingdom of God, these points of primary importance would be very obscure and incomprehensible."* [119] *'In one of Reimarus conclusive thoughts on the matter of Jesus'* teaching of the Kingdom of God, he wrote that *"it is evident that Jesus did not break with the Law (Moses' Laws) but took His stand upon it unreservedly."*

---

[118] Albert Schweitzer, The Quest of the Historical Jesus (London: Adam and Charles Black, 1910), 16

[119] Ibid, 17.

According to Reimarus, if there was anything new at all in Jesus' teaching, it was the righteousness of God as a prerequisite to His kingdom. The righteousness of the Law would no longer suffice. At the time of the coming of the kingdom, a new and deeper morality was required. Jesus went beyond His contemporaries, saying that the righteousness of God *"did not do away with the Law but would be a fulfillment of the old commandments."* [120]

Scholars later joined Reimarus in searching for the historical Jesus and finding answers for many questions. *"What was the historical, geographical, and ideological setting of Jesus' life? What message did Jesus proclaim to his contemporaries? What was His intention? What did He attempt to accomplish? What happened to Him?"* [121] Yet, as stated before, they all agreed in Jesus' proclamation to the Jewish community in the first century *"Repent! The Kingdom of God is at hand!"* (Matthew 4:17)

---

[120] Ibid, 17.

[121] Clayton Sullivan, Rethinking Realized Eschatology (U.S.A: Mercer University Press, 1988), 2.

Even with that point of agreement, theologians have never been able to come to consensus on the definition of the kingdom of God. It continues to be a hermeneutical Donnybrook Fair. [122]

The Analyzes of the Kingdom of God Among Scholars

Albrecht Ritschl (1822-1889)

The kingdom of God became the central theme of theological studies in the 19th century through the work of Albrecht Ritschl, one of the most influential theologians of his time. In his writing, *"The Instruction in the Christian Religion,"* Ritschl put "The Doctrine of the Kingdom of God" as the first and leading theme in his writing. [123] Ritschl expressed: *"The Kingdom of God is the divinely vouched for highest good of the community founded through His revelation in Christ; but it is the highest good only in the sense that it forms at the same time the ethical ideal, for*

[122] Ibid, vii.

[123] Albert T. Swing, The Theology of Albrecht Ritschl, 1901), 171.

whose attainment the members of the community bind themselves together through their definite reciprocal action." [124]

According to Ritschl, the kingdom of God is *"the spiritual and ethical task of those gathered in the Christian community, is supernatural, in so far it is higher than the ethical forms of society, marriage, the family, the calling, private and public justice, or State."* [125] Hans Schwarz writes, *"While Ritschl shied away from the notion that the Kingdom of God is not simply brought about by human efforts, his emphasis is clearly on human solidarity and humanity's effort to shape itself according to the ethical ideal of the kingdom."* [126] According to Albrecht Ritschl, the kingdom of God is one of the two focal points of Christianity. The other one is Christ's redemption for humanity. Ritschl defined the kingdom of God as *"The moral organization of humanity through action inspired by love."* Ritschl viewed the kingdom of God as a human task and not a divine gift. [127] The kingdom of God is here and now and has to do with man's obedience to

[124] Ibid, 174.

[125] Ibid, 178.

[126] Hans Schwarz, Eschatology (Cambridge: William B. Eerdmans, 2000), 108.

[127] Anthony Hoekema, The Bible and the Future (Michigan: William B. Eerdmans, 1979), 28.

God. According to Ritschl, Jesus, as founder of that kingdom, set a great example for His followers on how to manifest the kingdom on earth.

Adolf von Harnack (1851-1930)

In his book, *"What is Christianity?"* Harnack outlined the content regarding the kingdom of God in the following order:

-The Kingdom of God and its coming.

-God the Father and the infinite value of the human soul.

-The higher righteousness and the commandment of love. [128]

Harnack believed that Jesus' message of the kingdom of God *"runs through all the forms and statements of the prophecy which, taking its color from the Old Testament, announces the day of judgment and the visible government of God in the future, up to the idea of an inward coming of the kingdom, starting with Jesus' message and then beginning."*[129] Harnack acknowledged the popular view concerning the kingdom's arrival in both *"future and present,"* which was a common debating point and argument among scholars of his generation. He saw the timing of the kingdom's arrival on earth as two separate poles landing in the same number line. *"At one pole the coming of the kingdom seems to be purely a future event, and the kingdom itself to be the external rule of God; at the*

[128] Adolf Harnack, What is Christianity" by Harnack (New York: G.P. Putnam's Sons, 1908), 51.

[129] Ibid, 51.

other, it appears as something inward, something which is already present and making its embrace at the moment." [130]

In Harnack's own illustration, he used the two images of *"Husk & Kernel"* to express the message of Jesus concerning the kingdom. Hoekema summarizes Harnack's illustration like this: *"That kingdom means a dramatic hope for the future, in which all of God's enemies will be vanquished, was an idea which Jesus shared with his contemporaries (the husk). But that the kingdom is already here was Jesus' own idea and was the heart of his message (the Kernel)."* [131] According to Harnack, the parables of God taught by Jesus are key to understanding the kingdom of God and its essence.

Harnack shared the view of the present kingdom but rejected the eschatological aspect. *"The kingdom of God comes by coming to the individual, by entering into his soul and laying hold of it. True, the kingdom of God is the rule of God; but it is true of rule of God in the hearts of individual; it is God himself in his power. From this point of view everything that was dramatic in the external and historical sense has vanished, and gone, too, are all the external hopes for the future."* For

---

[130] Ibid, 53.

[131] Anthony Hoekema, The Bible and the Future (Michigan: William B. Eerdmans, 1979), 30ff.

Harnack, the Kingdom of God did not come outwardly, but was already present as *"a still and mighty power in the heart of men."* [132]

Johannes Weiss (1863-1914)

According to Rudolf Bultmann, Johannes Weiss was also one of the founders of the eschatological movement in critical theology. [133] While the debate concerning the meaning of the kingdom of God was still going on across the 19th century, Johannes Weiss' book *"Die Predigt Jesu Vom Reiche Gottes/Jesus' Proclamation of the Kingdom of God"* was published in 1892, which literally rocked the world of theology. The content of his small book put many Biblical scholars and professors across Europe and the rest of the world on their toes in searching for a thorough Biblical response.

Finding several characteristically apocalyptic and eschatological elements in Jesus' view of the kingdom, Weiss put forth at least four central arguments in *"Jesus' Proclamation of the Kingdom of God":*

---

[132] Adolf Harnack, "What is Christianity" (New York: G.P. Putnam's Sons, 1908), 54.

[133] Johannes Weiss, Jesus' Proclamation of the Kingdom of God, translated by Hiers, 1892), XI.

- *"This old world cannot assimilate the kingdom of God, coming age; it must become new."* Jesus waited a new heaven and a new earth.
- The kingdom of God was a matter for the future, not the present. *"Jesus has nothing in common with this world; he stands with one foot already in the future world."*
- The kingdom was not to develop gradually from a small beginning. *"Either the kingdom is here, or it is not here!"*
- *"It was not Jesus' mission - or even his view of his mission, to found or inaugurate the kingdom."* [134]

Weiss' most important theory concerning the present and the future of the kingdom was explained in the two dimensions of Heaven and Earth. *"The kingdom is present in heaven, but it has not yet come or it just beginning to come on earth. This connection, clearly assumed in Revelation 12:7-12, is also implied in the Matthew's version of the Lord's prayer (Matthew 6:10). In Heaven God's will is already done, even though Satan still rules the earth"* (Luke. 4:5-7; Matthew 4:8ff). [135] According to Weiss, the signs of Jesus' healing and exorcism served as *"a campaign*

---

[134] Ibid, 9.

[135] Ibid, 41.

against the kingdom of Satan and on behalf of the kingdom of God." At any rate, *"Satan's kingdom is already gaining ground; but it (the Kingdom of God) has not yet become a historical event."* Weiss' ultimate view is that *"God's Kingdom may obtain in Heaven, but it has not yet been established on Earth."* Weiss claimed that *"The disciples were to pray for the coming of the kingdom, but men could do nothing to establish it. Not even Jesus can bring, establish, or found the kingdom of God only God can do so. God himself must take control."* [136]

To sum up Weiss' view, Hoekema writes, *"The kingdom of God is never something subjective, inward, or spiritual. It is always an objective, Messianic kingdom. It has a territory which one enters, or a land which is shared. It is a treasure come down from Heaven. Weiss reversed the kernel and the husk that Harnack presented. The future element of the kingdom of God in Jesus' teaching, as far as Weiss was concerned, was the kernel not the husk."* [137]

Hoekema commented on Weiss' work, *"He did the theological world a great service by recognizing the centrality of future eschatology in Jesus' teaching."* Yet he went altogether too far in holding that for Jesus

---

[136] Ibid, 128.

[137] Anthony Hoekema, The Bible and the Future (Michigan: William B. Eerdmans, 1979), 133.

the kingdom of God was exclusively future and not in any sense present. [138]

Albert Schweitzer (1875-1966)

At the age of twenty-six, Albert Schweitzer published a small booklet entitled *"The Mystery of the Kingdom of God: The Secret of Jesus' Messiahship and Passion."* In it, Schweitzer continued the work of Weiss by presenting Jesus' ministry from the perspective of eschatological understanding of the kingdom. Schweitzer denied the presence of the kingdom during Jesus' ministry. He believed in the *"nearness of the kingdom"* but not in the present. In supporting his view of a kingdom's arrival in near future, Schweitzer wrote, *"The one errand of the Apostles as teachers is to cry out everywhere the warning of the nearness of the kingdom of God, to the intent that all may be warned and given opportunity to repent..."* [139]

For Schweitzer, the kingdom of God according to Jesus' teaching was either viewed as present or future, but not both. [140] According to Clayton Sullivan, Schweitzer proposed what was known as *"Konsequente*

---

[138] Ibid, 291.

[139] Albert Schweitzer, The Mystery of the Kingdom of God – the Secret of Jesus's Messiahship and Passion", (New York: Dodd, Mead and Company, 1914), 88.

[140] Hans Schwarz, Eschatology (Cambridge: William B. Eerdmans, 2000), 115.

Eschatology"/ "Consistent Eschatology," a view that expresses the hope among all Jews living in the first century of the coming of the kingdom of God which is still in the future. [141] In his historical observation upon the life of Jesus, Schweitzer claimed that Jesus expected God's kingdom would come in an immediate future, within Jesus' lifetime, but since the kingdom of God did not come, Jesus *"died in despair and disillusionment."*[142]

Schweitzer endorsed Weiss's view and believed that the kingdom Jesus preached of was a future reality. Dr. Hoekema wrote about Schweitzer's view: *"For Jesus the kingdom was present only as a cloud which throws its shadow on the earth may be said to be present; actually, the kingdom was future but very near – 'just around the corner.'"* [143]

Surprisingly, Schweitzer's view on the imminent arrival of God's kingdom on earth, namely *"Consistent Eschatology,"* had a major

---

[141] Clayton Sullivan, Rethinking Realized Eschatology (U.S.A: Mercer University Press, 1988), 2.

[142] George E. Ladd, A Theology of the New Testament (1974), 58.

[143] Anthony Hoekema, The Bible and the Future (Michigan: William B. Eerdmans, 1979), 133ff.

influence on scholars across Europe and around the world.[144] In Clayton Sullivan's study of Schweitzer's *"Consistent Eschatology,"* he wrote, *"This eschatological view, however, was unwelcome to many Christian apologists. It was unwelcome because scholars such as Schweitzer and Loisy concluded that Jesus was mistaken in his prophecy.... On the one hand Weiss's and Schweitzer's view of Jesus as a mistaken prophet could not be neatly disproven; on the other hand, this view could not be glibly accepted. Consistent Eschatology was like a renegade relative in attendance at a family reunion; its presence could be neither applauded nor denied."* [145]

The debate, if not a sharp argument, between the two views of the kingdom concerning whether its arrival is in the present or in the future was a clash within 20th century theology. German scholars held a deep conviction that permeated theological position. Albert Schweitzer wrote, *"When, at some future day, our period of civilization shall lie, closed and completed, before the eyes of later generations, German theology will stand out as a great, a unique phenomenon in the mental and spiritual life of our time. For nowhere save the German temperament can there be found*

---

[144] Clayton Sullivan, Rethinking Realized Eschatology (U.S.A: Mercer University Press, 1988), 3.

[145] Ibid, 3.

in the same perfection the living complex of conditions and factors-of philosophic thought, critical acumen, historical insight, and religious feeling-without no deep theology is possible. And the greatest achievement of German theology is the critical investigation of the life of Jesus. What it has accomplished here has laid down the conditions and determined the course of the religious thinking of the future". [146]

Charles Harold Dodd (1884-1973)

Somewhere in their personal studies, and in their gatherings, the British scholars, as well as the rest of the Bible experts around the world, joined together to create a solid theological response, if not a defensive system, in order to stop this unstoppable effect of the German's *"Consistent Eschatology"* which says the kingdom of God is still in the future.

In 1935, an England professor in the field of the New Testament studies, C. H. Dodd, published a 169-page book titled: *"The Parables of the Kingdom"* (Revised version in 1961). Using Matthew 12:28 and Luke 11:20 as his two key scriptural references, Dodd claimed that the arrival of the kingdom of God was not in the future, but a *"Fact of present experience, but not the sense which we have recognized in Jewish usage."* Dodd wrote: *"The eschatology Kingdom of God is proclaimed as a present*

---

[146] Albert Schweitzer, The Quest of the Historical Jesus - A Critical Study of Its Progress from Reimarus of Wrede (New York: Macmillan Company, 1950), Introduction.

fact, which men must recognize, whether by their actions they accept or reject it." [147] In his argument and interpretation of Mark 1:15, Dodd believed that this verse should have been translated as: *"the Kingdom of God has come."* [148]

The heartbeat of Dodd's book proposed a profound and compelling position known as *"realized eschatology",* which asserts that the Kingdom of God is already present. Dodd acknowledged, as many other scholars did, that Jesus' disciples did expect Jesus' return during their lifetime. However, when this hope of a returning Christ did not occur, they did not lose their faith. Instead, they realized that Jesus Christ, their King, did arrive and had lived among them. Dodd wrote, *"The eschaton has moved from the future to the present, from the sphere of expectation into that of realized experience."* [149] Hans Schwarz concluded upon Dodd's view, *"Gradually they (the disciples of Jesus) realized that the decisive event had already happened: Christ had come... It was 'realized eschatology' because in Jesus the eternal entered decisively into history. The eschaton was realized in the coming of the kingdom of God".* [150]

---

[147] C.H. Dodd, The Parables of the Kingdom, (London, 1961), 25.

[148] Ibid, 26.

[149] Ibid, 50.

[150] Hans Schwarz, Eschatology (Cambridge: William B. Eerdmans, 2000), 130.

The moment that *"The Parables of the Kingdom"* was published, it became one of the most influential theological books ever published in the field of New Testament theology. *"Realized Eschatology"* had quickly become the hypothesis used to defend against the offensive claim from German scholars of *"Consistent Eschatology."* In many Christians' viewpoint, *"Consistent Eschatology"* had functioned as apologetic literature. [151] Morna D. Hooker said, *"The Parables of the Kingdom"* was an epoch-making book. It was an attempt to interpret the parables within the context of the ministry of Jesus. It is no exaggeration to describe realized eschatology as the most significant development this century in the discussion about the kingdom of God". [152]

Geerhardus Vos (1862-1949)

Vos was a professor of Biblical theological at Princeton Theological Seminary from 1893-1932. Like Dodd, Vos embraced the present kingdom, but he went a step further. Vos wrote: *"Christianity in its very origin bears an eschatological character. It means the appearance of the Messiah and the inauguration of his work, and from the Old*

---

[151] Clayton Sullivan, Rethinking Realized Eschatology (U.S.A: Mercer University Press, 1988), 8.

[152] Ibid, 7.

Testament point of view these form part of eschatology." [153] Vos embraced both the present and the future reality of the kingdom of God. *"We therefore find Vos a balanced approach to biblical eschatology, which recognizes the full authority of the Scripture and does full justice to the totality of biblical teaching."* [154]

Oscar Cullmann

Cullmann was the Swiss theologian who introduced *"Salvation History"* to the school of theology. He concurs with both Dodd and Vos that Jesus' ministry fulfilled the Old Testament eschatological expectations, and that the kingdom of God has already come. Like Vos, Cullman looks forward to the future consummation of the kingdom in history. *"His position therefore leaves room for the future eschatology as well as realized eschatology."* [155] Cullman's analogy of the D-Day (fulfillment-Kingdom present) and V-Day (consummation-Christ's return) during WWII helped many to capture his position on both the present and future of the God's Kingdom. He argues, *"The decisive battle in war may already have occurred in a relatively early stage of the war, and yet the war still continues. Although the decisive effect of that battle is perhaps*

---

[153] Anthony Hoekema, The Bible and the Future (Michigan: William B. Eerdmans, 1979), Appendix.

[154] Ibid, Appendix.

[155] Ibid, 302.

not recognized by all, it nevertheless already means victory. But the war must still be carried on for an undefined time, until 'Victory Day.' Precisely this is the situation of which the New Testament is conscious. As a result of the recognition of the new division of time, the revelation consists precisely in the fact that the proclamation of that event on the cross, together with the resurrection which followed, was the already concluded decisive battle." [156]

In the case of Cullmann, the significant contribution that he brought to the biblical eschatology, especially, on the arrival of the Kingdom of God can be condensed in his argument as this: *"Since the great midpoint of history occurred at the time of Christ's first coming, there is a very real sense in which believers today are living in the new age. The final consummation of the Kingdom of God, however, which will include the second coming of Christ, the general resurrection, and the renewal of creation, is still in the future. Hence the era in which we now live is characterized by tension between the midpoint and the end, the present and the future, the already and the not yet."* [157]

---

[156] Oscar Cullmann, Christ and Time: the Primitive Christian Conception of Time and History, (Oregon: Wipf and Stock, 1962), 84.

[157] Anthony Hoekema, The Bible and the Future (Michigan: William B. Eerdmans, 1979), 307.

John Bright (1908-1995)

In responding and defending that the kingdom of God is not exclusively in the future, there are number of American theologians that support both present and future aspects. Among those early leading American scholars was John Bright. In his book *"The Kingdom of God – the Biblical Concept and Its Meaning for the Church,"* Bright was not hesitant to show that the Kingdom which God promised in the Old Testament is already here in the New Testament. [158] *"The time is fulfilled, and the kingdom of God is at hand; repent and believe in the gospel."* (Mark 1:15)

From the four Gospels, Bright claimed that the kingdom of God has also become the kingdom of Christ. *"Today that scripture has been fulfilled in your hearing."* In his own words, Bright argued: *"To acclaim anyone as Messiah is to announce in him the coming of the Kingdom of God, for it is precisely the business of the Messiah to establish the Kingdom. Messiah cannot be separated from kingdom. It lies at the very heart of the gospel message to affirm that the Kingdom of God has in a real sense become present fact, here and now!"*[159] (Ibid, page 216) Pointing out the dramatic change of tense in the writings both Old Testament and the New Testament concerning the coming of the Kingdom

[158] John Bright, The Kingdom of God (Tennessee: Abingdon Press, 1981),196.

[159] Ibid, 216.

of God, Bright confidently claimed that the Kingdom is among the believers. In the Old Testament, *"behold the days are coming"*, while in the New Testament, *"the Kingdom is at hand"* among you!

George Ladd (1911-1982)

In the field of theology, especially in the study of the kingdom of God, George Ladd was among the brightest of the bright.[160] He was a "Captain America" (to me). Ladd's writings were widely quoted and referenced among his peers and students. He was considered an authoritative voice. Ladd's view of the kingdom became a pivotal position in kingdom theology in seminaries across the United States and beyond.

For Ladd, the big picture of the kingdom of God is the rule of God from generation to generation. *"It is God's reign, the divine sovereignty in action. God's reign, however, is manifested in several realms, and the gospels speak of entering into the kingdom of God both today and tomorrow. God's reign manifest itself both in the future and in the present and thereby creates both a future realm and a present realm in which man may experience the blessings of His reign."* [161]

---

[160] This is my own opinion/view about George Ladd's contributions to the study of the kingdom of God.

[161] George E. Ladd, The Gospel of the Kingdom, (Division of Christian Education, National Council of Church, 1952).

In his writings, Ladd emphasizes that that the kingdom of God revolves around the key factors of fulfillment within history and the consummation of the end of history with the return of Christ Jesus on earth. He defines the kingdom as *"The redemptive reign of God dynamically activates to establish his rule among men, and that this kingdom, which will appear as an apocalyptic act at the end of the age, has already come into human history in the person and mission of Jesus to overcome evil, to deliver men from its power, and to bring them into the blessings of God's reign."* [162]

Consistent Eschatology and Realized Eschatology

Of the two most popular views, Consistent Eschatology and Realized Eschatology, which one is correct? What have scholars concluded? Both viewpoints have solid Biblical support. Clayton Sullivan argues that *"Schweitzer was right in what he said, but he went too far. Dodd was right in what he said, but he went too far also. We shall*

[162] George E. Ladd, Jesus and the Kingdom, the Eschatology of Biblical Realism (New York: Harper and Row Publishers,1964), 214.

synthesize views and recognize that for Jesus the kingdom was both present and future." [163]

Thanks to scholars like Schweitzer and Dodd, the overall view that the kingdom of God is both present and future has become a part of current Christian catechism for both Protestant and Roman Catholic churches. *"At the 1988 General Conference in St. Louis this both – present-and-future view became the official position of the United Methodist Church."* [164]

Scholars' Definition of the Kingdom of God

After many debates and extended conversations, scholars have come to a consensus — the kingdom of God exists in dual dimensions of time, both present and future. There is another battle on the horizon about the kingdom's definition, its meaning, and its essence. Many theologians have agreed and warned that nowhere in the Bible among Jesus' sayings is there a definition of the kingdom of God. *"Any attempt to interpret the individual sayings of Jesus about the kingdom must be preceded by a*

[163] Clayton Sullivan, Rethinking Realized Eschatology (U.S.A: Mercer University Press, 1988), 8.

[164] Ibid, 10.

recognition of the fact that Jesus never specifically interpreted the expression 'kingdom of God'" [165]

"To grasp what is meant by the Kingdom of God, is to come very close to the heart of the Bible's Gospel of Salvation." [166]

Let us look at the perspectives as well as the meanings of the kingdom of God through the eyes of scholars.

- **Augustine**, in *"The City of God",* viewed the kingdom of God as identified with the Church.
- **Adolf Von Harna**ck viewed the kingdom of God in the realm of the human spirit and in relationship to God. It is an inward power which enters the human soul and lays hold of it. [167]
- **Albert Schweitzer** saw the kingdom of God as "an apocalyptic realm to be inaugurated by a supernatural act of God when

---

[165] Martin Debelius, *Jesus*, translated by Charles B. Hendrick and Frederick C. Grant, page 66.

[166] John Bright, The Kingdom of God (Tennessee: Abingdon Press, 1981),7.

[167] A lot of these perspectives from different scholars are found in George E. Ladd's book: "*The Gospel of the Kingdom*" (page 15).

history will be broken off and new heavenly order of existence begun." (An extreme view of the kingdom). [168]

- **L. Berkoff**, author of *"The Kingdom of God"*, 1951, wrote *"The Kingdom of God is simply the reign of God on human life and human affairs, but also that it is a community that recognizes the will of God as the law of its life; that it is purely an ideal, hovering far above the actual life of the world, but also that it is a present reality with some State, but also that it is simply the perfect social order, the utopia of the Socialist, or the millennial Kingdom of Peace and happiness."*[169]

  Berkoff also wrote: *"The real contribution of Jesus to the doctrine of the Kingdom of God is found in the idea that it is a present spiritual reality in the hearts of men".* [170]

- **George Ladd** writes, in *"Jesus and the Kingdom the Eschatology of Biblical Realism,"* Harper & Row, Publishers – New York. 1964), *"The Kingdom of God is the redemptive reign of God dynamically activate to establish his rule among men, and that this kingdom, which will appear as an apocalyptic act at the end of the*

---

[168] Ibid, 15.

[169] L. Berkoff, The Kingdom of God (W.B. Eerdmans,1951), 11.

[170] Ibid, 91.

age, has already come into human history in the person and mission of Jesus to overcome evil, to deliver men from its power, and to bring them into the blessings of God's reign."[171]

- **T. W Manson** writes, "*The reign of God, a personal relation between God and the individual, and there is no point in asking whether it is present of future, just as there is no point in asking whether the Fatherhood of God is present or future*" [172]

- **E. Stanley Jones** writes, in his *"Is the Kingdom of God Realism?", "The simplest definition of the Kingdom of God is one that Jesus gave in the Lord's prayer: 'Thy Kingdom come thy will be done in earth, as it is in heaven.' The second phrase explains the first-the Kingdom of God is the doing of the will of God on earth as it is in heaven."*[173] For Jones, *"the Kingdom of God is*

---

[171] George E. Ladd, Jesus and the Kingdom – the Eschatology of Biblical Realism (New York: Harper & Row, Publishers, 1964), 214.

[172] George E. Ladd, Jesus and the Kingdom – the Eschatology of Biblical Realism (page 174).

[173] E. Stanley Jones, Is the Kingdom of God Realism? (New York: Abingdon Cokesbury Press), 53.

redemptive for individual and for the whole society, and the Kingdom of God is life and meets us in the person of God."[174]

- **John Bright** writes, *"The rule of God over His people, and particularly the vindication of that rule and people in glory at the end of History."* [175]

- **C.J. Cadoux**, author of *"The Historic Mission of Jesus"*, writes, *"The kingdom of God is man's acceptance of God's gracious and timeless sovereignty. It is the individual compliance with God's will. The initiative rests with men. The kingdom is not the victory of irresistible royal power, but His fatherly rule by men. Jesus was the person through whom the Kingdom became a new reality among me A new race would come into being, and thus God's kingdom would come on earth as God's will is done by all mankind."* [176]

---

[174] E. Stanley Jones, Is the Kingdom of God Realism? (New York: Abindon Cokesbury Press), 57.

[175] This quote is from John Bright is found in Ladd's book, "Jesus and Kingdom – The Eschatology of Biblical Realism" (1964, page 42).

[176] C.J. Cadoux, "The Historic Mission of Jesus – A Constructive Re-Examination of the Eschatological Teaching in the Synoptic Gospels", (1941, page 218).

- **F.C Grant** writes, *"Interpreted the kingdom as the message of social redemption in which the divine sovereignty will be perfectly realized on earth. Jesus expected to see the reign of God established everywhere on earth in his own lifetime. The original gospel of Jesus is social gospel."*[177]

- **H.B. Sharman** *"wrote a detailed critical study which concluded that Jesus taught that the kingdom was a spiritual reality which was present in his own ministry. It was God's mind was expressed through Him and a mediated through his personality to others."*[178]

- **A.T. Olmstead** *"regarded Jesus was a prophet of righteousness who proclaimed a kingdom of spirit, a living, ever present force that permeated the hearts of its members."* [179]

- **C.H. Dodd** believed the kingdom of God is *"timeless, eternal, and is therefore always near and in its demands upon men."*[180]

---

[177] This quote is found from Ladd's book: "The Gospel of the Kingdom", (page 14)

[178] Ibid, 14.

[179] Ibid, 15.

[180] Ibid, 15.

- **Gerhard Gloege** (in 1928) wrote that *"the kingdom of God by definition is not the eschatological realm of salvation, the age to come, but is an abstract concept designating the royal rule of God and His kingly activity. God's kingdom is His rule that is active among men for their redemption."*[181]

- **A. M. Hunter** *"saw the kingdom of God as both present and future. The kingdom is first dynamic, the kingly rule of God second. It is the eschatological consummation of the divine purpose of men...the kingdom which is centered in Christ means a new relationship to God implies a new Israel, involves a new pattern for living, and requires Jesus' death."* [182]

- **H.C King** wrote, *"Jesus conceived of the kingdom of God as the highest good in terms of reign of love in the life of the individual and of society whereby men share the eternal, ongoing purposes of God."* [183]

---

[181] Ibid, 25.

[182] Ibid, 33.

[183] This quote is found in Ladd's book: "Jesus and the Kingdom- The Eschatology of Biblical Realism", (page 276).

- **Marshall** believed that *"All the ethical teaching of Jesus is simply an exposition of the ethics of the kingdom of God, of the way in which men inevitably behave when they actually come under the rule of God."*[184]

[184] Ibid, 276.

ĐÔI NÉT VỀ TÁC GIẢ

Đặng Phúc Ánh có một chiều dài kinh nghiệm trong mục vụ và trong cả lĩnh vực giáo dục. Trong 2 thập niên qua, Phúc Ánh từng quản nhiệm Hội Thánh Tin Lành Việt Nam trong vùng Dallas Fort Worth, Texas, và dạy toán trong các Trường Trung Học. Phúc Ánh cũng là mục sư giảng dạy và truyền giáo của một Hội Thánh lớn người Mỹ, Northwood Church, Texas. Phúc Ánh đã được mời làm *"Global Consultant"* cho cơ quan *"Vision 360"* (vị sáng lập ra *"Vision 360"* là Chủ tịch của Disney World tại Florida), giám đốc mục vụ Việt Nam của Buckner International. Phúc Ánh tốt nghiệp Cử Nhân Toán hạng ưu từ Trường Tulane University tại New Orleans, Louisiana; tốt nghiệp Cao Học Thần Học chuyên về cổ ngữ (Kinh Thánh) tại Chủng Viện Southwestern Baptist Theologival Seminary tại Fort Worth, Texas; và tốt nghiệp Cao Học về Leadership Studies (Master of Philosophy) tại Dallas Baptist Universtiy, Texas.
Phúc Ánh cùng vợ và 3 con đang sinh sống tại thành phố Keller, Texas.
Phúc Ánh viết quyển *"Kho Báu Kín Giấu – Hy Vọng Cho Nhân Loại"* bằng cả 2 ngôn ngữ Anh và Việt. Phiên bản Tiếng Anh, *"The Hidden Kingdom Treasure – Hope for Humanity"* hiện đang được ấn hành trên Amazon.
Hiện tại, Phúc Ánh đang là giảng viên Toán và Kinh Thánh tại Trường Trung Học Covenant Christian Academy tại Colleyville, Texas.

ĐÔI LỜI KHEN TẶNG CHO QUYỂN SÁCH

"Tôi tin rằng sự hiểu biết và nhận thức của chúng ta về Vương Quốc Đức Chúa Trời sẽ tăng trưởng trong những thế kỷ kế tiếp, cũng như sự nhận thức của chúng ta về Đức Thánh Linh trong những thế kỷ qua. Đức Chúa Trời luôn vận hành và Ngài mời gọi chúng ta tham gia với Ngài. Phúc Ánh đã cung cấp cho chúng ta 1 sự hiểu biết về Thiên Quốc cùng với 1 hướng đi trong Vương Quốc ấy. Bất cứ phần nào bạn đọc trong sách nầy, điều bày tỏ về mối liên hệ và được đong đầy bằng những sự bày tỏ về Vương Quốc Đức Chúa Trời."

DR. BOB ROBERTS –NORTHWOOD CHURCH, KELLER, TX.

"TÔI CẢM KÍCH VÀ TRÂN TRỌNG TƯ TƯỞNG THÔNG SÁNG CÙNG MỘT TÂM TÌNH CAO ĐẸP CỦA PHÚC ÁNH. HIỂU BIẾT VỀ VƯƠNG QUỐC ĐỨC CHÚA TRỜI LÀ ĐIỀU TẤT YẾU CHO MỖI CƠ ĐỐC NHÂN. PHÚC ÁNH TRÌNH BÀY VÀ GIẢI NGHĨA CÁCH CẶN KẼ VÀ RÕ RÀNG VỀ VƯƠNG QUỐC NHẰM GIÚP MỌI NGƯỜI NHẬN BIẾT, VÂNG PHỤC VÀ TRỞ NÊN MỘT PHẦN QUAN TRỌNG CỦA THIÊN QUỐC. ĐÂY LÀ QUYỂN SÁCH MÀ MỖI CƠ ĐỐC NHÂN PHẢI CẦN NÊN ĐỌC!"

TOM LANE – APOSTOLIC SENIOR PASTOR – GATEWAY CHURCH, SOUTHLAKE, TX.

"TRONG NHỮNG THỜI ĐIỂM BIẾN ĐỘNG TRÊN TOÀN THẾ GIỚI, MỌI NGƯỜI ĐỀU TÌM KIẾM CHO MÌNH NHỮNG HẠNH PHÚC VÀ BÌNH AN VỮNG VÀNG. THẦY GIÁO PHÚC ÁNH GIẢI THÍCH CHO CHÚNG TA MỘT CÁCH RẤT TOÁN HỌC LÀM THẾ NÀO ĐỂ MỞ CHÌA KHÓA VÀ TÌM ĐƯỢC KHO BÁU KÍN GIẤU CỦA THIÊN QUỐC. BẠN CÓ ĐANG TÌM CHO MÌNH 1 HY VỌNG, 1 NIỀM HẠNH PHÚC? THẦY ĐẶNG ĐÃ TÌM ĐƯỢC NGUỒN VUI CHO CẢ 2 ĐIỀU NÀY VÀ THẦY CHIA SẺ CÁCH TINH TẾ VÀ TƯỜNG TẬN LẠI CHO CHÚNG TA."

AMY PRYOR – RHETORIC SCHOOL HEAD – COVENANT CHRISTIAN ACADEMY, COLLEYVILLE, TX.

TRANG BÌA NGOÀI

KHO BÁU KÍN GIẤU – HI VỌNG CHO NHÂN LOẠI

Trong lúc thế giới vẫn còn tiếp tục chao đảo bởi những đợt sóng của đại dịch, tai ương, xung đột chính trị và những biến đổi đột ngột về kinh tế, mọi người tìm kiếm cho mình những điều có thể đem lại bình an, hy vọng và bền vững. *"Kho Báu Kín Giấu – Hy Vọng Cho Nhân Loại"* khích lệ và khuyên nhủ mọi người hãy trở lại với lời dạy tất yếu của Đức Chúa Giê-su Christ: *"Nhưng trước hết, hãy tìm kiếm Vương Quốc Đức Chúa Trời và sự công chính Chúa, thì Ngài sẽ ban cho các con mọi điều ấy nữa."(*Ma-thi-ơ 6:33*)*. Vương Quốc Đức Chúa Trời là gì? Khi khám phá được Vương Quốc Chúa, thì đời người, xã hội, quốc gia và cả thế giới sẽ khác biệt ra làm sao?

Hãy bắt đầu hành trình cá nhân để thưởng thức và khám phá *"Kho Báu Kín Giấu"* và trở nên hạt giống tốt của Thiên Quốc để chúng ta *"Đừng rập khuôn theo đời nầy, nhưng phải được biến hóa bỡi sự đổi mới của tâm trí mình, để phân biệt đâu là ý muốn tốt đẹp, vừa lòng và trọn vẹn của Đức Chúa Trời."* (Rô-ma 12:2)

Trang Bìa bên ngoài

Đặng Phúc Ánh là giảng viên Toán Trung Học và là mục sư Tin Lành; Tốt nghiệp Cử Nhân Khoa Học ngành Toán hạng ưu (summa cum laude), tốt nghiệp Cao Học Thần Học chuyên cổ ngữ Kinh Thánh, và tốt nghiệp Cao Học về Leadership Studies (Master of Philosophy). Phúc Ánh hiện đang là giảng viên Toán và Kinh Thánh tại Trường Trung Học Covenant Christian Academy tại Colleyville, Texas.

www.ingramcontent.com/pod-product-compliance
Lightning Source LLC
LaVergne TN
LVHW010019081026
849535LV00016B/1161
9781088164600